വെള്ളിരേഖകൾ

സാറാ തോമസിന്റെ
രണ്ട് നോവലുകൾ

vellirekhakal
sarathomasinte 2 novelukal
novel

•

sara thomas

•

first chintha edition
january 2020

•

published
chintha publishers, thiruvananthapuram

•

typesetting
star communications, thiruvananthapuram

•

•

cover
vinod mangoes

•

Distribution

DESHABHIMANI BOOK HOUSE

H O Thiruvananthapuram 695035
phone: 0471-2303026, 6063026
Email: chinthapublishers@gmail.com
Website: www.chinthapublishers.com

Branch

Head Office Kunnukuzhi • Statue Thiruvananthapuram • KSRTC Bus Station Alappuzha • KSRTC Bus Station Ernakulam • Machingal Lane Thrissur • IG Road Kozhikode • Mavoor Road Kozhikode • NGO Union Building Kannur • Central Bus Terminal Complex Thavakkara Kannur

CO - 2898 / 5188
ISBN - 978-93-89410-57-0

വെള്ളിരേഖകൾ

സാറാ തോമസിന്റെ
രണ്ട് നോവലുകൾ

സാറാ തോമസ്

ചിന്ത പബ്ലിഷേഴ്സ്
തിരുവനന്തപുരം-695 035
വില :

സാറാ തോമസ്

ജനനം: 1934 സെപ്തംബർ 14 ന്. പിതാവ്: വർക്കി എം മാത്യു. മാതാവ്: സാറാമ്മ

തിരുവനന്തപുരം കോട്ടൺഹിൽ ഹൈസ്കൂൾ, വിമൻസ് കോളേജ്, യൂണിവേഴ്സിറ്റി കോളേജ് എന്നിവിടങ്ങളിൽ വിദ്യാഭ്യാസം.

ബി എസ് സി ബിരുദം, 1969 ൽ ആദ്യനോവൽ *ജീവിതമെന്ന നദി* പ്രസിദ്ധപ്പെടുത്തി. 1979 ൽ *നാർമടിപ്പുടവയ്ക്ക്* കേരള സാഹിത്യ അക്കാദമി അവാർഡ് ലഭിച്ചു.

അസ്തമയം, വെള്ളിരേഖകൾ, അർച്ചന, മുറിപ്പാടുകൾ, പവിഴമുത്ത്, കെടാത്ത കൈത്തിരി, ആ മനുഷ്യൻ നീ തന്നെ, ദൈവമക്കൾ, ഗ്രഹണം, അഗ്നിശുദ്ധി, ചിന്നമ്മു, പ്രിയേ മാപ്പുതരൂ, വലക്കാർ, നീലക്കുറിഞ്ഞികൾ ചുവക്കുംനേരം (നോവലുകൾ), പെൺമനസ്സുകൾ (ലഘുനോവൽ), ഗണിതം തെറ്റിയ കണക്കുകൾ, ഇണങ്ങാത്ത മുഖങ്ങൾ, ഒറ്റപ്പെട്ട നിമിഷങ്ങൾ, സാറാ തോമസിന്റെ കഥകൾ, തെളിയാത്ത കൈരേഖകൾ (കഥാസമാഹാരങ്ങൾ) എന്നിവ ഉൾപ്പെടെ അനവധി കൃതികൾ.

അസ്തമയം, പവിഴമുത്ത്, അർച്ചന, മുറിപ്പാടുകൾ എന്നീ നോവലുകൾ ചലച്ചിത്രമായിട്ടുണ്ട്.

മുറിപ്പാടുകളുടെ ചലച്ചിത്രാവിഷ്കാരമായ *മണിമുഴക്കത്തിന്* സംസ്ഥാന ചലച്ചിത്ര അവാർഡും പ്രാദേശികചലച്ചിത്രത്തിനുള്ള രജതകമലവും ലഭിച്ചു.

സംസ്ഥാന ചലച്ചിത്ര അവാർഡ് കമ്മിറ്റിയിലും കേരള ഫിലിം സർട്ടിഫിക്കേഷൻ കമ്മിറ്റിയിലും അംഗമായിരുന്നു.

ഭർത്താവ്	:	ഡോ. തോമസ് സക്കറിയ
മക്കൾ	:	ശോഭ, ദീപ
വിലാസം	:	പ്രശാന്ത് നന്ദാവനം റോഡ് തിരുവനന്തപുരം – 695033

ഉള്ളടക്കം

പ്രസാധകക്കുറിപ്പ്

മലയാള സാഹിത്യ ലോകത്തെ നിശ്ശബ്ദ സാന്നിദ്ധ്യമാണ് സാറാ തോമസ്. അർത്ഥവത്തായ രചനകളിലൂടെ അനുവാചകരെ ആകർഷിച്ച സാറാ തോമസിന്റെ രചനാ ലോകം പ്രമേയ വൈവിദ്ധ്യങ്ങളാൽ സമ്പന്നമായിരുന്നു. *നാർമടിപ്പുടവ, ദൈവമക്കൾ, വലക്കാർ* എന്നിങ്ങനെ എണ്ണം പറഞ്ഞ കൃതികൾ സാറാ തോമസിന്റെ രചനാവൈഭവത്തെ അടയാളപ്പെടുത്തുന്നു. അരികുവല്ക്കരിക്കപ്പെട്ടവരുടെ പൊള്ളുന്ന അനുഭവങ്ങളെ തീക്ഷ്ണമായി അനുവാചകരിലേക്കു സന്നിവേശിപ്പിക്കുവാൻ സാറാ തോമസിനു കഴിഞ്ഞു. *വെള്ളിരേഖകൾ* എന്ന ഈ ഗ്രന്ഥം *ജീവിതമെന്ന നദി, വെള്ളിരേഖകൾ* എന്നീ നോവലുകളുടെ സമാഹാരമാണ്.

മനുഷ്യജീവിതത്തിന്റെ അർത്ഥശൂന്യതകളിലേക്കും സങ്കീർണ്ണാവസ്ഥകളിലേക്കും സഞ്ചരിക്കുന്നവയാണ് ഈ നോവലുകൾ. അതിലളിതമായ ആഖ്യാനശൈലിയാൽ ആകർഷകമായ ഈ പുസ്തകം വായനാ സമൂഹത്തിനു സമർപ്പിക്കുന്നു.

ചിന്ത പബ്ലിഷേഴ്സ്

വെള്ളിരേഖകൾ

ഒന്ന്

മേശപ്പുറത്ത് നിവർത്തിവെച്ചിരുന്ന നിയമപുസ്തകങ്ങൾ ഓരോന്നായി മടക്കിവെച്ചു. പ്രമുഖ അഭിഭാഷകനായ ഗോപിനാഥൻ നായർ അന്നത്തെ ജോലി അവസാനിപ്പിച്ചു. മേശയ്ക്കെതിരെ ചുവരിലുള്ള ക്ലോക്കിൽ ഏഴുമണി കഴിഞ്ഞിരുന്നു. പിറ്റേദിവസത്തെ വാദത്തിനുള്ള പോയിന്റുകൾ തപ്പിയെടുക്കുന്നതിന് താൻ വിചാരിച്ചതിലേറെ സമയം വേണ്ടിവന്നെങ്കിലും മനസ്സ് സംതൃപ്തമായിരുന്നു. പബ്ലിക് പ്രോസിക്യൂട്ടറുടെ വാദമുഖങ്ങൾ ഒക്കെ തട്ടിത്തെറിപ്പിക്കാനുള്ള കരുക്കൾ സംഭരിച്ചു കഴിഞ്ഞു. അയാൾ സാവധാനം എഴുന്നേറ്റു. ജനലിന്റെ സമീപത്തേക്കു ചെന്ന് കർട്ടൻ ഉയർത്തിനോക്കിയപ്പോൾ തോട്ടത്തിലെങ്ങും ഇരുൾ പരന്നിരുന്നു. വരാന്തയിൽ ലൈറ്റുപോലും ഇട്ടിരുന്നില്ല. അപ്പോഴാണ് ജാനകിയമ്മ അമ്പലത്തിൽ പോയിക്കാണുമെന്ന വസ്തുത ഓർമ്മയിൽവന്നത്. അന്ന് ഉവൂർഭഗവതിക്ഷേത്രത്തിൽ താലപ്പൊലിയാണ്. വേഗം ഓഫീസറുടെ മുറിയിൽനിന്ന് പുറത്തിറങ്ങി വരാന്തയിൽ ചെന്ന് ലൈറ്റിട്ടു. വേലക്കാരൻ ശങ്കരനേയും പുറത്തെങ്ങും കാണാനില്ല. അവൻ പതിവുപോലെ ലാത്തിയടിക്കാൻ മുക്കിലെ മുറുക്കാൻകടയിൽ കൂടിയിട്ടുണ്ടാവും. ജാനകിയമ്മ അമ്പലത്തിൽനിന്നു തിരിച്ചെത്താൻ ഒമ്പതുമണിയായേക്കും. പക്ഷേ, അതുവരെ തനിച്ച് നേരംപോക്കുന്നതിൽ അയാൾക്ക് ഒരു മുഷിപ്പും തോന്നിയില്ല. ആ കൂറ്റൻ വീട്ടിന്റെ ഏകാന്തത അയാൾ ഇഷ്ടപ്പെട്ടു. ഏതായാലും തിരുവനന്തപുരത്തുനിന്നുള്ള റിക്കാർഡ് സംഗീതം കേൾക്കാമെന്നുറച്ച് അയാൾ ഡ്രോയിങ്റൂമിൽ ചെന്നു റേഡിയോ ഓൺ ചെയ്തു. വരാന്തയിൽനിന്നും ജനൽവഴി ചോർന്നുവരുന്ന അരണ്ടവെളിച്ചത്തിൽ ചാരുകസേരയിൽ നിവർന്നുകിടന്ന് പാട്ടുകേൾക്കാൻ ഒരു

പ്രത്യേക സുഖമുണ്ട്. പക്ഷേ, ഒരു പാട്ട് തീരുന്നതിനുമുമ്പുതന്നെ ഗോപി നാഥൻനായരുടെ മനസ്സ് സംഗീതത്തിന്റെ ലോകത്തുനിന്നും അകന്ന് തന്നെപ്പറ്റിയുള്ള ചിന്തകളിൽ മുഴികിക്കഴിഞ്ഞിരുന്നു.

ഓർത്തുനോക്കുകയാണെങ്കിൽ തന്റെ ജീവിതത്തിൽ എല്ലാം കൊണ്ടും സംതൃപ്തിക്കേ അവകാശമുള്ളൂ. തന്റെ ജീവിതം ആകെക്കൂടി കണക്കിലെടുക്കുമ്പോൾ ഒരു വിജയം തന്നെയായിരുന്നു എന്ന് പറയാം. ഗുമസ്തൻ നാണുപിള്ളയുടെ മകൻ ഈ നിലയിൽ ഉയരുമെന്ന് ആരും വിചാരിച്ചതല്ല. കുട്ടിക്കാലത്ത് ഒറ്റ മകനായിട്ടാണ് വളർന്നത്. അച്ഛനും അമ്മയും തന്റെ പഠിപ്പിലും വളർച്ചയിലും മുഴുവൻ ശ്രദ്ധയും കേന്ദ്രീക രിച്ചു. സിക്സ്ത്തിൽ പഠിച്ചുകൊണ്ടിരുന്നപ്പോഴാണ് തനിക്ക് ഒരനിയനു ണ്ടായത്. പ്രസവമൊക്കെ മാറി എന്ന് കണക്കാക്കിയിരുന്ന തന്റെ അമ്മയ്ക്ക് അതൊരു അപ്രതീക്ഷിത സംഭവമായിരുന്നു. എങ്കിലും തനിക്ക് ഒരു കുഞ്ഞനിയനെ കിട്ടിയതിലുള്ള സന്തോഷത്തിനു അതിരി ല്ലായിരുന്നു.

പക്ഷേ, അവന്റെ വരവോടെ ആ വീട്ടിലെ സൗഭാഗ്യം മങ്ങി. അച്ഛൻ പെട്ടെന്നു മരിച്ചു. അമ്മ സുഖക്കേടുകാരിയായി. വെറും കൈക്കുഞ്ഞായ ചന്ദ്രനും! പതിനഞ്ചുവയസ്സുള്ള ഒരു ബാലന് താങ്ങാനാവുന്ന ഭാരമല്ലാ യിരുന്നു അത്. ചന്ദ്രന്റെ ജാതകഫലമാണ് തങ്ങളനുഭവിക്കുന്ന കഷ്ടത കളൊക്കെ എന്ന് അമ്മ പരാതിപ്പെടുമ്പോഴെല്ലാം ഒന്നുമറിയാതെ തൊട്ടി ലിൽ കിടന്ന് കളിക്കുന്ന കുഞ്ഞിനോട് തനിക്ക് അനുകമ്പ മാത്രം തോന്നി യിരുന്നു.

പക്ഷേ, അധികം ബുദ്ധിമുട്ടേണ്ടിവന്നില്ല. തനിക്ക് കരകയറാനുള്ള വഴി ഈശ്വരൻ തുറന്നു. പഠിത്തം പൂർത്തിയാക്കാതെ ഒരു കടയിൽ കുറ ച്ചുകാലം നില്ക്കേണ്ടിവന്നെങ്കിലും പിന്നീട് പഠിത്തവും ജോലിയും ഒന്നിച്ചു നടത്തിക്കൊണ്ടുപോകാൻ കഴിഞ്ഞു. അങ്ങനെ വളരെ കഷ്ടപ്പാ ടുകൾ സഹിച്ചെങ്കിലും ഇരുപത്തിയെട്ടാമത്തെ വയസ്സിൽ സന്നതെടു ത്തപ്പോൾ തന്റെ അച്ഛന്റെ ആഗ്രഹം നിവർത്തിക്കാനൊത്തതിൽ അഭി മാനം കൊള്ളാൻ കഴിഞ്ഞു. പക്ഷേ, അതോടൊപ്പം ഒരുതീരാനഷ്ടവും ഉണ്ടായി. തന്റെ കൈയിൽ ചന്ദ്രനെ ഏല്പിച്ചിട്ട് അമ്മ അന്ത്യശ്വാസം വലിച്ചു. അമ്മ മരിക്കുമ്പോൾ തന്നോട് ഒരുകാര്യം മാത്രം ആവശ്യപ്പെട്ടു.

"നിന്നെപ്പോലെ ഒരു നല്ലനിലയിൽ ഇവനെയും എത്തിക്കണം."

പെട്ടെന്ന് ഗോപിനാഥൻനായരുടെ ഹൃദയം ദുഃഖപൂരിതമായി. അന്ന് അയാൾക്ക് അമ്മയുടെ ആഗ്രഹം നിവർത്തിക്കാനാവാതെ പോയി. വള രെയൊക്കെ ബുദ്ധിമുട്ടുകൾ സഹിച്ച് ശ്രമിച്ചിട്ടും! താൻ അവനെ വളരെ യധികം സ്നേഹിച്ചു. പക്ഷേ, ശിക്ഷണത്തിൽ വളർത്താൻ കഴിയാതെ പോയി.

അവൻ ഇന്റർറ്റിൽ പഠിക്കുമ്പോഴാണ് താൻ ജാനകിയമ്മയെ വിവാഹം കഴിച്ചത്. മാവേലിക്കരയിൽനിന്നും തിരുവനന്തപുരത്തു വന്നുതാമസക്കാ രനായ തനിക്ക് എന്തുകൊണ്ടും അഭിമാനിക്കത്തക്കതായിരുന്നു ആ

ബന്ധം. അങ്ങനെ തിരുവനന്തപുരത്തെ ആഢ്യന്മാരുടെ ഇടയിൽ തനിക്ക് ഒരു സ്ഥാനം ലഭിച്ചു. പക്ഷേ, ജാനകിയമ്മയുടെ തണ്ടും ചന്ദ്രന്റെ തന്റേടവും തമ്മിൽ പൊരുത്തപ്പെട്ടില്ല. അവൻ ആരോരുമറിയാതെ പട്ടാളത്തിൽ ചേർന്നു. രണ്ടാം മഹായുദ്ധകാലത്ത് അവനെ പ്രതി താൻ എത്രയോ തീ തിന്നിട്ടുണ്ട്. പക്ഷേ, പട്ടാളത്തിൽ അവൻ ശോഭിച്ചു. ഇന്ത്യക്ക് സ്വാതന്ത്ര്യം ലഭിച്ചപ്പോൾ അവൻ നമ്മുടെ കരസേനയിൽ ഒരു മേജറായി. അവനെ വിവാഹം കഴിപ്പിക്കാൻ താൻ പലവട്ടം ശ്രമിച്ചെങ്കിലും അവൻ ഒഴിഞ്ഞുമാറിക്കളഞ്ഞു. പല പൂക്കളിൽനിന്നും തേനുണ്ട് നടക്കുന്ന വണ്ടത്താനെപ്പോലെ ജീവിതം സന്തോഷിക്കാനാണ് അവനിഷ്ടപ്പെട്ടത്. വിവാഹം ഒരു തടങ്കൽപ്പാളയം എന്നായിരുന്നു അവന്റെ അഭിപ്രായം.

ഓർക്കാപ്പുറത്തായിരുന്നു അവന്റെ കത്ത്. താൻ സുഖമില്ലാതെ ഒന്നുരണ്ടു മാസങ്ങൾ പൂനാ മിലിറ്ററി ഹോസ്പിറ്റലിലായിരുന്നുവെന്നും ഇനിയും തന്നെക്കൊണ്ടു ജോലി ചെയ്യാനാവാത്തത് കാരണം പിരിച്ചുവിട്ടേക്കാമെന്നും.

ചന്ദ്രന്റെ നിസ്സഹായാവസ്ഥ തന്റെ മനസ്സിനെ വല്ലാതെ ഉലച്ചു. ആറടിപ്പൊക്കത്തിൽ ഗ്രീക്കുനാടകത്തിലെ നായകനെപ്പോലെ സുന്ദരനും ആരോഗ്യവാനുമായ തന്റെ ചന്ദ്രൻ! ഇപ്പോഴിതാ ഒരു നിത്യരോഗിയായി മാറിയിരിക്കുന്നു.

ഉടൻ നാട്ടിൽ വരണമെന്നും ചന്ദ്രനെ എന്നെന്നും ശുശ്രൂഷിക്കാൻ തനിക്കു സന്തോഷമേയുള്ളൂവെന്നും വേണമെങ്കിൽ താൻ വന്ന് ഇങ്ങ് കൊണ്ടുപോരാമെന്നും എഴുതി ഒരാഴ്ച കഴിഞ്ഞു. മറുപടി കാണാഞ്ഞപ്പോൾ താൻ വളരെ അസ്വസ്ഥനായി. പൂനായിൽപോയി അന്വേഷിക്കാമെന്നുറച്ചു. പക്ഷേ, ജാനകിയമ്മയുടെ അഭിപ്രായത്തിനു വഴങ്ങി ആ തീരുമാനത്തിൽനിന്നും പിന്തിരിയുകയാണുണ്ടായത്.

"നിങ്ങൾ അങ്ങു ചെന്നാൽ അവൻ കൂടെ വരുമെന്ന് എന്താണുറപ്പ്. അല്ലെങ്കിലും ചേട്ടനോട് എന്തനുസരണയാണ്! വരാനാണെങ്കിൽ എഴുത്തുകിട്ടിയാലുടൻ വരും. അവന് മറിച്ചാണ് അഭിപ്രായമെങ്കിൽ ദേവേന്ദ്രൻ പോയാലും തീരുമാനം മാറ്റാൻ പോണില്ല."

അവൾ പറയുന്നതു ഏറക്കുറെ ശരിയാണെന്നു അയാൾക്കും അറിയാമായിരുന്നു. ഒന്നുരണ്ട് ആഴ്ചകൾ കഴിഞ്ഞപ്പോൾ മറ്റൊരു കത്തു കിട്ടി.

"പ്രിയപ്പെട്ട ചേട്ടന്!

ഞാൻ ഇപ്പോൾ അതീവ സന്തുഷ്ടനാണ്. കാരണം എന്റെ വേദനയിൽ പങ്കുചേരാൻ ഒരു ജീവിതസഖിയെ കണ്ടെത്തിയിരിക്കുന്നു. ഏതാനും ദിവസങ്ങൾ തുടങ്ങി മൂന്നുനാലു വർഷങ്ങൾ നീണ്ടുനില്ക്കാവുന്ന എന്റെ ജീവിതത്തെ നിറം പിടിപ്പിക്കാൻ എല്ലാംതന്നെ അറിഞ്ഞുകൊണ്ടു തയ്യാറുള്ള ഒരു പെൺകുട്ടി–"

ആ എഴുത്തിനു അഡ്രസ് ഉണ്ടായിരുന്നില്ല. ഒരിക്കൽ പോലും കണ്ടിട്ടില്ലാത്ത ആ പെൺകുട്ടിയോടു എന്തെന്നില്ലാത്ത മതിപ്പും കൃതജ്ഞ

തയും തോന്നി!

പലവിധത്തിൽ ശ്രമിച്ചിട്ടും പിന്നെ ചന്ദ്രനെപ്പറ്റിയുള്ള വിവരങ്ങൾ ഒന്നും അറിയാൻ കഴിഞ്ഞില്ല. ചിലപ്പോൾ ചന്ദ്രനോടു പരിഭവം തോന്നാതേയുമിരുന്നില്ല. താൻ അവന്റെ വിവരങ്ങൾ അറിയാൻ എത്ര ഉൽക്കണ്ഠയോടെ കാത്തിരിക്കുന്നു. വല്ലപ്പോഴും സുഖവിവരത്തിനെങ്കിലും ഒരു കാർഡ് അയച്ചുകൂടെ? മരിച്ചാൽ പോലും തനിക്കറിയാൻ സാധിക്കില്ലെന്നു വരുമോ? പക്ഷേ, രണ്ടുമാസങ്ങൾക്കുമുമ്പ് ചന്ദ്രൻ മരിച്ചപ്പോൾ ഉടൻതന്നെ അയാൾക്കു കമ്പിസന്ദേശം ലഭിച്ചു. കമ്പി ബാംഗ്ലൂരിൽനിന്നുമാണ് അടിച്ചതെന്നു മാത്രമേ അറിയാൻ കഴിഞ്ഞുള്ളൂ. അയാൾ റേഡിയോയുടെ മുകളിൽ തൂക്കിയിരുന്ന അമ്മയുടെ പടത്തിലേക്കു നോക്കി. ഹൃദയത്തിൽ കുറ്റബോധം തലപൊക്കി.

"അമ്മേ! അമ്മയുടെ അവസാന ആശ നിറവേറ്റാൻ ഞാൻ പരിപൂർണ്ണ ആത്മാർത്ഥതയോടെ ശ്രമിച്ചു എന്ന് എനിക്ക് സമാധാനിക്കാൻ കഴിയുന്നില്ല."

ചന്ദ്രന്റെ സുഖക്കേടിന്റെ വിവരം അറിഞ്ഞയുടൻ താൻ പൂനയിൽ പോകേണ്ടിയിരുന്നു. ഒരുപക്ഷേ, അവൻ തന്റെ കൂടെ വരുമായിരുന്നില്ല. എങ്കിലും അവനെ ഒന്ന് കാണാനെങ്കിലും സാധിച്ചേനെ. പക്ഷേ, കുടുംബസമാധാനത്തിന്റെ പേരിൽ താൻ ജാനകിയമ്മയുടെ വാക്കുകൾ മാനിച്ചു.

പെട്ടെന്ന് അയാളെ ചിന്തകളിൽനിന്നും ഉണർത്തിക്കൊണ്ട് കോളിങ്ബെൽ ശബ്ദിച്ചു. ചലച്ചിത്രഗാനം കഴിഞ്ഞ് മലയാളവാർത്തയും തീരാറായിരിക്കുന്നു. താൻ എത്രനേരം ദിവാസ്വപ്നത്തിൽ മുഴുകി! വേഗം എണീറ്റുവരാന്തയിലേക്കു ചെന്നു. ഏതെങ്കിലും കക്ഷികളായിരിക്കാം. മുറ്റത്തിറങ്ങി ഓഫീസ് മുറിയിലേക്കു നോക്കി. അതാ വെളിയിൽ ഒരു സ്ത്രീ നില്ക്കുകയാണ്. ഒരുകൈയിൽ ബാഗും മറ്റേകൈയിൽ കൈക്കുഞ്ഞും! എന്തായാലും കക്ഷിയാണെന്നു തോന്നുന്നില്ല. സഹായത്തിനാവും വന്നത്! വേഷവും നില്പും ഒക്കെ കണ്ടിട്ടു അങ്ങനെ തോന്നുന്നു. അയാൾ വേഗം ഓഫീസ് മുറിയിലേക്കു നടന്നു. അസമയത്തു സഹായത്തിനെത്തുന്ന ഇവറ്റകളെ വിശ്വസിച്ചുകൂടാ. വേഗം പറഞ്ഞുവിടണം.

അയാൾ വളരെ അടുത്ത് എത്തിയപ്പോഴാണ് കാൽപ്പെരുമാറ്റം കേട്ടിട്ട് അവൾ തിരിഞ്ഞുനോക്കിയത്. ഓഫീസ് മുറിയുടെ വരാന്തയിലെ ട്യൂബുലൈറ്റിന്റെ പ്രകാശത്തിൽ അവളുടെ മുഖം വളരെ വിളറിവെളുത്തു തോന്നി. കണ്ണുകൾ അപ്പോൾ കരഞ്ഞു നിർത്തിയതുപോലെ കലങ്ങിയിരുന്നു.

"എന്താ ഈ അസമയത്ത്! എന്തുവേണം?" അയാൾ ഗൗരവത്തോടെ ചോദിച്ചു. ഇനിയിപ്പോൾ ദുരിതം നിറഞ്ഞ ഒരു കഥയും പറഞ്ഞു സഹായത്തിനു കൈനീട്ടുമെന്ന് തീർച്ചപ്പെടുത്തി. പക്ഷേ, അവൾ ഒന്നും തന്നെ മിണ്ടിയില്ല. പകരം തന്റെ കൈയിൽ ഭദ്രമായി സൂക്ഷിച്ചുവെച്ചിരുന്ന ഒരു കവർ ഏറ്റവും വിനീതയായി അയാളുടെ നേർക്കുനീട്ടി. വല്ലവ

രുടെയും ശുപാർശ കത്തായിരിക്കും. അയാൾ അലക്ഷ്യമായി അതു വാങ്ങി. പക്ഷേ, അഡ്രസ് നോക്കിയപ്പോൾ ഒന്നു ഞെട്ടി. തന്റെ ചന്ദ്രന്റെ കൈപ്പട പോലെ. വേഗം പൊട്ടിച്ചുനോക്കി. അതെ ചന്ദ്രൻതന്നെയാണ് എഴുതിയിരിക്കുന്നത്. കൈകൾ വിറച്ചുപോയി. വേഗം മുറിക്കുള്ളിൽ കടന്നു കണ്ണട വെച്ചിട്ട് എഴുത്തു നിവർത്തി. ഏറ്റവും പ്രിയപ്പെട്ട ചേട്ടന്!

ആദ്യമായി ചേട്ടനോടു മാപ്പുചോദിച്ചു കൊള്ളട്ടെ! സ്നേഹം കൊണ്ട് എന്നെ പൊതിഞ്ഞ ചേട്ടനെ വളരെ അധികം കണ്ണീർ കുടിപ്പിച്ചവനാണ് ഞാൻ. ഈ എഴുത്തു കൈപ്പറ്റുമ്പോൾ ഞാൻ മറ്റൊരു ലോകത്തിരുന്നു (അങ്ങനെ ഒന്നുണ്ടെങ്കിൽ) ചേട്ടനെ ഉറ്റു നോക്കുകയായിരിക്കും.

ചേട്ടനെ ഒരു സത്യം അറിയിക്കാൻ ഞാൻ ആഗ്രഹിക്കുന്നു. ഈ എഴുത്തുമായി എത്തിയിരിക്കുന്ന പെൺകുട്ടി റോസി എന്റെ ഭാര്യയാണ്! ഒക്കത്തുള്ള കുഞ്ഞ് എന്റെ പിഞ്ചോമനയും! ഇവൾ നിരാശ്രയരാണെന്നു ചേട്ടന് കാണുമ്പോൾ തന്നെ മനസ്സിലാകുമല്ലോ. അവസാനത്തെ അപേക്ഷയാണ്. ഇവരെ തള്ളിക്കളയരുതേ! ചേട്ടന്റെ വീട്ടിലെ ഒരു ഒഴിഞ്ഞ കോണെങ്കിലും ഇവർക്കായി കൊടുക്കണേ! ചോദിക്കാൻ അർഹതയില്ലെന്നു അറിയുന്നു. പക്ഷേ, ജീവിതത്തിലെ അന്ത്യനിമിഷങ്ങളുമായി മല്ലിട്ടു കഴിയുന്ന ഞാൻ ഈ ലോകത്തു മറ്റാരോടാണ് സഹായം തേടേണ്ടത്!

എന്ന്
സ്വന്തം ചന്ദ്രൻ

വായിച്ചു തീർന്നപ്പോൾ കണ്ണുകൾ നിറഞ്ഞിരുന്നു. എത്ര സമ്മിശ്രങ്ങളായ വികാരങ്ങളാണ് മനസ്സിൽ ഉടലെടുത്തത്? എത്ര വിചിത്രമായ പരിതസ്ഥിതിയിലാണ് താനിപ്പോൾ? കുറച്ചു മുൻപ് തനിക്കനുഭവപ്പെട്ട മനസംതൃപ്തി എത്രവേഗം ഒരു മരീചികയായി മാറിയിരിക്കുന്നു! തന്റെ നീണ്ട വക്കീൽ ജീവിതത്തിൽ തീരെ അസംഭവ്യമെന്നു തോന്നിക്കുന്ന പല സംഭവങ്ങളെപ്പറ്റി അറിയാൻ ഇടയായിട്ടുണ്ട്. പക്ഷേ, ചന്ദ്രന്റെ പുത്രനുമായി റോസി എന്ന പെൺകുട്ടിയുടെ വരവ് അവയൊക്കെയും പിന്നിലാക്കിയിരിക്കുന്നു. തല ആകെ പുകയുകയാണ്. ഒന്നു രണ്ടു മണിക്കൂറിനുള്ളിൽ ജാനകി ഇങ്ങെത്തുന്നതിനുമുമ്പ് തനിക്കു നല്ലവണ്ണം ആലോചിച്ചു ഒരു തീരുമാനത്തിൽ എത്തേണ്ടിയിരിക്കുന്നു. ഈശ്വരാ! ഇതെന്തു വൈതരണിയാണ്!

പെട്ടെന്ന് ആ വിളറി വെളുത്ത പെൺകുട്ടിയുടെ തോളിൽ ക്ഷീണിച്ച് തലചാച്ച് ഉറങ്ങുന്ന കുഞ്ഞിന്റെ രൂപം മനസ്സിൽ തെളിഞ്ഞു! ചന്ദ്രന്റെ കുഞ്ഞാണ് – തന്റെ ചന്ദ്രന്റെ – അമ്മയും! അവരെ ആട്ടിയോടിക്കാൻ തനിക്ക് സാദ്ധ്യമല്ല. ജാനകി ഇനി എന്തൊക്കെ പൊടിപാടുണ്ടാക്കിയാലും! തന്റെ ചന്ദ്രന്റെ കുഞ്ഞ് തന്റെ സംരക്ഷണയിൽ മിടുക്കനായി വളരണം.

പക്ഷേ, ജാനകിയോട് പറഞ്ഞ് സമ്മതിപ്പിക്കുന്ന കാര്യം ഓർത്തപ്പോൾ അയാൾ നടുങ്ങി. അവളുടെ പ്രതികരണം എന്താണെന്ന് തനിക്കു

തീർച്ചയുണ്ട്.

"എങ്ങാണ്ടുകിടന്ന പെണ്ണ് ഒരു കൊച്ചുമായി വലിഞ്ഞുകയറി വന്നപ്പോൾ കൂടെ താമസിപ്പിക്കണം പോലും! നിങ്ങൾക്ക് വേറെ വേല ഇല്ലേ. ഇങ്ങനെയുള്ളവർക്കാണ് അനാഥശാലകൾ! അവിടെവല്ലെങ്കിൽ പോയി തൂങ്ങിച്ചാകട്ടെ!"

താൻ അവരെ സ്വീകരിച്ചില്ലെങ്കിൽ? എങ്കിൽ ഒരു പക്ഷേ, അവൾ കുഞ്ഞുമായി ആത്മഹത്യ ചെയ്തെന്നുവരും. ഇല്ലെങ്കിൽ വയറ്റിപ്പിഴപ്പിനു വേണ്ടി ഒരു കുത്തഴിഞ്ഞ ജീവിതം നയിച്ചെന്നുവരാം! ആ ദുഷിച്ച അന്തരീക്ഷത്തിൽ പുഴുക്കുത്തുവീണ മനസ്സുമായി ആ കുഞ്ഞ് വളരും! തന്റെ ചന്ദ്രന്റെ പിഞ്ചോമന! അവരെ നശിക്കാൻ വിടാൻ സാദ്ധ്യമല്ല.

ഗോപിനാഥൻ നായർ ഒരു ഉറച്ച തീരുമാനംതന്നെ എടുത്തു. എന്തൊക്കെ പ്രതിബന്ധങ്ങൾ ഉണ്ടായാലും ചന്ദ്രന്റെ കുഞ്ഞ്, ചന്ദ്രന്റേതുമായ ഈ വീട്ടിൽ വളരും!

അത്രയും തീരുമാനിച്ചുറച്ചപ്പോൾ അതിന്റെ പ്രത്യാഘാതങ്ങൾ മനസ്സിൽ അണിനിരന്നു. തന്റെ നാടും വീടും വിട്ട് മരിച്ചുപോയ അനിയന്റെ വിധവയും കുഞ്ഞും എന്നുപറഞ്ഞ് ഒരുസ്ത്രീയും കുഞ്ഞും പുതുതായി അവിടെ താമസമാക്കിയാൽ എന്തൊക്കെ അപവാദങ്ങളാണ് പൊട്ടി പുറപ്പെടുക! പിന്നെ അവരെ ആ വീട്ടിലെ അംഗങ്ങളായി കരുതുവാൻ ജാനകിയമ്മയ്ക്ക് ഒരുനാളും സാദ്ധ്യമാകയില്ല. പിന്നെ അവളുടെ പേര് റോസി! കഴുത്തിൽ കണ്ടതു കുരിശു രൂപമായിരുന്നില്ലെ! അപ്പോൾ മതത്തിന്റെ കാര്യത്തിൽ പോലും പൊരുത്തം കാണുകയില്ല.

പെട്ടെന്ന് അയാൾ ഓർത്തു കഷ്ടം! താൻ ആ പെൺകുട്ടിയോട് ഇരിക്കാൻ കൂടി പറയാതെയാണ് അകത്തേക്കു വന്നത്! വേഗം അയാൾ വരാന്തയിലെത്തി. വാടിത്തളർന്ന കുഞ്ഞിനെ ബഞ്ചിൽ കിടത്തി അവൾ അരികത്തിരിക്കുകയാണ്. അയാൾ ക്ഷമാപണത്തോടെ പറഞ്ഞു.

"തീരെ പ്രതീക്ഷിച്ചതല്ല നിങ്ങളുടെ വരവ്. ഞാൻ പലതും ഓർത്തു ഇരുന്നുപോയി. ആട്ടെ, കുഞ്ഞിനെ ഇങ്ങു അകത്തുകൊണ്ടുപോകൂ."

ഓഫീസുമുറിയുടെ പുറകിലുള്ള ചെറിയമുറി കാണിച്ചിട്ട് പറഞ്ഞു.

"തല്ക്കാലം കുഞ്ഞിനെ ഇവിടെ കിടത്തിയിട്ട് ഓഫീസ് മുറിയിലേക്കു വരൂ! എനിക്ക് റോസിയോട് ചിലതൊക്കെ ചോദിക്കാനുണ്ട്."

കുഞ്ഞിനെ മുറിയിലുള്ള സോഫയിൽ കിടത്തിയിട്ട് അവൾ ഓഫീസുമുറിയിൽ എത്തി!

വാടിത്തളർന്നു ആമ്പൽപൂപോലെ കസേരയുടെ പുറകിൽ പിടിച്ചുകൊണ്ടുനിന്ന അവളെ നോക്കിയപ്പോൾ അയാളുടെ ഹൃദയത്തിൽ അനുകമ്പയുടെ നനവ് അനുഭവപ്പെട്ടു.

"റോസി മറ്റൊന്നും വിചാരിക്കരുത്! നിങ്ങൾ എങ്ങിനെ പരിചയപ്പെട്ടു? ചന്ദ്രൻ വിവാഹത്തെപ്പറ്റി ഒന്നും വിശദമായി എഴുതിയിരുന്നില്ല. അവനെക്കുറിച്ചുള്ള എല്ലാ വിവരങ്ങളും അറിയാൻ ഞാൻ ആഗ്രഹിക്കുന്നു. അതുകൊണ്ട് ചോദിച്ചുപോകയാണ്!"

പെട്ടെന്ന് ആ നീർമിഴികൾ നിറഞ്ഞു. മൂക്കിന്റെ അറ്റം ചുമന്നു. കരച്ചിൽ എത്ര പണിപ്പെട്ടിട്ടും അടക്കാൻ കഴിഞ്ഞില്ല. മറുപടി പറയാനുള്ള ശ്രമങ്ങൾ കൂടുതൽ തേങ്ങലുകളിൽ കലാശിക്കയാണുണ്ടായത്! അവളുടെ പരിതാപകരമായ ആ നില്പ് കണ്ടപ്പോൾ ആ അവസരത്തിൽ അവളോടു എന്തെങ്കിലും വിവരങ്ങൾ തിരക്കുന്നത് ക്രൂരതയാണെന്നു അയാൾക്കു തോന്നി. മിക്കവാറും തകർച്ചയുടെ വക്കിൽ എത്തിയിരിക്കുന്ന അവൾക്ക് താൻ ആശ്വാസത്തിന്റെ തണൽ പരത്തുകയാണ് ഇപ്പോൾ വേണ്ടത്. അവളെ സാന്ത്വനപ്പെടുത്തിക്കൊണ്ട് അയാൾ പറഞ്ഞു.

"ആട്ടെ റോസി അകത്തു പോയി വിശ്രമിച്ചോളൂ. മറ്റൊരവസരത്തിൽ ഞാൻ വിവരങ്ങൾ അറിഞ്ഞുകൊള്ളാം. എന്റെ ഭാര്യ ജാനു ഇവിടെ ഇല്ല. അവളോടു കൂടി ആലോചിച്ചിട്ട് വേണ്ടത് ചെയ്യാം!"

അയാൾ ഓഫീസ് മുറിവിട്ട് പുറത്തിറങ്ങി.

രണ്ട്

വരാന്തയിലെ ചാരുകസേരയിൽ ചാരി കിടന്നുകൊണ്ട് ഗോപിനാഥൻ നായർ ജാനകിയമ്മ അവിടെ എത്തുമ്പോൾ ഉണ്ടാകാവുന്ന കോളിളക്കത്തെപ്പറ്റി ഓർത്തുപോയി. തന്റെ നിലപാട് എന്താണെന്ന് എങ്ങിനെയാണ് അവളെ ബോദ്ധ്യപ്പെടുത്തേണ്ടത്! ഹോ! അവൾ വരുന്നതിന് മുൻപ് വേണു വന്നിരുന്നു എങ്കിൽ! എങ്കിൽ അവനോടുകൂടി ആലോചിക്കാമായിരുന്നു.

ഗോപിനാഥൻനായരുടെ അമ്മാവന്റെ മകനാണ് വേണു. അവിട്ടം തിരുനാൾ ഹോസ്പിറ്റലിൽ ട്യൂട്ടറാണ്. അമ്മാവൻ മെഡിക്കൽകോളേജിൽ അഡ്മിഷൻ കിട്ടിയ വേണുവുമായി തിരുവനന്തപുരത്തെത്തിയപ്പോൾ ജാനു അയാളെ തങ്ങളുടെകൂടെ താമസിപ്പിക്കാമെന്ന് കേറി ഏറ്റപ്പോൾ താനതിശയിച്ചുപോയി. പിന്നെയാണ് കാര്യം മനസ്സിലായത്! ജാനുവിന്റെ ചേച്ചിയുടെ മകൾ ഇന്ദുവിനെ ലാക്കുവെച്ചുകൊണ്ടായിരുന്നു ആ ഔദാര്യപ്രകടനം! തനിക്കതിൽ സന്തോഷമേ ഉണ്ടായിരുന്നുള്ളൂ. തന്റെ അമ്മാവൻ പ്രാരാബ്ധക്കാരനാണ്. അങ്ങനെ ജാനുവിന്റെ അംഗീകാരത്തോടെതന്നെ അങ്ങേർക്ക് ഒരു ഉപകാരം ചെയ്യാൻ കഴിഞ്ഞല്ലോ!

അക്കൊല്ലം ഇന്ദുവും മെഡിക്കൽകൊളേജിൽ അഡ്മിഷൻ കിട്ടി തിരുവനന്തപുരത്ത് പഠിപ്പിനു വന്നതോടെ ജാനുവിന് സംതൃപ്തിയായി. അവൾ ആഗ്രഹിച്ചതുപോലെ വേണുവും ഇന്ദുവും തമ്മിലടുക്കുന്നതിന് നിയതിതന്നെ കളം ഒരുക്കിയതുപോലെ!

ഗോപിനാഥൻനായർക്ക് വേണുവിന്റെ താമസം എല്ലാവിധത്തിലും സ്വാഗതാർഹമായിരുന്നു. തന്റെ മകൻ കൃഷ്ണൻകുട്ടി കാനഡായിൽ പഠിക്കാൻ പോയപ്പോൾ കുടുംബാന്തരീക്ഷത്തിൽ അനുഭവപ്പെട്ട വിര

സത വേണു അവിടെ താമസമാക്കിയപ്പോഴാണ് ഏറക്കുറെ മാറിയത്.

മോട്ടോർ സൈക്കിളിന്റെ ശബ്ദം പടിക്കൽ കേട്ടപ്പോൾ തന്നെ വേണു എത്തിക്കഴിഞ്ഞു എന്ന് മനസ്സിലായി.

തികച്ചും അപ്രതീക്ഷിതമായി തന്റെ മുൻപിൽ വലിച്ചെറിയപ്പെട്ട ഈ കെട്ടുപിണഞ്ഞ പ്രശ്നം വേണുവിനോട് പറഞ്ഞുതീർന്നപ്പോൾ ഗോപി നാഥൻനായർക്ക് തെല്ലൊരാശ്വാസം വീണു. പക്ഷേ, ഈ വിചിത്രപ്രശ്ന ത്തിന്റെ ഗുരുത്വത്തെപ്പറ്റി ഓർത്തപ്പോൾ വേണു ഒരഭിപ്രായപ്രകടനത്തി നുപോലും അശക്തനാവുകയാണുണ്ടായത്. ചന്ദ്രൻ ചേട്ടന്റെ വിധവയും കുഞ്ഞും! അതും മറ്റൊരു മതത്തിൽ പെട്ടവൾ.

വേണു ഗോപിച്ചേട്ടന്റെ മുഖത്തേക്ക് നോക്കി. ആ കണ്ണുകളിൽ നിശ്ച യദാർഢ്യം തെളിഞ്ഞുനിന്നു. പക്ഷേ, തന്റെ തീരുമാനത്തോടു ഏട്ടത്തി യമ്മയെ പറഞ്ഞു സമ്മതിപ്പിക്കുന്നതിൽ ഗോപിച്ചേട്ടൻ വിജയിക്കുമോ എന്ന് വേണുവിന് നിശ്ചയം പോരായിരുന്നു.

അയാൾ മുകളിലുള്ള തന്റെ മുറിയിലേക്ക് പോയി കുളിയും കഴിഞ്ഞു താഴെ എത്തിയപ്പോൾ ഏട്ടത്തിയമ്മയും വേലക്കാരി പാറുവും എത്തി ക്കഴിഞ്ഞു. അവിടെ ചോറുവിളമ്പുന്ന ബഹളമാണ്.

ഊണുമേശയ്ക്കുചുറ്റം അവർ മൂവരും ഇരുന്നപ്പോൾ ഗോപിച്ചേട്ടൻ ഏട്ടത്തിയമ്മയോട് ഒന്നുംതന്നെ പറഞ്ഞിട്ടില്ലെന്ന് അദ്ദേഹത്തിന്റെ മുഖ ഭാവത്തിൽനിന്നും വേണു മനസ്സിലാക്കി. ചേട്ടത്തിയമ്മ ഉത്സവപ്പറമ്പിലെ വിശേഷങ്ങൾ നിർത്താതെ പറയുകയാണ്. ഗോപിച്ചേട്ടൻ എല്ലാം മൂളി ക്കേൾക്കുന്നുണ്ട്. പക്ഷേ, അദ്ദേഹത്തിന്റെ പാത്രത്തിലെ ചോറ് അതുപ ടിയിരിക്കുന്നത് വർത്തമാനത്തിന്റെ രസത്തിൽ അവർ അറിഞ്ഞതേയില്ല.

പതിവുപോലെ ഊണുകഴിഞ്ഞ് വരാന്തയിലേക്ക് പോയപ്പോൾ ഗോപിനാഥൻ നായർ തിരിഞ്ഞു വേണുവിനോടു പറഞ്ഞു.

"വേണുവും കൂടി വരൂ! എനിക്ക് നിങ്ങളോട് ഒരു പ്രധാന സംഗതി പറയാനുണ്ട്."

ഏട്ടത്തിയമ്മ ചോദിച്ചു.

"ഞാൻ അമ്പലത്തിൽ പോയിവരുന്നതിനിടയ്ക്ക് ഇപ്പോളെന്ത് പ്രധാന സംഗതിയാണുണ്ടായത്!"

പക്ഷേ, ഗോപിച്ചേട്ടന്റെ മുഖത്തെ ഗൗരവം കണ്ടിട്ടാവണം അവർ കൂടുതൽ ഒന്നും പറഞ്ഞില്ല. ഗോപിനാഥൻ നായർ പോക്കറ്റിൽനിന്നും ചന്ദ്രന്റെ കത്തെടുത്ത് നിവർത്തി ജാനകിയമ്മയോടായി പറഞ്ഞു.

"ഇത് ചന്ദ്രൻ മരിക്കുന്നതിനുമുമ്പ് എനിക്കെഴുതിയ കത്താണ്! ഞാൻ ഇത് വായിക്കുമ്പോൾ നീ അഭിപ്രായപ്രകടനങ്ങൾ നടത്താതെ ശ്രദ്ധിക്കുമെന്ന് ആശിക്കുന്നു. നിനക്ക് പറയാനുള്ളതൊക്കെ അത് കഴി ഞ്ഞാവാം! അവൾ ശ്വാസമടക്കി ശ്രദ്ധിച്ചിരുന്നു. ഗോപിനാഥൻനായർ വായിക്കുന്നതിനു മുൻപ് അവർ ഒന്നുരണ്ടുപ്രാവശ്യം എന്തോ പറയാ നായി ഒരുമ്പെട്ടെങ്കിലും അയാൾ അവരെ ആംഗ്യം കാണിച്ചു വിലക്കി ക്കളഞ്ഞു. ഒടുവിൽ വായിച്ചു കഴിഞ്ഞപ്പോൾ അവർ കൊടുങ്കാറ്റുപോലെ

തുടങ്ങി.

"ഹും! എപ്പോഴാണ് അവളിങ്ങ് എത്തിയത്? ചന്ദ്രന്റെ ഭാര്യ പോലും! അവൻ മിലിറ്ററിയിലായിരുന്നില്ലെ? കൈയിൽ ധാരാളം കാശുകാണുമെന്ന് കരുതി അടുത്തുകൂടിയ ഏതോ അലവലാതി ആണ്. എങ്കിലും ഈ അടുപ്പം പറഞ്ഞു ഈ തറവാട്ടിൽ വന്നു കേറാൻ അവൾക്ക് നാണമില്ലല്ലോ. അല്ലെങ്കിലും ഇവറ്റകൾക്ക് എന്ത് നാണം! എന്ത് മാനം! ചേട്ടന്റെ മുൻപിൽ ഒരുപാട് കഷ്ടപ്പാടുകൾ നിരത്തിക്കാണും എനിക്കറിയാം. നിങ്ങൾ ഒരു നല്ല തുക തന്നെ കൈയയച്ചു കൊടുത്തു സഹായിച്ചുവിട്ടിരിക്കാം. ഞാൻ ഇവിടെ ഉണ്ടായിരിക്കേണ്ടിയിരുന്നു!"

"നിർത്തൂ, നിർത്തൂ" ജാനകിയമ്മയുടെ വാക്ധോരണിക്കു മുടക്കം വരുത്തിക്കൊണ്ട് ഗോപിനാഥൻ നായർ പറഞ്ഞു.

"നിന്റെ അനുമാനത്തിന് തെറ്റു പറ്റിയിരിക്കുന്നു. ഞാൻ അവരെ എങ്ങും പറഞ്ഞയച്ചില്ല."

"ഹോ! ഞാൻ വരുന്നതുവരെ ഇവിടെ പിടിച്ചിരുത്തേണ്ട വല്ല കാര്യവുമുണ്ടായിരുന്നോ? വല്ല അഞ്ചോ പത്തോ കൊടുത്ത് ഉടൻതന്നെ പറഞ്ഞയക്കേണ്ടിയിരുന്നില്ലേ? ഇപ്പോ ഈ പാതിരായ്ക്ക് പെണ്ണിനെ എവിടെ വിടാനാണ്?"

ഗോപിനാഥൻ നായർ ശാന്തനായി പറഞ്ഞു.

"ജാനൂ! ഞാൻ അവരെ എങ്ങും വിടാനുദ്ദേശിക്കുന്നില്ല. ചന്ദ്രന്റെ ഭാര്യയും കുഞ്ഞും ഈ വീട്ടിൽ താമസിക്കും. ഈ വീട് അവർക്കും അവകാശപ്പെട്ടതാണ്."

വേണു ഏട്ടത്തിയമ്മയുടെ മുഖത്തേക്കു നോക്കിപ്പോയി ആ മുഖത്തുനിന്നും രക്തം മുഴുവൻ വാർന്നൊലിച്ചതുപോലെ. അത്രകണ്ട് പ്രതീക്ഷിക്കാത്തതായിരുന്നു ആ പ്രഖ്യാപനം!

ഒരു നിമിഷത്തെ അമ്പരപ്പു കഴിഞ്ഞപ്പോൾ അവർ സടകുടഞ്ഞു എണീറ്റ് സിംഹത്തെപ്പോലെ പ്രക്ഷുബ്ധയായി പറഞ്ഞു.

"നിങ്ങൾക്കു ഭ്രാന്തുണ്ടോ? ആരാരുമില്ലാത്ത ഒരു ക്രിസ്ത്യാനിപ്പെണ്ണിനെയും അവളുടെ കൊച്ചിനെയും ചന്ദ്രന്റെ ഭാര്യ എന്നുപറഞ്ഞു ഇവിടെ താമസിപ്പിക്കാൻ ഒക്കുന്നതാണോ? നാട്ടുകാർ എന്തൊക്കെ പറഞ്ഞു പരത്തും? വേണ്ട. വേണ്ട അവളെ ഇപ്പോൾ തന്നെ ഒരു ടാക്സി വിളിപ്പിച്ചെങ്കിലും എങ്ങോട്ടെങ്കിലും പറഞ്ഞു വിടണം."

വേണു ഗോപിച്ചേട്ടന്റെ മുഖത്തേക്കു നോക്കിയപ്പോൾ അവിടെ യാതൊരു ഭാവഭേദവും കണ്ടില്ല. അദ്ദേഹത്തിന്റെ തീരുമാനം അചഞ്ചലമാണെന്നുതന്നെ വേണുവിന് ബോദ്ധ്യപ്പെട്ടു.

അദ്ദേഹം ശാന്തതയോടെ പറഞ്ഞു. "ഈ നീണ്ട വർഷങ്ങൾ കഴിഞ്ഞിട്ടും നീ എന്നെ മനസ്സിലാക്കാത്തതിൽ അതിശയം തോന്നുന്നു. ഒരേ സമയം ഞാൻ പല തീരുമാനങ്ങൾ എടുക്കാറില്ല എന്ന് നിനക്കറിഞ്ഞുകൂടേ? നിനക്കുവളരെയധികം ബുദ്ധിമുട്ടുകൾ ഇതുകാരണം ഉണ്ടാകുമെന്ന് എനിക്കറിയാം. പക്ഷേ, ചന്ദ്രനെയോർത്ത് എന്നെ ഓർത്ത് നീ

അതൊക്കെ സഹിച്ചേ മതിയാവൂ! നിന്റെ ചേട്ടൻ കള്ളും കുടിച്ചു കൂട്ടുകുടിയനെ കുത്തി പാതിരായ്ക്കു വന്നുകയറിയപ്പോൾ നിയമം പോലും കരുതാതെ രായ്ക്കുരാമാനം നാടുവിടാൻ അയാളെ സഹായിക്കാൻ ഞാൻ മാത്രമേ ഉണ്ടായിരുന്നുള്ളൂ എന്നു നിന്നെ ഓർമ്മിപ്പിക്കണോ?

ജാനകിയമ്മയുടെ നാവു നിമിഷത്തിനുള്ളിൽ മടക്കപ്പെട്ടതുപോലെ അവർ നിശ്ശബ്ദയായി. അന്ന് തന്റെ ചേട്ടനെ നാട്ടുകാരുടെ കൈയിൽനിന്നും രക്ഷിക്കാൻ അദ്ദേഹം മാത്രമേ ഉണ്ടായിരുന്നുള്ളൂ. അന്ന് അദ്ദേഹം ധൈര്യമായി ചേട്ടനെ നാടുവിടാൻ സഹായിച്ചിരുന്നില്ല എങ്കിൽ ഇന്ന് ചേട്ടന്റെ ഗതി എന്താകുമായിരുന്നേനെ!

ഗോപിനാഥൻ നായരോടു മറുത്തു ഒന്നും പറയാനാവാതെ അവർ ആരോടെന്നില്ലാതെ പിറുപിറുത്തു. "അ! പറയാനുള്ളതു പറഞ്ഞു. ഇനിയും മറ്റുള്ളവരുടെ മുമ്പിൽ നാണം കെടുമ്പോൾ പറഞ്ഞതിന്റെ പൊരുൾ മനസ്സിലായിക്കൊള്ളും."

അവർ അല്പമൊന്നടങ്ങി എന്നു കണ്ടപ്പോൾ ഗോപിനാഥൻ നായരുടെ മുഖത്തു ആശ്വാസം പരന്നു.

"ജാനൂ നിനക്ക് ബുദ്ധിയുണ്ടെന്ന് എനിക്കറിയാം. എന്നെ സംബന്ധിച്ചിടത്തോളം സംഗതികളുടെ കിടപ്പു നിനക്കു പൂർണ്ണമായും മനസ്സിലായി എന്ന് തോന്നുന്നു. ഇനിയും അവളെ താമസിപ്പിക്കുന്നതിൽ നിനക്കുള്ള വൈഷമ്യങ്ങൾ എന്തൊക്കെ എന്നു പറയൂ. നമുക്കൊത്തു അതിനൊക്കെ പോംവഴി ആരായാം."

"ഓ, അതിനു നിങ്ങളുടെ സഹായം ഒന്നും വേണ്ട. എന്തായാലും അവളെ താമസിപ്പിച്ചല്ലേ നിങ്ങൾ അടങ്ങൂ! പിന്നെ അവളെ നിർത്തേണ്ടയിടത്തുനിർത്തുന്ന കാര്യം ഞാൻ നോക്കിക്കൊള്ളാം. ഒരു കാര്യം നേരത്തെ പറഞ്ഞേക്കാം. നിങ്ങളുടെ അഭിപ്രായത്തിനു ഒട്ടും മനസ്സില്ലെങ്കിലും ഞാൻ വഴങ്ങുകയാണ്. പക്ഷേ, അവളുടെ ഓരോ കാര്യത്തിലും നിങ്ങൾ തലയിടാൻ തുടങ്ങിയാൽ എന്റെ ഗുണം മാറും."

അത്രയും പറഞ്ഞിട്ടു വേണുവിന്റെ നേരെ തിരിഞ്ഞു പിറുപിറുത്തു.

"എന്റീശ്വരാ! എത്ര സമാധാനമായിക്കഴിഞ്ഞ വീടാണ്! ഇപ്പോഴിതാ തലയിൽ തീക്കനൽ കോരിയിട്ടതു പോലെയല്ലേ?"

ആ പെൺകുട്ടിയെ താമസിക്കുന്നിടത്തോളം കാലം അവിടെ മനസമാധാനം വരാൻ പോണില്ല എന്നു വേണു മനസ്സിൽക്കണ്ടു. പെട്ടെന്നു ജാനകിയമ്മ വേണുവിനോട് പറഞ്ഞു. "വേണു പൊയ്ക്കോളൂ. നിങ്ങൾക്കും മുറിയിലേക്കുപോകാം. അവൾക്കു വേണ്ട സൗകര്യങ്ങൾ ഒക്കെ ഞാൻ ശരിപ്പെടുത്തിക്കൊടുക്കാം. ഇതിൽ ആരും തലയിടാതിരുന്നാൽ മതി."

കൂടുതൽ വാദപ്രതിവാദങ്ങൾ ഉണ്ടാകേണ്ട എന്നു കരുതിയാവണം ഗോപിനാഥൻനായർ മുറിയിലേക്കു നടന്നു.

വേണു ഗോവണി കയറിയപ്പോൾ ജാനകിയമ്മ പാറുവിനോടു വിളിച്ചു പറയുന്നതു കേട്ടു.

“കോണിയുടെ ചുവട്ടിലുള്ള ചെറിയ മുറി തൂത്ത് വൃത്തിയാക്ക്! ചന്ദ്രൻ സുഖമില്ലാതെ കിടന്നപ്പോൾ ശുശ്രൂഷിച്ച നേഴ്സും അവരുടെ കുട്ടിയും വന്നിട്ടുണ്ട്. അവർക്കായിട്ടാണ്- കുറച്ചുദിവസത്തേക്ക് കണ്ടേക്കാം!”

മുറിയിൽ വന്ന് പുസ്തകം നിവർത്തിയപ്പോൾ വേണുവിന് ചന്ദ്രേട്ടന്റെ വിധവയേയും കുഞ്ഞിനേയും കാണാൻ കലശലായ ജിജ്ഞാസ തോന്നി.

കോണിയുടെ ചുവട്ടിലുള്ള ചെറിയ മുറി പാറു അടിച്ചു വാരിത്തുടങ്ങിയപ്പോൾ ജാനകിയമ്മയും കൂടെ എത്തി. ആർക്കുവേണ്ടിയാണ് ആ മുറി ശരിപ്പെടുത്തുന്നതെന്ന് പാറുവിനോടു ഒന്നുകൂടി വിശദീകരിച്ചു.

“പിന്നെ ചന്ദ്രന്റെ ഒരെഴുത്തുമായിട്ടാണ് അവർ വന്നത്. തിരുവനന്തപുരത്ത് എന്തോ കാര്യമുണ്ട്. സ്ഥലമൊന്നും വലിയ പരിചയമില്ല. പിന്നെ വല്യങ്ങത്തിന്റെ കാര്യമല്ലെ. ചന്ദ്രന്റെ പേരുകൂടി കേൾക്കുന്നയിടത്തു ചാകാൻ കൂടി ഒരുക്കമാ. അതുകൊണ്ട് കുറച്ചുദിവസം ഇവിടെ താമസിക്കാൻ ഇടം കൊടുക്കണമെന്ന് ഞാനും ഏറ്റു.”

പാറു തൂപ്പു നിറുത്തി എല്ലാം ശ്രദ്ധിച്ചുകേട്ടു! അവൾ ജാനകിയമ്മയുടെ മുഖത്തേക്കുറ്റുനോക്കിയപ്പോൾ അവർക്ക് എങ്ങുമില്ലാത്ത ദേഷ്യം വന്നു. അവളുടെ മുഖഭാവം കണ്ടിട്ട് തന്റെ വാക്കുകളിൽ വിശ്വാസം വരാത്തതുപോലെ!

“എന്താടി ഞാൻ പറഞ്ഞതിൽ ഒരു വിശ്വാസമില്ലാത്തമട്ട്! ങാ! ഒരു കാര്യം പറഞ്ഞേക്കാം.! ആ നർസു പെണ്ണുമായി ചങ്ങാത്തത്തിനും നുണ പറച്ചിലിനുംതുടങ്ങിയാൽ ഞാൻ അപ്പം തന്നെ പറഞ്ഞുവിടും - നേരത്തെ പറഞ്ഞില്ലെന്നു വേണ്ട-”

കൊച്ചമ്മയ്ക്ക് പുതിയ അതിഥിയുടെ വരവ് തീരെ പിടിച്ചില്ലെന്നു മനസ്സിലാക്കിയ പാറു കൂടുതൽ വിവരങ്ങൾ അറിയാൻ ശ്രമിക്കാതെ മുറി ഒതുക്കിത്തുടങ്ങി.

പഴയ സാധനങ്ങളൊക്കെ വാരിവലിച്ചിട്ടിരുന്ന മുറിയാണ്. ഒരു വിധത്തിൽ അതൊക്കെ ഒരറ്റത്തേക്ക് വലിച്ചിട്ടിട്ട് ആടിത്തുടങ്ങിയ ഒരു പനനാരുകട്ടിലിൽ പായും തലയിണയും വെച്ചു. അത്രയുമായപ്പോൾ ജാനകിയമ്മ പറഞ്ഞു. “എടീ പാറൂ! അത്രയൊക്കെ മതി! വലിയ സുഖസൗകര്യങ്ങളൊന്നും വേണ്ട. ഇത് കുറേദിവസത്തെ എടപാടാണ്!”

അവർ വേഗം ഓഫീസ് മുറിയിൽ ചെന്നു. റോസി സോഫയിൽ കുഞ്ഞിനെ ഉറക്കിക്കിടത്തി താഴെ ഇരുന്ന് കട്ടിലിൽ തലചായ്ച്ച് മയങ്ങുകയാണ്.

ഒന്നുരണ്ടു നിമിഷങ്ങൾ ജാനകിയമ്മ അവളെ അങ്ങനെ നോക്കി നിന്നു. അവളുടെ വാടിത്തളർന്ന മുഖത്ത് കണ്ണീർ ഉണങ്ങിയ പാടുണ്ട്. ഈ പെൺകുട്ടി പഠിത്തം പൂർത്തിയാക്കി ചൊറുചൊറുക്കുള്ള ഒരു നേഴ്സ് ആയിത്തീരുന്നതിനുപകരം മാറാരോഗിയായ ചന്ദ്രനെ വിവാഹം കഴിച്ചു. ഇത്രചെറുപ്പത്തിൽ ഇത്രയധികം മനോദുഃഖം അനുഭവിക്കേണ്ട വല്ല

കാര്യവുമുണ്ടോ! തലയിലെഴുത്ത്! ജാനകിയമ്മ ഓർത്തുപോയി. ചെറുന്നപ്രായത്തിൽ തമ്മിൽ എല്ലാ കാര്യത്തിലും ചേർച്ചയുള്ളവർ പ്രേമിക്കുന്നത് മനസ്സിലാക്കാം. പക്ഷേ, മാറാരോഗിയും നാല്പതുകാരനുമായ ചന്ദ്രനും കഷ്ടിച്ച് ഇരുപതുവയസ്സു തോന്നിക്കുന്ന ഈ കുട്ടിയുമായുള്ള പ്രേമം അവർക്ക് വളരെ വിചിത്രമായി തോന്നി. ഏതായാലും തനിക്ക് ജീവിതത്തിൽ ഇത്തരം വികാരങ്ങൾ ഉണ്ടാകാത്തതുതന്നെ മഹാഭാഗ്യം.

അവർ മെല്ലെ തോളിൽ തട്ടിയപ്പോൾത്തന്നെ റോസി ചാടി എഴുന്നേറ്റു. ജാനകിയമ്മ പറഞ്ഞു.

"ഞാൻ അമ്പലത്തിൽനിന്നും വന്നപ്പോഴേ നേരം കുറേയായി. പിന്നെ മുറിയാകെ ശരിപ്പെടുത്തിയപ്പോൾ ഇതാ മണി പതിനൊന്നായിരിക്കുന്നു. ആട്ടെ – നിനക്കും മകനും അങ്ങുവന്നു കിടക്കാം.–

ഉറങ്ങിക്കിടക്കുന്ന കുഞ്ഞിനെ തോളിൽ കിടത്തി റോസി ജാനകിയമ്മയുടെ പിറകേ പോയി.

അവർ മുറി കാണിച്ചുകൊടുത്തിട്ടു പറഞ്ഞു.

"എന്റെ കുട്ടീ, നിന്റെ ഈ വരവ് തീരെ പ്രതീക്ഷിച്ചില്ല. ചന്ദ്രൻ ആശുപത്രിയിൽനിന്നും അയച്ച എഴുത്തിൽ അവൻ ആരെയോ കല്യാണം കഴിച്ചു എന്നു മാത്രമേ ഞങ്ങൾക്ക് മനസ്സിലാക്കാൻ കഴിഞ്ഞൊള്ളൂ." അല്പം നിർത്തിയിട്ടു അവർ തുടർന്നു.

"പിന്നെയുള്ള കാര്യം നേരെയങ്ങു പറഞ്ഞേക്കാം. സത്യത്തിൽ നിന്നെ ഇവിടെ താമസിപ്പിക്കുന്നതുകൊണ്ടുള്ള അസൗകര്യങ്ങളും വിഷമതകളും ചില്ലറയല്ല. പിന്നെ എന്തുചെയ്യാം വേറെ നിവൃത്തിയില്ലാത്തതുകൊണ്ടുമാത്രം."

റോസിയുടെ കണ്ണുകൾ നിറഞ്ഞൊഴുകുകയാണ്.

"ഏട്ടത്തിയമ്മ ചെയ്യുന്ന ഉപാകരത്തിനു നന്ദി പറയാൻ വാക്കുകൾ ഇല്ല." തേങ്ങലുകൾക്കിടയിൽ കൈകൂപ്പി അവൾ അത്രയും പറഞ്ഞൊപ്പിച്ചു.

"അതിന്റെ നന്ദിയുമൊന്നും എനിക്കുവേണ്ട! നിങ്ങളുടെ ഭാരം ഏറ്റെടുത്തത് ഞങ്ങൾക്കൊരു വിനയായി തീരാതിരുന്നാൽ മതി."

റോസി നിശ്ശബ്ദയായി കരഞ്ഞുകൊണ്ടിരുന്നു. ജാനകിയമ്മ തുടർന്നു.

"പിന്നെ വേറെ ചിലകാര്യങ്ങൾകൂടി പറയാനുണ്ട്. ഇവിടത്തെ അദ്ദേഹം വക്കീലാണ്– പലതരത്തിലുള്ള ആളുകൾ ഇവിടെ വരും. നീ അപ്പുറത്തേക്കൊന്നും വരുന്നതെനിക്കിഷ്ടമല്ല. പിന്നെ ഇവിടെ മറ്റൊരു ചെറുപ്പക്കാരനും താമസമുണ്ട്. അദ്ദേഹത്തിന്റെ അമ്മാവന്റെ മകൻ! അടങ്ങിയൊതുങ്ങി ജീവിച്ചാൽ നിനക്ക് ഇവിടെ കഴിഞ്ഞുകൂടാം– അത്രതന്നെ."

ജാനകിയമ്മ മുറിവിട്ടിറങ്ങി.

മൂന്ന്

കുഞ്ഞിനെ കട്ടിലിൽ കിടത്തിയിട്ട് റോസി അരികത്തിരുന്നു. കണ്ണു നീർ ചിറപൊട്ടിയൊഴുകുകയാണ്. ഉച്ചത്തിലുയർന്ന തേങ്ങലുകൾ പണിപ്പെട്ടടക്കി. തനിക്കാരോടും പരാതിപ്പെടാനില്ല. അദ്ദേഹത്തിന്റെ ദിവസങ്ങൾ എണ്ണപ്പെട്ടവയാണെന്ന് അറിഞ്ഞുകൊണ്ടുതന്നെയാണ് താൻ വിവാഹത്തിനു സമ്മതിച്ചത്!

ആദ്യമായി കണ്ടുമുട്ടിയ ദിവസം ഓർത്തുപോയി. താൻ ഫസ്റ്റ് ഇയർ നഴ്സിങ് വിദ്യാർത്ഥിനിയായിരുന്നു. രോഗികളുടെ ദിനചര്യയിൽ സഹായിക്കുക. സ്പോഞ്ച് ബാത്ത് കൊടുക്കുക, ഇതൊക്കെയായിരുന്നു കാലത്തെ ഡ്യൂട്ടികൾ! അന്നും പതിവുപോലെ ഏഴരകഴിഞ്ഞപ്പോൾ മെഡിക്കൽ വാർഡിൽ എത്തി. ഒന്നാമത്തെ കിടക്ക തുടങ്ങി. പത്താംനമ്പർ, ബെഡ്ഡിൽ പുതിയ പേഷ്യന്റാണ്. പത്രം കൊണ്ടു മുഖംമൂടിയാണ് കിടപ്പ്! ഉറങ്ങുകയാവും! ഏതായാലും അടുത്തു ചെന്ന് പതുക്കെ തട്ടി. ഉറങ്ങുകയല്ലെങ്കിൽ കാലത്തുതന്നെ 'സ്പോഞ്ചു ബാത്ത്' കൊടുത്തുകളയാം. അയാൾ ഈർച്ചയോടെ മുഖത്തുനിന്നും പത്രം മാറ്റാതെ പറഞ്ഞു.

"ഹട്ട് ജാവോ യഹാംസേ!"

(ഇവിടെ നിന്നും മാറിപ്പോകൂ)

അവൾ പതുക്കെ കാര്യം പറഞ്ഞു.

'സ്പോഞ്ചു ബാത്ത് ദേനെകേലിയെ ആയിഹൂം!"

(സ്പോഞ്ചുബാത്ത് തരാൻ വന്നതാണ്) അയാൾ വർദ്ധിച്ച അമർഷത്തോടെ പറഞ്ഞു.

"മർനെ കോഭി അകേലേ നഹീം ഛോ ടോഗി"

(മരിക്കാൻകൂടെ തനിയെ വിടുകയില്ലേ)

"ഭഗവാൻ കേലിയെ ചലി ജാവോ"

(ഈശ്വരനെ ഓർത്തു കടന്നുപോകൂ!)

അവൾ കുഴഞ്ഞു. ഇയാൾ എന്തുമാതിരി മനുഷ്യനാണ്. ഇത്ര വളരെ നിരാശപ്പെടത്തക്കവണ്ണം എന്തു രോഗമാണയാൾക്ക്! അവൾ കിടക്കയുടെ ചുവട്ടിൽ ചെന്ന് കേസ് ഷീറ്റു നോക്കി.

"മേജർ ചന്ദ്രൻനായർ" – അപ്പോൾ ഇഷ്ടൻ മലയാളിയാണ്. പാവം! ക്രോണിക് നെഫ്രൈറ്റിസ് പിടിപെട്ടിരിക്കുകയാണ്. ഇനിയും വളരെ നാളുകളൊന്നുമില്ലെന്ന് ഒരുപക്ഷേ, അറിയാമായിരിക്കും– ആ അറിവല്ലേ പരുക്കൻ പെരുമാറ്റത്തിന് കാരണം! അവൾക്ക് സഹതാപം തോന്നി.

അവൾ പതുക്കെ അടുത്ത് ചെന്ന് സാന്ത്വനസ്വരത്തിൽ പറഞ്ഞു.

"ദാ– ഒന്ന് മുഖം കാണിക്കൂ. ഒരു സ്പോഞ്ചുബാത്ത് കഴിയുമ്പോൾത്തന്നെ ആകെ ഒരു ഉന്മേഷം തോന്നും."

ഈ മറുനാടനാശുപത്രിയിൽ മലയാളം കേട്ടിട്ടാവണം അയാൾ

പതുക്കെ മുഖത്തുനിന്നു പത്രം മാറ്റി. കണ്ണുകൾ തുറന്നു. വിശാലമായ നെറ്റിത്തടം. കോതിയൊതുക്കാത്ത ചുരുണ്ട മുടി – ലോകത്തെ ആകമാനം വെറുക്കുന്ന മുഖഭാവം, കണ്ണുകളിൽ എല്ലാറ്റിനോടും തികഞ്ഞ വിരസത!

പല മനഃസ്ഥിതിക്കാരായ രോഗികളെ കണ്ടു പരിചയിച്ച അവൾക്ക് 'എന്നെ ചുമ്മാ വിട്ടുകൂടെ' എന്നു പറയുന്നതുമാതിരിയുള്ള അയാളുടെ നോട്ടത്തിൽ പരിഭവം തോന്നിയില്ല. അവളുടെ ചുണ്ടിൽ നേരിയ പുഞ്ചിരി പരന്നു. ആറടി പൊക്കവും വിരിഞ്ഞ മാർത്തടവും ഉരുക്കുപോലെ കൈകളുമുള്ള ഈ മനുഷ്യൻ രോഗത്തിന്റെ മുമ്പിൽ എത്ര നിസ്സഹായനാണ്. പെട്ടെന്ന് അവൾക്ക് മനസ്സിലായി അയാൾ തന്നെത്തന്നെ ഉറ്റുനോക്കുകയാണെന്ന്!

അയാൾ ചോദിച്ചു.

"സിസ്റ്ററിന്റെ പേരെന്താണ്!"

'റോസി' എന്നവൾ പറഞ്ഞപ്പോൾ അയാൾ ആരോടെന്നില്ലാതെ മന്ത്രിച്ചു.

"ആളിനു ചേർന്ന പേര്!"

പെട്ടെന്ന് അവൾ നാണിച്ചുപോയി.

അയാൾ അവളോടായി പറഞ്ഞു. "ഉം– സിസ്റ്ററിന്റെ ജോലിക്കു മുടക്കം വരുത്തണ്ട."

എന്തുകൊണ്ടോ – ചൂടുവെള്ളത്തിൽ ടൗവ്വൽ പിഴിഞ്ഞ് അയാളുടെ ദേഹം തുടച്ചു, വൃത്തിയാക്കി പൗഡർ പൂശിയപ്പോൾ ഒരു സങ്കോചം! ഒടുവിൽ താൻ അടുത്ത ബെഡ്ഡിലേക്ക് നീങ്ങിയപ്പോൾ അയാൾ വിളിച്ചു പറഞ്ഞു.

"നാളെയും സിസ്റ്റർ തന്നെ വരണേ!"

അടുത്തദിവസം ബെഡ്ഡിന്റെ അടുക്കൽ ചെന്നപ്പോൾ അദ്ദേഹം പുഞ്ചിരിയോടെ പറഞ്ഞു.

"സിസ്റ്റർ വരുന്നോ എന്നുനോക്കി കിടക്കുകയായിരുന്നു."

ദിവസങ്ങൾ കഴിഞ്ഞു. അയാളുടെ ജീവിതത്തിലെ കനത്ത നിരാശയുടെ കടുപ്പം ഒന്ന് കുറഞ്ഞതുപോലെ! തന്നെക്കാണുമ്പോൾ മന്ദഹസിക്കാനും തമാശ പറയാനും ഒക്കെ തുടങ്ങിയിരിക്കുന്നു.

ഒരു ഞായറാഴ്ചയായിരുന്നു. താൻ ചെന്നപ്പോൾ പറഞ്ഞു.

"സിസ്റ്റർ ഒരാഴ്ചയായി തലയിൽ ചീപ്പുതൊട്ടിട്ട്. മുടി ഒക്കെ ചടപിടിച്ചിരിക്കയാണ്."

താൻ വളരെ കരുതലോടെ ആ ചുരുളൻ തലമുടിയിഴകൾ വേർപെടുത്തിയപ്പോൾ അദ്ദേഹം പറഞ്ഞു.

"സിസ്റ്ററിന്റെ കൈകൾക്ക് എന്തൊരു മാർദ്ദവം. റോസാ ഇതളുകൾപോലെ."

അല്പനേരത്തെ മൗനത്തിനുശേഷം തുടർന്നു.

"നോക്കൂ. ഈ കൈപ്പത്തികളും ഈ തുടുത്ത കവിളുകളും, അനു

കമ്പനിറഞ്ഞ സിസ്റ്ററിന്റെ നല്ല മനസ്സും എന്നെ ചുമന്ന പനിനീർപ്പൂക്കളെ ഓർമ്മപ്പെടുത്തുന്നു- ഞാൻ റോസിയെന്ന് വിളിച്ചോട്ടെ!

താൻ സങ്കോചംകൊണ്ട് വിവർണ്ണയായിപ്പോയി.

അങ്ങനെ ദിവസങ്ങൾ കഴിയുന്തോറും തമ്മിൽ കൂടുതൽ കൂടുതൽ അടുത്തു, അദ്ദേഹം സംഭവബഹുലമായ ഓരോ ഏടുകളും തന്റെ മുമ്പിൽ നിരത്തി. താൻ ജിജ്ഞാസപൂർവ്വം എല്ലാം കേട്ടു. ഒരു പ്രത്യേക വ്യക്തിത്വമായിരുന്നു അദ്ദേഹത്തിന്റേത്! ജീവിതം നീണ്ട ഒരു ഉത്സവമായി കഴിച്ചുകൂട്ടി. ആരോടും കടപ്പാടുകൾ തോന്നത്തക്കവണ്ണം അടുത്തില്ല. എന്തിനോടും തികഞ്ഞ കൂസലില്ലായ്മ. ചിലപ്പോൾ പറയും,

"ഒരുപക്ഷേ, റോസിയെപ്പോലെ ഒരു പെൺകുട്ടിയെ നേരത്തെ പരിചയപ്പെട്ടിരുന്നെങ്കിൽ എന്റെ ജീവിതത്തിൽ അടുക്കും ചിട്ടയും വരുമായിരുന്നു."

പലവട്ടം നിർബ്ബന്ധിച്ചപ്പോഴാണ് തന്നെപ്പറ്റി എന്തെങ്കിലും പറയാൻ കൂട്ടാക്കിയത്! അമ്മയെക്കണ്ട ഓർമ്മയില്ല. ചിറ്റമ്മയ്ക്കു താൻ തികച്ചും ഒരധികപ്പറ്റായിരുന്നു. സിക്സ്സു ജയിച്ചപ്പോൾത്തന്നെ കെട്ടിക്കണമെന്നായിരുന്നു അപ്പന്റെ ആഗ്രഹം- കല്യാണത്തിന് സ്ത്രീധനവും മറ്റുചെലവുകളുമൊക്കെ വരും- അതിനുപകരം നെഴ്സിങ്ങിനുവിട്ടാൽ ചെലവു കുറയും - പിന്നീട് ആദായവും ഉണ്ട്. ചിറ്റമ്മയുടെ അഭിപ്രായത്തോട് അപ്പനും യോജിക്കേണ്ടിവന്നു. അങ്ങനെയാണ് ഈ മഹദ്സ്ഥാപനത്തിൽ വന്നത്. എല്ലാം കേട്ടുകഴിഞ്ഞപ്പോൾ അദ്ദേഹത്തിന്റെ കണ്ണുകളിൽ സഹതാപം കളിയാടി.

"പാവം കുട്ടി! റോസിയെ മതിയാവോളം സന്തോഷിപ്പിക്കാൻ എനിക്കു കഴിഞ്ഞിരുന്നു എങ്കിൽ എന്നാശിച്ചു പോകുകയാണ്.! പക്ഷേ, ഇപ്പോൾ ഒന്നിനും കഴിവില്ലാത്തവനായിപ്പോയി ഞാൻ!"

അദ്ദേഹത്തിന്റെ മുഖം പെട്ടെന്ന് മ്ലാനമായി. താൻ പെട്ടെന്ന് പറഞ്ഞു.

"ഈ ബെഡ്ഡിനടുത്തുവരുമ്പോൾ എപ്പോഴും സന്തോഷം മാത്രമേയുള്ളൂ." അദ്ദേഹത്തിന്റെ മുഖത്തു സംതൃപ്തി കളിയാടി.

ദിവസങ്ങൾ കടന്നുപോയി. അദ്ദേഹത്തിന്റെ മുഖത്തും കാലിലുമുള്ള നീരൊക്കെപ്പോയി. മൂത്രത്തിനും തെളിവുകിട്ടി. അങ്ങനെ തല്ക്കാലത്തേക്ക് എങ്കിലും അദ്ദേഹം സുഖം പറയാറായി. അടുത്തുതന്നെ ആശുപത്രി വിടാനും സാധിച്ചേക്കും.

ഒരു വൈകുന്നേരം ഓഫ് ഡ്യൂട്ടി സമയം താൻ അദ്ദേഹത്തിന്റെ അടുത്തുചെന്നു. ഒന്നും മിണ്ടാതെ തലയിണക്കീഴിൽനിന്നും ഒരു കവർ എടുത്തു തന്റെ നേരെ നീട്ടി.. പുറത്ത് മിലിട്ടറി സീൽ ഉണ്ട്.

അൺഫിറ്റു ഫോർ ഡ്യൂട്ടി എന്ന മെഡിക്കൽ സർട്ടിഫിക്കറ്റിൻപ്രകാരം ജോലിയിൽനിന്നും പിരിച്ചുവിട്ടിട്ടുള്ള ഓർഡറാണ്.

തന്റെ ഹൃദയം സഹതാപം കൊണ്ടുനിറഞ്ഞു. ഇത്രയും തന്റേടവും വ്യക്തിത്വവുമുള്ള ഒരാൾക്ക് ഈ ഓർഡർ എന്തൊരു കനത്ത പ്രഹരമാ

യിരിക്കും. പക്ഷേ, ആ മുഖത്തു നോക്കിയപ്പോൾ അതിശയിച്ചുപോയി. അവിടെ യാതൊരു ഭാവവ്യത്യാസവുമുണ്ടായിരുന്നില്ല.

"ഈ ഓർഡർ നേരത്തെതന്നെ പ്രതീക്ഷിച്ചിരുന്നതാണ്. കിഡ്നി പ്രവർത്തിക്കാത്തവനെ പട്ടാളത്തിലെന്തിനാണ്! ഒക്കെ വിധി!" തനിക്കൊരാശ്വാസവും പറയാനുണ്ടായിരുന്നില്ല. അല്പനേരത്തെ മൗനത്തിനു ശേഷം ആരോടെന്നില്ലാതെ അദ്ദേഹം പറഞ്ഞു.

"ഒന്നോർക്കുമ്പോൾ ഞാൻ നടുങ്ങിപ്പോകുന്നു. ഞാൻ എങ്ങോട്ടാണ് പോകേണ്ടത്? ചേട്ടന് എല്ലാവിവരത്തിനും എഴുതിയിട്ടുണ്ട്. എങ്കിലും അവിടെ പോകാൻ ഒട്ടുംതന്നെ മനസ്സുതോന്നിക്കുന്നില്ല. ഇത്രയും കാലം യാതൊരു മമതാബന്ധങ്ങളുമില്ലാതെ ഏകനായി കഴിഞ്ഞിരുന്നതിൽ അഭിമാനിച്ചിരുന്നു. ഇപ്പോൾ തനിച്ചുള്ള അവസ്ഥ ഓർക്കുമ്പോൾത്തന്നെ ഭീകരമായി തോന്നുന്നു."

തന്റെ മനസ്സാകെ സഹതാപംകൊണ്ട് വീർപ്പുമുട്ടി അദ്ദേഹത്തിന് ഇഷ്ടമുണ്ടെങ്കിൽ താനുംകൂടി പോകാൻ ഒരുക്കമാണെന്ന് പറയണമെന്ന് തോന്നിപ്പോയി. പെട്ടെന്ന് ഓർത്തു – ഒരു നേഴ്സാകണമെന്നുള്ള തീരുമാനത്തോടെയാണ് താൻ വന്നത്. ഓരോ രോഗിയുടെയും വ്യഥയിൽ ഇങ്ങനെ മനസ്സുരുകിയാൽ! അദ്ദേഹത്തെ സംരക്ഷിക്കുന്നതിന് ചേട്ടനും കുടുംബവുമെങ്കിലുമുണ്ടല്ലോ– സ്വയം ആശ്വസിക്കാൻ ശ്രമിച്ചു.

പോകാനുള്ള ദിവസം അടുക്കുംതോറും അദ്ദേഹം കൂടുതൽ അസ്വസ്ഥനായി. ആ അസ്വസ്ഥതയുടെ ഓളങ്ങൾ തന്റെ ഹൃദയത്തിലും കോളിളക്കങ്ങൾ സൃഷ്ടിച്ചു. പാടില്ല. നഴ്സിങ് പഠിക്കാനായി വന്ന താൻ രോഗികളുടെ ജീവിതപ്രശ്നങ്ങളിൽ ഇത്ര ചുഴിഞ്ഞിറങ്ങി നോക്കേണ്ട ആവശ്യമെന്താണ്. ഇത്രയുംകാലം താൻ പരിചരിച്ച അനേകം രോഗികളിൽ ഒരാൾ മാത്രമല്ലേ അദ്ദേഹവും– പക്ഷേ, അതു പൂർണ്ണമായി വകവെച്ചുകൊടുക്കാൻ മനസ്സാക്ഷി കൂട്ടാക്കിയില്ല.

ആശുപത്രിയിൽനിന്നും ഡിസ്ചാർജ് ചെയ്യുന്നതിന്റെ തലേദിവസം! അന്ന് താൻ അവധിയെടുത്തിരുന്നു– അദ്ദേഹത്തോടൊത്ത് ആ അവസാനമണിക്കൂറുകൾ കഴിയുന്നതിനുവേണ്ടി! ഇനിയും താനൊരിക്കലും അദ്ദേഹത്തെ കണ്ടില്ലെന്നുവരും – ജീവിതത്തിൽ ആദ്യമായി തന്നോടു സ്നേഹവും സഹതാപവും കാട്ടിയത് അദ്ദേഹമാണ്. പിറ്റേദിവസം അദ്ദേഹം എവിടെയായിരിക്കും– അദ്ദേഹത്തിന്റെ ഏകാന്തതയിൽ ആര് വെളിച്ചം പരത്തും. പക്ഷേ, മനസ്സിന്റെ വേദന ഒട്ടും പുറത്തുകാട്ടാതെ അദ്ദേഹത്തിന്റെ കിടയ്ക്കക്കരുകിൽത്തന്നെ കഴിച്ചുകൂട്ടി. രണ്ടുപേരും അധികമൊന്നും മിണ്ടിയില്ല. ഒടുവിൽ സന്ധ്യക്ക് ഹോസ്റ്റലിലേക്കു മടങ്ങാനായിറങ്ങിയപ്പോൾ അദ്ദേഹം തന്റെ രണ്ടു കൈകളും നെഞ്ചോടു ചേർത്ത് പിടിച്ചിട്ടു പറഞ്ഞു.

"റോസി അല്പം കൂടി നില്ക്കില്ലെ– അദ്ദേഹത്തിന്റെ ശബ്ദം വികാരംകൊണ്ട് കനത്തിരുന്നു. താനവിടെത്തന്നെ നിന്നുപോയി. തന്റെ മുഖത്തേക്ക് ഉറ്റുനോക്കിക്കൊണ്ട് അദ്ദേഹം പറഞ്ഞു.

"റോസി! ഈ ദീനത്തോടെ മരിച്ചുകഴിഞ്ഞവനാണ് ഞാൻ! നിന്റെ അനുകമ്പ നിറഞ്ഞ കണ്ണുകളാണ് എന്നെ ജീവിതത്തിലേക്കു മടക്കിയാകർഷിച്ചത്. ഈ മാർദ്ദവമുള്ള കൈകളാണ് എന്റെ വേദന ഒപ്പിയെടുത്തത്! റോസി! നീയില്ലാത്ത ഒരു ജീവിതം ഇനി എനിക്ക് സാദ്ധ്യമാണെന്നു തോന്നുന്നില്ല. എന്റെ ഹൃദയം നിന്നെ തുറന്നുകാട്ടാതെ ഇവിടം വിടണമെന്ന് തീരുമാനിച്ചതാണ്– പക്ഷേ, എനിക്കതിന് കഴിയാതായിപ്പോയി. എന്നോടു ക്ഷമിക്കൂ റോസീ."

അദ്ദേഹം തന്റെ കൈകളിൽ മുഖമമർത്തി. തോക്കുകളുടെയും ബോംബുകളുടെയും മുമ്പിൽ ധൈര്യം കൈവെടിയാത്ത ആ കണ്ണുകളിൽ തികഞ്ഞ നിസ്സഹായത തെളിഞ്ഞു. തന്റെ ഹൃദയത്തിലും ഒരു ഭൂകമ്പം തന്നെയുണ്ടായി. അന്നുവരെ കെട്ടിപ്പടുത്ത പലതും തറപറ്റി. ഒരു നഴ്സായിത്തീരണമെന്നും ചിറ്റമ്മ തനിക്കുവേണ്ടി ചെലവാക്കിയ അവസാനപൈസവരെ കൊടുത്തുതീർക്കണമന്നുമുള്ള എല്ലാ തീരുമാനങ്ങളും! അവയ്ക്കുപകരം മനസ്സിൽ ഒരു പുതിയ നിശ്ചയം രൂപം കൊണ്ടു.

"മരണത്തെയും കാത്ത് കഴിയുന്ന ഈ പ്രിയപ്പെട്ടവന്റെ എണ്ണപ്പെട്ട ദിവസങ്ങൾ നിറം പിടിപ്പിക്കുക."

അങ്ങനെ ഏറ്റവും ലളിതമായ രീതിയിൽ ഒന്നുരണ്ടു ഉറ്റസുഹൃത്തുക്കളുടെ സാന്നിദ്ധ്യത്തിൽ തങ്ങൾ വിവാഹിതരായി. പഠിത്തം പൂർത്തിയാക്കാതെ നഴ്സിങ് കോളേജിൽ വിട്ടതുകൊണ്ട് അദ്ദേഹത്തിന് തനിക്കുവേണ്ടി കുറേരൂപ കെട്ടിവയ്ക്കേണ്ടിവന്നു.

ധൂർത്തടിച്ച് ജീവിച്ചിരുന്നതു കാരണം അദ്ദേഹത്തിന് സമ്പാദ്യം ഒന്നും ഉണ്ടായിരുന്നില്ല. എങ്കിലും പെൻഷൻകൊണ്ട് തങ്ങൾ സുഖമായി ജീവിച്ചു. ആദ്യമൊക്കെ അദ്ദേഹത്തിന് അസുഖങ്ങൾ ഒന്നുംതന്നെ ഉണ്ടായിരുന്നില്ല. ഹോസ്പിറ്റലിൽ കൂടെക്കൂടെ ചെക്കപ്പിനുപോകും. അത്രതന്നെ. പുത്രനുണ്ടായപ്പോൾ അദ്ദേഹത്തിനുള്ള ആനന്ദത്തിനതിരുണ്ടായിരുന്നില്ല. ഉണ്ണിക്കുട്ടൻ എന്നു അദ്ദേഹം തന്നെയാണ് പേരിട്ടത്. പക്ഷേ, അവനുണ്ടായി കുറച്ചുദിവസങ്ങൾ കഴിഞ്ഞപ്പോൾ മുതൽ അദ്ദേഹത്തിന് ഇടവിട്ട് അസുഖങ്ങൾ വരാൻ തുടങ്ങി. ആശുപത്രികൾ കയറിയിറങ്ങി. പണം മുഴുവൻ ചോർന്നൊലിച്ചു.

ഒടുവിൽ അന്ത്യനിമിഷങ്ങൾ അടുത്ത് ആശുപത്രിയിൽ കിടന്നപ്പോൾ അദ്ദേഹം ശരീരത്തിലേറെ മനസ്സിൽ പരിക്ഷീണിതനായിരുന്നു.

"റോസി..! ഒരു കണക്കിനു നിന്നോടു വലിയ ചതിയാണു ചെയ്തത്. മരണത്തിലേക്ക് കാലുംനീട്ടിയിരുന്ന ഞാൻ പൂമ്പാറ്റയെപ്പോലെ പാറിനടന്ന നിന്നെ ഒരിക്കലും എന്റെ ജീവിതത്തിലേക്കണയ്ക്കാൻ പാടുണ്ടായിരുന്നില്ലല്ലോ– നീയെന്നോട് ക്ഷമിക്കുമോ റോസി."

തന്റെ കണ്ണുകൾ നിറഞ്ഞൊഴുകി. അദ്ദേഹത്തെ സ്വീകരിച്ചതിൽ താനൊരിക്കലും മനസ്താപപ്പെടുകയില്ല. സ്നേഹത്തിന്റെ കുളിർമ്മ തനിക്കാദ്യമായി നല്കിയത് അദ്ദേഹം മാത്രമാണ്!

തന്റെയും ഉണ്ണിക്കുട്ടന്റെയും ഭാവിയെ ഓർത്ത് അദ്ദേഹം വളരെ വേദനിച്ചിരുന്നു. മനസ്സിന് ഒരു സ്വസ്ഥതയും ഉണ്ടായിരുന്നില്ല. ഒടുവിൽ വളരെ പണിപ്പെട്ട് ചേട്ടന് ഒരു കത്തെഴുതി തന്നെ ഏല്പിച്ചിട്ട് പറഞ്ഞു. "റോസി ചേട്ടൻ എന്നെ വളരെയധികം സ്നേഹിച്ചിരുന്നു. അദ്ദേഹം നിങ്ങളെ കൈവെടിയുകയില്ലെന്ന് ആശിക്കുകയാണ്."

ആ കണ്ണുകൾ നിറഞ്ഞൊഴുകി.

അദ്ദേഹം മരിച്ചപ്പോൾ താനാകെ മരവിച്ചുപോയി. തന്നെ സംബന്ധിച്ചിടത്തോളം എല്ലാം അവസാനിച്ചിരുന്നു. അപ്പനേയും ചിറ്റമ്മയേയും ധിക്കരിച്ചതുകൊണ്ട് അങ്ങോട്ടു പോകുന്ന പ്രശ്നം ഉദിക്കുന്നില്ല. പിന്നെ കോളേജ് കാണാത്ത തനിക്ക് എന്തു ജോലി കിട്ടാനാണ്? ചുക്കാനില്ലാത്ത തോണിപോലെ ജീവിതം ലക്ഷ്യശൂന്യമായി. അദ്ദേഹത്തിന്റെ സുഹൃത്തുക്കൾ സഹായത്തിനൊരുങ്ങിയെങ്കിലും അങ്ങിനെ വല്ലവരുടെയും ഔദാര്യത്തിൽ കഴിയാൻ തീരെ മനസ്സു തോന്നിയില്ല. പലപ്പോഴും ആത്മഹത്യയെപ്പറ്റി വിചാരിച്ചു. പക്ഷേ, ഉണ്ണിക്കുട്ടനെ ഓർക്കുമ്പോൾ അവനെ ഒരു കരപറ്റിക്കേണ്ടത് തന്റെ ചുമതലയാണല്ലോ എന്നു ഓർമ്മിച്ചുപോകും. എന്തു കഷ്ടങ്ങളും അപമാനങ്ങളും സഹിച്ചെങ്കിലും അവനുവേണ്ടി ജീവിക്കണമെന്നുറച്ചു. ഒടുവിൽ അദ്ദേഹമേല്പിച്ചിരുന്ന കത്തുമായി ചേട്ടന്റെ അടുക്കൽ തന്നെ എത്താമെന്നു നിശ്ചയിച്ചു.

റോസിയുടെ മുഖം കണ്ണീരിൽ കുളിച്ചിരുന്നു സാരിത്തുമ്പുകൊണ്ട് മുഖം തുടച്ചു. വാടിത്തളർന്നുറങ്ങുന്ന മകന്റെ കവിളിൽ മുഖം ചേർത്തു കിടന്നു.

നാല്

റോസി ആ വീട്ടിൽ വന്നുചേർന്നിട്ടു ദിവസങ്ങൾ കഴിഞ്ഞിരിക്കുന്നു. അവൾ ആകിലും ഒതുങ്ങിക്കഴിയാൻ ശ്രമിച്ചു. ഗോപിനാഥൻ നായർ ഉള്ളപ്പോൾ, മുറിയിൽത്തന്നെ കഴിച്ചുകൂട്ടി. തനിക്കു ആശ്രയം തന്ന ആ നല്ല ആളുകൾക്ക് അലോഹ്യം ഉണ്ടാക്കരുത്. ഉണ്ണിക്കുട്ടൻ മാത്രം ആ വലിയ വീടിന്റെ മുൻപിലുള്ള വരാന്തയിലും തോട്ടത്തിലും ചുറ്റി നടക്കാൻ കൊതിച്ചു. പക്ഷേ, അമ്മയുടെ പിൻബലമില്ലാതെ ആ പുതിയ ലോകത്തു കാൽ വയ്ക്കാൻ ധൈര്യം പോരായിരുന്നു. ആ വീട്ടിൽ ആരുംതന്നെ അവനോട് പ്രത്യേക അടുപ്പംകാണിച്ചില്ല. ശങ്കരൻ മാത്രം ഉച്ചയ്ക്കു ജോലിയൊക്കെ തീർന്ന് അടുക്കളയുടെ പിറകിലുള്ള വരാന്തയിൽ ഇരിക്കുമ്പോൾ അവനുമായി കളിക്കാറുണ്ട്. കളിയിൽ രസം കൂടി അവൻ എങ്ങാനും ഒന്നു പൊട്ടിച്ചിരിച്ചാൽ റോസി ഓടിയെത്തി അവനെ മുറിക്കുള്ളിലേക്ക് കൊണ്ടുപോകും. അവന്റെ പൊട്ടിച്ചിരിയുടെ ശബ്ദം ആ വീട്ടിലെ സമാധാനത്തിന് ഭംഗം വരുത്തിയാലോ– ആകിലും ഒതുങ്ങി കഴിയേണ്ടവരാണവർ!

ഉണ്ണിക്കുട്ടനെ കാണുമ്പോൾ ഗോപിനാഥൻനായർ, കൃഷ്ണൻകുട്ടി

യുടെ കുട്ടിക്കാലമാണ് ഓർമ്മിക്കുക. ചുരുളൻ തലമുടിയും കുസൃതി ക്കണ്ണുകളും ചുറുചുറുക്കുള്ള നടത്തവും എല്ലാം അവന്റേതുതന്നെ! അവൻ ആ വലിയ കണ്ണുകൾ വിടർത്തി തന്നെ ശങ്കയോടെ നോക്കു മ്പോൾ അരികത്തു വിളിച്ച് ലാളിക്കണമെന്നു തോന്നിയിട്ടുണ്ട്. പക്ഷേ, ജാനകിയമ്മയെ കൂടുതൽ ഈർച്ചപ്പെടുത്തേണ്ട എന്നു കരുതി മാത്രം ഒരുമ്പെട്ടില്ല. ഉണ്ണിക്കുട്ടനേയും അമ്മയേയും അവിടെ താമസിപ്പിക്കുന്ന തിൽ അവർ വളരെ ഒച്ചപ്പാടുണ്ടാക്കുമെന്നു അയാൾ പ്രതീക്ഷിച്ചിരുന്നു. അവർ തന്റെ തീരുമാനത്തെ മാനിച്ച സ്ഥിതിക്ക് അവളുടെ ഇഷ്ടം താനും കണക്കാക്കണമല്ലോ! ആദ്യത്തെ ദിവസം ഊണുകഴിച്ചുകൊണ്ടിരുന്ന പ്പോൾ അവർ ഊണുകഴിച്ചോ എന്നു തിരക്കിയതുപോലും ജാനകിയ മ്മയ്ക്കു പിടിച്ചില്ല. അവർ ചൊടിച്ചു.

“എന്താ ഞാൻ പട്ടിണിയിടുമെന്നോ മറ്റോ പേടിയുണ്ടോ? എന്താ യാലും ഒപ്പമിരുത്തിക്കൊടുക്കാനൊന്നും നിശ്ചയിച്ചിട്ടില്ല.”

ഉണ്ണിക്കുട്ടനെ അരികത്തു വിളിച്ചു. അവന് ഇഷ്ടമുള്ളത് തന്റെ കൈകൊണ്ട് എടുത്തുകൊടുക്കണമന്ന് കരുതിയതാണ്. പക്ഷേ, ജാന കിയമ്മയുടെ മറുപടി കേട്ടതോടെ അയാൾ തന്റെ ആശ ഒതുക്കി ഇത്ര മാത്രം പറഞ്ഞു.

“നീ മനസ്സാക്ഷിയുള്ളവൾ ആണെന്ന് എനിക്കറിയാം. നിന്റെ കൊടു പ്പിലും പെരുമാറ്റത്തിലും ഇത്രമാത്രം ഓർത്താൽ മതി. എനിക്ക് കൃഷ്ണൻകുട്ടി എങ്ങിനെയാണോ അതുപോലെതന്നെയാണ് ഉണ്ണിക്കു ട്ടനും.”

അതിൽപ്പിന്നെ ഗോപിനാഥൻ നായർ അവരുടെ കാര്യം ഒന്നും അന്വേഷിച്ചില്ലെന്നു പറയാം. എങ്കിലും ഉണ്ണികുട്ടൻ ശങ്കിച്ചു ശങ്കിച്ച് മുറി ക്കുള്ളിൽ കളിച്ചുനടക്കുമ്പോൾ അവൻ വന്നതിലും മിനുങ്ങി എന്ന് മന സ്സിലാക്കാൻ കഴിഞ്ഞു.

ജാനകിയമ്മയെ സംബന്ധിച്ചിടത്തോളം നിനയ്ക്കാത്ത നേരത്ത് വന്നെത്തിയ ഈ പുതിയ അടുപ്പക്കാർ തന്റെ മനസ്സമാധാനത്തെ ആകെ തകർത്തു. ആ വീട്ടിൽ വന്നുപോകുന്നവർ ആ പുതുമുഖങ്ങൾ ആരാ ണെന്ന് തിരക്കുമ്പോൾ അവർക്ക് എങ്ങുമില്ലാത്ത ഈർച്ച വരും! ‘ആ ചന്ദ്രനെ അവസാനകാലത്തു ശുശ്രൂഷിച്ച നേഴ്സും മകനുമാണെന്ന്’ അവർ ഒരു പരിഹാസച്ചുവയോടെ പറയുന്നതുകേൾക്കുമ്പോൾ റോസി യുടെ ചങ്കു തകർന്നുപോകും.

റോസി ആ വീട്ടിൽ ആവതും ഒതുങ്ങിക്കഴിഞ്ഞു. ഭക്ഷണത്തിനു സമയമാകുമ്പോൾ അടുക്കളയുടെ പുറകിലുള്ള ചെറിയ മുറിയിൽ ഉണ്ണി ക്കുട്ടനുമായി ചെല്ലും. അവനു മതിയാവോളം വാരിക്കൊടുത്തിട്ട് താനും കഴിച്ചെന്നു വരുത്തും. താനും ഉണ്ണിക്കുട്ടനും ഇത്തിൾക്കണ്ണികൾ പോലെ യാണല്ലോ എന്നോർത്തുപോകും–! മറ്റെങ്ങുനിന്നോ വന്ന് ഈ വീട്ടിൽ വേരുറപ്പിച്ചിരിക്കുന്നു. ഇവിടെയുള്ളവർ തങ്ങളെ വെറുക്കുന്നതിൽ പരാ തിപ്പെട്ടിട്ട് കാര്യമില്ല. ഒക്കെ വിധിയാണ്. അടുത്ത നിമിഷം ചിന്താഗതി

മാറും. അശരണയായി താൻ നിസ്സഹായതയുടെ നീർച്ചുഴിയിൽ മുങ്ങിമരിക്കാൻ തുടങ്ങിയതാണ്. അപ്പോഴാണ് എത്തിപ്പിടിക്കാൻ ഈശ്വരൻ ഈ ഓലത്തുരുമ്പ് നീട്ടിയത്! ഉണ്ണിക്കുട്ടന്റെ ഭാവിയെപ്പറ്റി ഓർക്കുമ്പോൾ തന്റെ ഹൃദയത്തിൽ നന്ദി നിറയും. ഈ ഓലത്തുരുമ്പു കൂടി കിട്ടിയില്ലായിരുന്നെങ്കിൽ ഉണ്ണിക്കുട്ടന്റെ സ്ഥിതി എന്താകുമായിരുന്നു! ഇരുട്ടുവെളുക്കോളം അവൾ എണ്ണിയാലൊടുങ്ങാത്ത ചിന്തകളുമായി മുറിക്കിള്ളിൽത്തന്നെ കഴിഞ്ഞു. പലപ്പോഴും മനസ്സ് ആശങ്കകൾകൊണ്ട് നിറയാറുണ്ട്. പണിപ്പെട്ടു സംഭരിച്ച മനക്കരുത്ത് ഒക്കെ തകരുന്നതുപോലെ തോന്നും! വയ്യ! ഇനിയും എത്രനാൾ ഈ കുരിശ് ചുമക്കണം! മരണത്തിന്റെ ആലിംഗനമല്ലേ ഇതിലും ഭേദം?

അങ്ങനെ മനസ്സ് നിരാശയുടെ ഉമിത്തീയിൽ ദഹിച്ചു തുടങ്ങുമ്പോൾ ഊണുമുറിയുടെ പുറകിലുള്ള വരാന്തയുടെ പടികളിൽ ചെന്നിരിക്കും. അങ്ങകലെയായി ഉച്ചവെയിൽ ഇളകിമറിയുന്ന വെള്ളിത്തകിടുപോലെ വെട്ടിത്തിളങ്ങുന്ന വേളിക്കായലും അവിരാമമായി ഓളംവെട്ടുന്ന ജലപ്പരപ്പും കാണുമ്പോൾ മനസ്സ് അല്പമൊന്നാശ്വസിക്കും ഒരുകണക്കിന് ഈ ജലനിരപ്പുപോലെയാണ് തന്റെ മനസ്സും. ഒരിക്കലും സ്വസ്ഥതയില്ല.

അഞ്ച്

ചന്ദ്രൻചേട്ടന്റെ ഹൃദയം പിടിച്ചടക്കിയ പെൺകുട്ടിയെ ഒന്നു നേരിട്ടുകാണണമെന്ന് വേണുവിന് ആഗ്രഹമുണ്ടായിരുന്നെങ്കിലും ഒരിക്കലും അതിനവസരം ലഭിച്ചില്ല. കോണികയറി തന്റെ മുറിയിലേക്കു പോകുമ്പോഴെല്ലാം അതിന്റെ ചുവട്ടിലുള്ള കൊച്ചുമുറിയിലേക്ക് ആകാംക്ഷയോടെ നോക്കും. പക്ഷേ, എപ്പോഴും ആ മുറിയുടെ കതക് ചാരിത്തന്നെയാണ് കിടക്കുന്നതും. രണ്ടുമൂന്നുപ്രാവശ്യം അവൾ കുട്ടിയുമായി പുറകുവശത്തെ വരാന്തയിൽ ഇരിക്കുന്നത് ഊണുമുറിയിൽക്കൂടി കടന്നുപോകുമ്പോൾ കണ്ടിട്ടുണ്ട്. വെള്ളസാരിയിൽപൊതിഞ്ഞ് വെളുത്തു മെലിഞ്ഞ പെൺകുട്ടി. ഒറ്റനോട്ടത്തിൽ പത്തുപതിനഞ്ചടിയകലെ തലകുമ്പിട്ടിരിക്കുന്ന ഒരാളെ അതിൽക്കൂടുതൽ വ്യക്തമായി എങ്ങനെ കാണാനാണ്?

അടുത്തുചെന്ന് ഒന്ന് പരിചയപ്പെട്ടു തന്റെ സഹതാപം പ്രകടിപ്പിച്ചാലോ എന്ന് പലപ്പോഴും ഓർത്തിട്ടുണ്ട്. പക്ഷേ, അത് ചേട്ടത്തിയമ്മയ്ക്ക് പിടിക്കില്ല എന്ന് ബോദ്ധ്യം ഉണ്ടായിരുന്നതുകൊണ്ട് തന്റെ ജിജ്ഞാസയെ ഒതുക്കുകയാണ് ബുദ്ധിയെന്നു കരുതി.

റോസി വന്ന് മൂന്നാലു ദിവസങ്ങൾ കഴിഞ്ഞ് ഒരുദിവസം കോളേജിൽ വെച്ച് ഇന്ദുപറഞ്ഞു.

"കുഞ്ഞമ്മ ഫോണിൽ പറഞ്ഞു ഒരു വിശേഷം അറിഞ്ഞു– അവിടെ വിളിക്കാതെ ചില അതിഥികൾ വന്നിട്ടുണ്ടെന്ന്! എനിക്കവരെ കാണാൻ തിടുക്കമായി! വാസ്തവത്തിൽ കേട്ടപ്പോൾ വിശ്വസിക്കാൻ തോന്നിയി

ല്ല. കഥകളിൽ വായിക്കുന്നതിലും അസംഭാവ്യം! വേണുവേട്ടനും അങ്ങനെയല്ലേ തോന്നുന്നത്? വേണുവേട്ടൻ അവരെ കണ്ടോ? സുന്ദരിയാണോ? അതോ ഒരു കേമിയോ? കുഞ്ഞമ്മ പറഞ്ഞതുപോലെ ചന്ദ്രൻചേട്ടന്റെ പണം മോഹിച്ചു അടുത്ത് കൂടിയതാവും."

അങ്ങനെ ഒന്നിനു പുറകേ ഒന്നായി അവൾ വിവരങ്ങൾ തിരക്കി. അയാൾ എന്തു മറുപടി പറയാനാണ്?

"ഇന്ദുവിന്റെ ചോദ്യങ്ങൾക്കൊന്നും മറുപടി പറയാൻ ഞാനാളല്ല. കാരണം അവരെ ഒന്നുരണ്ടു പ്രാവശ്യം മിന്നായം പോലെ ദൂരെവച്ചു കണ്ടിട്ടുള്ളതേയുള്ളൂ. അയാളുടെ ഉത്തരം അവളെ നിരാശപ്പെടുത്തി.

"ആട്ടെ ഈ ശനിയാഴ്ച ഞാൻ അവിടെവരുന്നുണ്ടല്ലോ. സിനിമ കാണാനാണ്. കുഞ്ഞമ്മയോട് നേരത്തേ പറഞ്ഞേക്കണം. വേണുവേട്ടനും സൗകര്യം കാണുമല്ലോ? അപ്പോൾ ഞാനവരെ നേരിൽ കണ്ടോളാം."

ഇന്ദു സിനിമ കാണാൻ വരുന്നുണ്ട് എന്നു കേട്ടപ്പോൾ വേണുവിന് ഉന്മേഷം തോന്നി. ചേട്ടത്തിയമ്മയ്ക്കു തന്നേയും ഇന്ദുവിനെയും ഒന്നിച്ചു സിനിമയ്ക്കും മറ്റും കൊണ്ടുപോകാൻ ഉത്സാഹമാണെന്നു വേണു മനസ്സിലാക്കിയിരുന്നു. അയാളും അത്തരം സന്ദർഭങ്ങൾ സ്വാഗതം ചെയ്തിരുന്നു.

നല്ല ചൈതന്യമുള്ള പെൺകുട്ടിയാണ് ഇന്ദു. വീട്ടിൽ വന്നാൽ എന്തൊരനക്കമാണ്. പെൺകുട്ടികൾ വീട്ടിലുണ്ടെന്ന് കണ്ടേ അറിയാവൂ എന്ന പ്രമാണത്തിൽ വിശ്വസിക്കുന്ന ജാനകിയമ്മയ്ക്ക് എന്തുകൊണ്ടോ ഇന്ദുവിന്റെ കളിതമാശകളിലും പൊട്ടിച്ചിരികളിലും പരാതി ഉണ്ടായിരുന്നില്ല.

മാസത്തിൽ ഒന്ന് രണ്ട് വാരാന്ത്യങ്ങളിലെങ്കിലും അവൾ കുഞ്ഞമ്മയുടെ വീട്ടിൽ കഴിയും. മിക്കവാറും ഞായറാഴ്ച ഒരു സിനിമ കണ്ട് തിങ്കളാഴ്ചയേ ഹോസ്റ്റലിലേക്കു മടങ്ങൂ. ഗോപിനാഥൻനായർക്ക് സിനിമ ഇഷ്ടമില്ലാത്തതുകൊണ്ട് വേണുവാണ് അവർക്കു തുണയായി പോകാറുള്ളത്! ജാനകിയമ്മയുടെ അപ്പുറത്തിരുന്ന് അവൾ വാതോരാതെ ഓരോന്ന് പറഞ്ഞുകൊണ്ടിരിക്കും. കഥയില്ലാത്ത കാര്യങ്ങളാണ് പറയുന്നതെങ്കിലും അവളുടെ ചുണ്ടുകളുടെ ചലനവും കണ്ണുകളുടെ ഭാവപ്രകടനങ്ങളും അംഗവിക്ഷേപവും ഒക്കെ കാണാൻ വേണുവിന് വളരെ രസമാണ്.

ഒരു കണക്കിന് അവൾ ഒരു സുന്ദരിതന്നെയാണ്. സ്വല്പം പൊക്കം കുറഞ്ഞ് ഉരുണ്ട ദേഹപ്രകൃതമാണെങ്കിലും! ഇന്ദുവിനെയും വേണുവിനെയും ജാനകിയമ്മയോടൊത്ത് കാണാറുള്ളപ്പോൾ വേണുവിന്റെ കൂട്ടുകാർ തിരക്കിയിട്ടുണ്ട്. 'നിങ്ങൾ കസിൻസ് ആണോ' അവരെക്കൊണ്ട് അതുമിതും പറയിക്കാതിരിക്കാൻ അയാൾ അതിന് 'അതേ' എന്നാണ് മറുപടി നല്കാറുള്ളത്.

പക്ഷേ, ഈയിടയായി ജാനകിയമ്മയുടെ പെരുമാറ്റത്തിൽനിന്നും അയാൾക്ക് ചിലത് മനസ്സിലാക്കാൻ കഴിഞ്ഞിട്ടുണ്ട്. തങ്ങളെ കൂടുതൽ

അടുപ്പിക്കാൻ അവർ മനഃപൂർവ്വം സന്ദർഭങ്ങൾ ഉണ്ടാക്കുന്നു. അയാൾ കാപ്പി കുടിക്കാനിരിക്കുമ്പോൾ മറ്റെന്തോ ധൃതിയിൽ ചെയ്തുതീർക്കാനുള്ളതുപോലെ അവർ ഇന്ദുവിനെ വിളിച്ചു തനിക്ക് കാപ്പി ചേർത്തുതരാനേല്പിക്കും. ചിലപ്പോൾ ചില നിർദ്ദേശങ്ങളും കൊടുക്കും.

"വേണൂന് നല്ലോണം മധുരം വേണമെന്ന് ഓർമ്മിച്ചു കൊള്ളണം."

"ചെവിയിൽ നുള്ളിക്കോളാം – ഒരിക്കലും മറക്കാതിരിക്കാൻ എന്താ കുഞ്ഞമ്മേ!" അവൾ നാണം കുണുങ്ങി പറയും!

ഇന്ദുവിന്റെ ഭാവി വരനായി തന്നെ കണക്കാക്കുന്നുണ്ടെന്ന് ഒരിക്കൽ ഗോപിനാഥൻ നായരുടെ വർത്തമാനത്തിൽനിന്നും വേണു മനസ്സിലാക്കിയിട്ടുണ്ട്. എങ്കിൽ അതൊരു മഹാഭാഗ്യം തന്നെയാണെന്ന് അയാൾക്ക് തോന്നി. പെൺകുട്ടി സുന്ദരിയാണ്. പണക്കാരിയാണ്. പിന്നെ സ്വഭാവം! അങ്ങനെ അടുത്തറിയാൻ കഴിഞ്ഞില്ലെങ്കിലും വലിയ കുഴപ്പമൊന്നുമില്ലെന്ന് ബോദ്ധ്യമുണ്ട്. കുറച്ചു ഫോർവേർഡാണ്. അത് ഇക്കാലത്ത് ആരും ഒരു കുറവായി കണക്കാക്കയില്ല.

ഏതായാലും അവൾ സിനിമ കാണാൻ വരുന്നു എന്നുള്ളത് ഒരു സന്തോഷവാർത്ത തന്നെ!

അങ്ങനെ അലസചിന്തകളിൽ മുഴുകി ഒരു മൂളിപ്പാട്ടുമായി കോണി കയറുമ്പോൾ പതിവിന് വിപരീതമായി റോസിയുടെ വാതിൽ തുറന്നു കിടപ്പുണ്ട്! അയാൾ ഒരുനിമിഷം നിന്നു.

ഉണ്ണിക്കുട്ടൻ അമ്മയുടെ കൈകളിൽ പിടിച്ചു വലിക്കുകയാണ്.

"അമ്മേ തോട്ടത്തി പാം തോട്ടത്തി പാം"

അവൻ നിർബ്ബന്ധം പിടിക്കുകയാണ്. അവർ എന്തൊക്കെയോ സമാധാനം പറയുന്നുണ്ട്. ഒന്നും വ്യക്തമല്ല. ഇടയ്ക്കിടെ കണ്ണുകൾ തുടയ്ക്കുന്നുണ്ട്. പാവം പെൺകുട്ടി. വേണുവിന്റെ ഹൃദയത്തിൽ സഹതാപത്തിന്റെ നനവൂറി.

ആറ്

മെഡിക്കൽ കോളേജിൽനിന്നും ഇന്ദുവിനെ കൂട്ടിക്കൊണ്ടുവരാൻ കാറയച്ചിട്ടുണ്ട്. ജാനകിയമ്മ സിനിമായ്ക്കു പോകാനുള്ള ഒരുക്കമായി. സിനിമ കാണുന്നതു തനിക്കിഷ്ടമാണ്. പക്ഷേ, അതിലുപരിയായി അവർക്ക് ഈ സിനിമാ പോക്കുകളിൽ മറ്റൊരുദ്ദേശമുണ്ട്. തന്റെ അപ്പുറവുമിപ്പുറവുമിരുന്നു സിനിമകാണുമ്പോൾ ഇന്ദുവും വേണുവും അടുക്കാതിരിക്കയില്ല. ചില അസൗകര്യങ്ങൾ ഉണ്ടായിട്ടും വേണുവിനെ അവിടെ താമസിപ്പിച്ചതിന്റെ ഉദ്ദേശ്യവും അതാണല്ലോ.

വേണുവിനെ അവർക്കു വളരെ തൃപ്തിയാണ്. കാഴ്ചയ്ക്ക് യോഗ്യൻ! സ്വഭാവത്തിൽ വേണ്ട വിനയവും പാകതയും! പിന്നെ പണത്തിന്റെ കാര്യം, അതിലല്പം കുറവുണ്ടെങ്കിലും ഇപ്പോൾ ഒരു ഡോക്ടർ. കഴിഞ്ഞില്ലേ. വേഗത്തിൽ പണമൊക്കെ ഉണ്ടായിക്കൊള്ളും. ഇന്ദുവിന്റെ

അച്ഛൻ ആസാമിൽ ജോലിയായിരിക്കുന്ന സ്ഥിതിക്കു നാട്ടിൽ അവൾക്ക് അനുയോജ്യനായ ഒരു വരനെ തിരഞ്ഞുപിടിക്കേണ്ടത് തന്റെ കടമയാണെന്ന് അവർ കരുതിയിരുന്നു.

കാറു വന്നുനിന്നതും "കുഞ്ഞമ്മേ" എന്നുവിളിച്ചു ഇന്ദു മുറിയിൽ വന്നെത്തിക്കഴിഞ്ഞു. മേശപ്പുറത്തു ഡിഷ്കവറും കൊണ്ട് അടച്ചുവെച്ചിരുന്ന ജിലേബിയും ഉഴുന്നുവടയും കൈയിലാക്കിക്കൊണ്ട് പറഞ്ഞു.

''നല്ല നേരത്താണ് ഞാൻ വന്നത്. ഹോസ്റ്റലിലാണെങ്കിൽ ബിസ്കറ്റും പഴവുമായിരുന്നു. അതു കണ്ടപ്പോൾത്തന്നെ വിശപ്പു കുറെക്കൂടെ കൂടുകയാണുണ്ടായത്!'

അവളുടെ തുറന്ന പെരുമാറ്റത്തിൽ ജാനകിയമ്മയ്ക്കു വിരോധം ഒന്നും തോന്നിയില്ലെങ്കിലും അവർ അവളെ ഗുണദോഷിച്ചു.

"അല്ല നീ കാപ്പികുടിച്ചു തുടങ്ങിയോ. നീ വന്നിട്ടു കാപ്പി കുടിക്കാമെന്നു പറഞ്ഞു വേണു മുറിയിൽ ഇരിക്കുകയാണ്. പോയി വിളിച്ചിട്ടു വരൂ. പെൺകുട്ടികൾ ഇതൊക്കെ തിരക്കിയിട്ടുവേണം മേശയ്ക്കുമുൻപിൽ ഇരിക്കാൻ!"

"ഓ സോറി, കുഞ്ഞമ്മേ! ഏതായാലും കൈയിൽ എടുത്തതു തിന്നോട്ടെ, എന്നിട്ടു വേണുവേട്ടനെ വിളിക്കാം."

അവൾ ഒരു പാട്ടിന്റെ ഈരടികൾ മൂളിക്കൊണ്ടു കോണി കയറിപ്പോയി.

അടുത്ത നിമിഷത്തിൽ തന്നെ വേണുവുമായി ഊണു മുറിയിലെത്തുകയും ചെയ്തു.

''കുഞ്ഞമ്മേ വന്നയുടൻ ഒരു കാര്യം ചോദിക്കാനിരുന്നതാണ് പക്ഷേ, ജിലേബി കണ്ടപ്പം എല്ലാം മറന്നുപോയി. കുഞ്ഞമ്മയുടെ പുതിയ അതിഥികൾ കോണിയുടെ താഴയല്ലേ താമസം. കതക് ചാരിക്കിടക്കുകയാണ്. സാരമില്ല. താൻ തട്ടിത്തുറന്നു അകത്തു കടന്നു സ്വയം പരിചയപ്പെടുത്തിക്കൊള്ളാം! പക്ഷേ, ജാനകിയമ്മ വേഗം കാപ്പി ജഗ്ഗ് അവളുടെ കൈയിൽ കൊടുത്തിട്ടു പറഞ്ഞു.

"നീ വേണുവിനു കാപ്പിചേർത്തു കൊടുക്ക്. പരിചയപ്പെടാനൊക്കെ ഇനിയെന്ത് സമയം ഉണ്ട്. അടുത്തെങ്ങും ഒഴിഞ്ഞുപോകുമെന്നു തോന്നുന്നില്ല. പരിചയപ്പെടാൻ കണ്ട ഒരാൾ!"

ജാനകിയമ്മയുടെ മുഖത്ത് വെറുപ്പ് സ്ഫുരിച്ചു. അവർ അകത്തെ മുറിയിലേക്കു പോയി. കാപ്പിയിൽ ഒരു കരണ്ടി പഞ്ചസാര ഇട്ടിട്ട് ഇന്ദു ചോദിച്ചു. "വേണുവേട്ടന് നല്ലോണം മധുരം വേണമെന്നല്ലേ കുഞ്ഞമ്മ പറയാറ്! ഞാൻ മൂന്നാലു സ്പൂൺ പഞ്ചസാര ഇട്ട് തരാല്ലോ. അപ്പോൾ കാപ്പിക്കു രുചി കൂടുമോ?"

"അയ്യയ്യോ? എന്നെ ദയവായി അതിമധുരത്തിൽനിന്നും ഒഴിവാക്കിയേക്കൂ. ഇന്ദുവിന്റെ കാര്യം ഏതായാലും തമാശയുണ്ട്." വേണു ചിരിച്ചു കൊണ്ടു പറഞ്ഞു.

അവൾ കാപ്പി വേണുവിന്റെ കൈയിൽ കൊടുത്തിട്ടു പറഞ്ഞു.

"വേണുവേട്ടൻ കാപ്പി കുടിക്കുമ്പോഴേക്കും ഞാൻ ആ മുറിയിൽ ഒരു വിസിറ്റു നടത്തിയിട്ടു വരാം."

സിനിമയ്ക്കു പോകാനായി കാറിൽ കയറിയപ്പോൾ ഇന്ദു പറഞ്ഞു "കേട്ടോ കുഞ്ഞമ്മേ, പുതിയ അതിഥി ഒരു സുന്ദരിയാണെന്നു എന്താ പറയാത്തത്! തലമുടി കണ്ടിട്ടു അസൂയ തോന്നിപ്പോയി. ശരീരത്തിൽ അല്പം മാംസവും രക്തവും കൂടിയുണ്ടായിരുന്നെങ്കിൽ ഒരു ബ്യൂട്ടി എന്നു തന്നെ പറയാമായിരുന്നു. പാവം! വല്ലാത്ത തലയിലെഴുത്ത്! ഇന്ദുവിന്റെ സഹതാപപ്രകടനം ജാനകിയമ്മയ്ക്കു പിടിച്ചില്ലെന്ന അവരുടെ മുഖഭാവം വിളിച്ചുപറഞ്ഞു. ഇന്ദു വേഗം സംഭാഷണത്തിന്റെ ചുവ മാറ്റി.

"പക്ഷേ, ഇഷ്ടത്തി ജീവിക്കാൻ പഠിച്ചവളാണെന്ന് പറഞ്ഞേതീരൂ. അല്ലെങ്കിൽ ബാംഗ്ലൂരിൽനിന്നും ഇത്രദൂരം വരുമായിരുന്നോ? ചിറ്റപ്പൻ താമസിപ്പിക്കുമോ എന്നുള്ളതിനു എന്താ തെളിവ്? ഇല്ലേ കുഞ്ഞമ്മേ!"

ഇന്ദു രണ്ടാമതു പ്രകടിപ്പിച്ച അഭിപ്രായം ജാനകിയമ്മയ്ക്കു വളരെ ബോധിച്ചു.

"നീ പറഞ്ഞതാ നേര്! ഈ കരച്ചിലും ഒതുങ്ങിനടപ്പും ഒന്നും കണക്കാക്കണ്ട! എല്ലാറ്റിനും തയ്യാറായി വന്നവളാണെന്നുള്ളതിനു ഒരു സംശയവുമില്ല. അവളുടെ തനി ഗുണം കാണിക്കുന്നതിനുമുമ്പു എങ്ങനെ എങ്കിലും പറഞ്ഞുവിടാൻ നിന്റെ ചിറ്റപ്പനു നല്ലബുദ്ധി തോന്നിയാൽ മതിയായിരുന്നു. വേണു എല്ലാം കേട്ടുകൊണ്ടിരുന്നു. ഇന്ദു വർത്തമാനം പറയുന്നതു കാണാൻ രസമുണ്ട്. പക്ഷേ, അവൾ എന്തൊക്കെയാണു പറയുന്നത്? റോസിയോടു ആദ്യം സഹതാപം പ്രകടിപ്പിച്ചത് ജാനകിയമ്മയ്ക്ക് ഇഷ്ടമായില്ലെന്നു മനസ്സിലായ ഉടൻ അവളെ എത്രപെട്ടെന്നു കുറ്റപ്പെടുത്തിക്കഴിഞ്ഞു. വേണ്ടപ്പെട്ടവരെ വേണ്ടപോലെ പ്രീണിപ്പിക്കാൻ മിടുക്കിയാണെന്നു സമ്മതിച്ചേ തീരൂ! പക്ഷേ, അവളോടു എത്ര നാളുകൾ അടുത്തു പെരുമാറിയാലും മനസ്സു ശരിക്കു മനസ്സിലാക്കാൻ കഴിയുകയില്ലെന്ന് വേണുവിനു തോന്നി. എന്തുകൊണ്ടോ സിനിമ കണ്ടുകൊണ്ടിരുന്നപ്പോഴും ജാനകിയമ്മയും ഇന്ദുവുമായി വർത്തമാനത്തിൽ പങ്കുകൊണ്ടിരുന്നപ്പോഴും വേണുവിന്റെ മനസ്സിൽ റോസിയെപ്പറ്റിയുള്ള ചിന്തകൾ തലപൊക്കി. ഇതേവരെ ഒന്നു നേരെ കണ്ടിട്ടില്ലെങ്കിലും നിസ്സഹായതയുടെ പ്രതീകംപോലെയുള്ള ആ വെളുത്തുമെലിഞ്ഞ സ്ത്രീരൂപം മനസ്സിൽ തെളിയുന്നതായി തോന്നി.

ഏഴ്

ദിവസങ്ങൾ നീങ്ങിക്കൊണ്ടിരുന്നു. പ്രത്യക്ഷത്തിൽ ആ വീടിന്റെ അന്തരീക്ഷം ശാന്തമായി തോന്നിയെങ്കിലും ജാനകിയമ്മ വേണ്ടിടത്തും വേണ്ടാത്തിടത്തും ദേഷ്യപ്പെട്ടു. ശങ്കരനും പാറുവും കൊച്ചമ്മയുടെ ഭാവവ്യത്യാസം മനസ്സിലാക്കി കഴിവതും ഒഴിഞ്ഞുമാറി. ഭാര്യയുടെ ഈർച്ചയ്ക്കുള്ള കാരണം നല്ലവണ്ണം അറിയാവുന്ന ഗോപിനാഥൻ നായർ

അതൊന്നും കണ്ടില്ലെന്നു വെച്ചു. റോസി പണ്ടത്തെപ്പോലെ ഒതുങ്ങി കഴിഞ്ഞെങ്കിലും വീടും പരിസരവും പരിചയപ്പെട്ടതോടെ ഉണ്ണിക്കുട്ടൻ പതുക്കെ മുറ്റത്തും ഊണുമുറിയിലും ഒക്കെ ഓടിനടന്നുതുടങ്ങി. ജാനകിയമ്മയെ കാണുമ്പോൾ അവൻ മുറിയുടെ അരികിലേക്ക് ഒതുങ്ങി ആ വലിയ വട്ടക്കണ്ണുകൾ വിടർത്തി അങ്ങനെ ഭയത്തോടെ അവരെ നോക്കി നില്ക്കും. പക്ഷേ, എന്തുകൊണ്ടാണോ അവനെ പറഞ്ഞു വിലക്കാനോ ദേഷ്യപ്പെടാനോ അവർക്ക് തോന്നിയില്ല. അവിടുത്തെ വീട്ടുജോലിയിൽ ജാനകിയമ്മയെ ആവശ്യം സഹായിക്കാൻ റോസി ഒരുക്കമായിരുന്നു. ഹൃദയം കദനഭാരത്താൽ വീർപ്പുമുട്ടുമ്പോൾ മറ്റെന്തെങ്കിലും ചെയ്തു കൊണ്ടിരുന്നാൽ മനസ്സിന് അല്പസമയത്തേക്കെങ്കിലും ഒരു മറവി കിട്ടും. പക്ഷേ, ജാകനിയമ്മ മനഃപൂർവ്വം അവൾക്ക് ഒരുജോലി ചെയ്യാനും അവസരം കൊടുത്തില്ല. “ചേട്ടത്തിയമ്മേ ഞാൻ ഇതു ചെയ്യാമെന്നു പറയുമ്പോൾ ഓ ഇതുവരെ നിന്റെ സഹായം ഒന്നും ഇല്ലാതെ ഈ വീടു നടന്നില്ലേ. വേറെ ശല്യം ഒന്നും വരുത്താതിരുന്നാൽ മതി എന്നായിരിക്കും മറുപടി! ആ മറുപടി കേൾക്കാത്ത താമസം റോസി മുറിയിലെത്തും. താൻ വരേണ്ടിയിരുന്നോ? ഇങ്ങനെ എത്രനാൾ തള്ളി നീക്കാൻ കഴിയും? തങ്ങൾക്കായി ഈ ലോകത്തു സന്തോഷത്തോടെ ഒരു പുഞ്ചിരിയോ സ്നേഹമുള്ള ഒരു വാക്കോ തരാനാളില്ലല്ലോ! പക്ഷേ, ഉണ്ണിക്കുട്ടൻ അമ്മേ എന്നു വിളിക്കുമ്പോൾ തന്റെ നിരാശാബോധം ഒക്കെ ഓടിമറയും. അവന്റെ നിലനില്പിനും വളർച്ചയ്ക്കും താനല്ലാതെ ആരുണ്ട്? തന്റെ മനസ്സുഖത്തെപ്പറ്റി ഇത്രയേറെ ചിന്തിക്കുന്നത് ശരിയല്ല. അങ്ങനെ റോസി സമാധാനപ്പെടാൻ ശ്രമിക്കും.

ഒരുദിവസം കാലത്തു റോസി അടുക്കളയുടെ പുറകുവശത്തുള്ള വരാന്തയിൽ ചെന്നപ്പോൾ പാറു പനിയായി കിടപ്പാണ്. ജാനകിയമ്മ ആരോടെന്നില്ലാതെ പറയുന്നുണ്ട്.

“ഓ അവൾക്കു പനിയെന്നു പറയുമ്പോൾ ഒരു മൂലയിൽ ചുരുണ്ടു കിടക്കാം. എനിക്കു എത്ര ദിവസമായി മുട്ടിൽ വേദന തുടങ്ങിയിട്ട്. ഇനിയിപ്പോൾ മുറിക്കകം തൂക്കുന്നതും തുടയ്ക്കുന്നതും ആരാ?”

റോസി പതുക്കെ അടുക്കളയിലേക്കു ചെന്നു.

“ചേട്ടത്തിയമ്മ ഇന്നത്തേക്കുമാത്രം എന്നെ ഇതൊക്കെ ചെയ്യാൻ അനുവദിക്കൂ.”

പതിവായി ആ അപേക്ഷയ്ക്കു നല്കാറുള്ള മറുപടി അവർ എന്തുകൊണ്ടോ പറഞ്ഞില്ല. മുഖത്തു തൃപ്തി ഒന്നും കണ്ടില്ലെങ്കിലും അവർ തന്നെ വിലക്കാത്ത സ്ഥിതിക്ക് ഗോപിനാഥൻ നായരും വേണുവുമൊക്കെ പോയിക്കഴിഞ്ഞ് വീടുവൃത്തിയാക്കാമെന്നുറച്ചു.

ഉണ്ണിക്കുട്ടനെ പത്തുമണിക്ക് കുളിപ്പിച്ച് ഉറക്കിയിട്ട് അവൾ പതുക്കെ അടുക്കളവശത്തേക്കു ചെന്നു. വേണുവും ഗോപിനാഥൻനായരും പോയിക്കഴിഞ്ഞു. ജാനകിയമ്മ പത്രം വായിച്ചുകൊണ്ട് ഊണുമുറിയിലിരിക്കയാണ്. റോസി അടുത്തുചെന്ന് വിനയത്തിൽ ചോദിച്ചു.

"ചേട്ടത്തിയമ്മേ ഞാൻ എല്ലായിടത്തും വൃത്തിയാക്കട്ടേ!"

അവർ പത്രത്തിൽനിന്നു മുഖമെടുക്കാതെ പറഞ്ഞു.

"നീ തൂക്കാനും മറ്റും എല്ലാ മുറികളിലും കയറിയിറങ്ങുന്നതു കൊള്ളാം. അവിടേയൊക്കെ ഇട്ടിരിക്കുന്നതൊന്നും സ്ഥാനം മാറി കണ്ടേക്കരുത്. പിന്നെ അദ്ദേഹത്തിന്റെ ഓഫീസ് മുറിയും ബെഡ്റൂമും ഒന്നും തൂക്കണ്ടാ! ഒരുദിവസം തൂക്കാതിരുന്നാലും ഒന്നുമില്ല."

അവൾ വേഗം ചൂലുമായി ഓരോ മുറിയായി വൃത്തിയാക്കിത്തുടങ്ങി. അവളുടെ മുറിയും അടുക്കളപരിസരവുമൊഴിച്ച് ആ വലിയ വീട്ടിൽ എങ്ങുംതന്നെ അവൾ കയറിയിട്ടില്ല. സ്വീകരണമുറിയിലെ ഷോകേസിലെ ഓരോ സാധനവും പൊടിതുടച്ചുവൃത്തിയാക്കി. ഫ്ളവർ വാസ്സിലെ വാടിയ പൂക്കൾ മാറ്റി തോട്ടത്തിൽനിന്നും പുതിയ ലില്ലിപ്പൂക്കൾ അറുത്തുവെച്ചു.

മുകളിൽ വേണുവിന്റെ മുറി തൂത്തുകൊണ്ടിരുന്നപ്പോൾ താഴെ കിടന്ന ഒരു കടലാസുകഷണം അവളുടെ ശ്രദ്ധയിൽ പെട്ടു. ആ തുണ്ടു പേപ്പറിൽ ഇന്ദുവും വേണുവുമെന്ന പേരുകൾ ഇംഗ്ലീഷിൽ എഴുതി പൊരുത്തം എങ്ങനെയെന്നു വെട്ടിനോക്കിയിരിക്കുകയാണ്. രണ്ടിലും ആറും യുവും വെട്ടിയിട്ടുണ്ട്. പിന്നെ വെട്ടാതെ രണ്ടക്ഷരങ്ങൾ ബാക്കി. അതുകൊണ്ടു രണ്ടുപേർക്കും ലൈക്കാണ്. രണ്ടുപേർക്കും ലൈക്കാകുമ്പോൾ അതു തമ്മിൽ ബെസ്റ്റായി കണക്കാക്കണമെന്നാണ് പ്രമാണം. രണ്ടുപേരുടെയും കുറ്റി ബ്രാക്കറ്റ് ഇട്ടിട്ട് ബെസ്റ്റ് എന്നെഴുതിയിട്ടുമുണ്ട്. അവൾ അറിയാതെ മന്ദഹസിച്ചുപോയി. ചെറുപ്പത്തിന്റെ ചാപല്യങ്ങൾ! ഒരുപക്ഷേ, വേണു ഇന്ദുവിനെ പ്രേമിക്കുന്നുണ്ടായിരിക്കും. അല്ലെങ്കിൽ പൊരുത്തം നോക്കേണ്ട കാര്യമില്ലല്ലോ. ഏതായാലും ഇന്ദു ആർക്കും ഇഷ്ടപ്പെടുന്ന ഒരു പെൺകുട്ടിയാണ്. അവർ തമ്മിൽ നല്ല ചേർച്ചയുമുണ്ട്. പെട്ടെന്ന് അവർ ചന്ദ്രന്റെ കാര്യമോർത്തുപോയി. ഒരിക്കൽ താൻ അദ്ദേഹത്തിന്റെയും തന്റെയും പേരുകൾ ഒരുരസത്തിന് എഴുതിവെട്ടിനോക്കിയപ്പോൾ അദ്ദേഹം ചിരിച്ചുകൊണ്ടുപറഞ്ഞു.

"റോസി! ഇതെന്തു മഠയത്തരമാണ്! ഇങ്ങനെ പേരിനെ സ്പെല്ലിങ് അനുസരിച്ച് സ്നേഹമളക്കാൻ തുടങ്ങിയാൽ! ആ നിന്റെ പ്രായമതാണ്! ചെറുപ്പത്തിന്റെ ചാപല്യങ്ങൾ."

അവൾ വേഗം ആ തുണ്ട് പേപ്പർ വെയിറ്റിന്റെ അടിയിൽവെച്ചിട്ട് താഴത്തേക്ക് പോന്നു.

ജാനകിയമ്മയുടെ മുഖം പ്രസന്നമല്ലായിരുന്നു. എങ്കിലും വീട്ടിലെ ഒരു മുഷിപ്പൻ ജോലി തീർന്നല്ലോ എന്നുള്ള ആശ്വാസം അവിടെ പ്രതിഫലിച്ചിരുന്നു.

"ങാ, പിന്നെ, ഇവിടെ സഹായം ഒന്നും വേണ്ട. പിന്നെ ഇന്നത്തേക്ക് നിന്റെ നിർബ്ബന്ധംകൊണ്ട് ഇങ്ങനെയാകട്ടെ എന്നു കരുതി എന്നുമാത്രം!"

കുളി കഴിഞ്ഞു മുറിയിലെത്തിയപ്പോൾ റോസിക്ക് വളരെ നാളുകൾകൂടി ഹൃദയത്തിന് ഒരു ലാഘവം അനുഭവപ്പെട്ടു.

അന്നുതൊട്ട് ജാനകിയമ്മ തനിക്ക് ബുദ്ധിമുട്ടുള്ള ചില്ലറ വീട്ടുപണി

കൾ റോസിയെ ഏല്പിച്ചു. നനച്ച തുണികൾ മടക്കുക, കീറൽ തയ്ക്കുക, മുറിക്കകമൊക്കെ അടുക്കി വൃത്തിയാക്കിയിടുക – ഇതൊക്കെ റോസി ഭംഗിയായും നിശ്ശബ്ദമായും നിർവ്വഹിച്ചു.

അങ്ങനെ ആ പ്രതികൂലസാഹചര്യങ്ങളിൽ റോസി തന്റെ വ്യക്തിത്വത്തിന്റെ ഊട് പാവി!

എട്ട്

ഒരു വെള്ളിയാഴ്ച! ഇന്ദു സിനിമാ കാണാൻ വരുമെന്നു പറഞ്ഞ ദിവസമാണ്! സെൻട്രലിൽ ദിലീപ് കുമാറിന്റെയാണ് പടം! എങ്കിലും വേണുവിന് പതിവുപോലെ ഉന്മേഷം തോന്നിയില്ല. ഉച്ചതിരിഞ്ഞപ്പോൾ തുടങ്ങിയുള്ള തലവേദനയാണ്! തലയ്ക്കകത്ത് എന്തോ വിങ്ങുന്നതുപോലെ! ഒന്നിലും ഉറപ്പിച്ചുനോക്കാൻപോലും കണ്ണുകൾ അശക്തങ്ങളായി തോന്നി. ഫ്ളൂ വരാനായിരിക്കും. അതാണീ തലവേദനയും മേലുകഴപ്പും! തന്നിലുള്ള ഡോക്ടർ സംശയം പ്രകടിപ്പിച്ചു. ഏതായാലും ഇന്ന് സിനിമയ്ക്ക് പോയേ പറ്റൂ. താനില്ലാതെ ഏടത്തിയമ്മ പോകാറുമില്ല. പിന്നെ ഇന്ദുവിനെ നിരാശപ്പെടുത്തേണ്ടിവരും. ഏതായാലും തലവേദനയ്ക്ക് ഗുളിക കഴിച്ചിട്ടു സിനിമയ്ക്കു പോകാൻ തന്നെ നിശ്ചയിച്ചു.

പിറ്റേദിവസം കോളേജ് ഉണ്ടായിരുന്നതുകൊണ്ട് ഇന്ദുവിനെ ഹോസ്റ്റലിൽ കൊണ്ടുവിട്ടിട്ടാണ് വീട്ടിൽ വന്നത്! അപ്പോഴേക്കും വേണുവിന് കുറേശ്ശെ കുളിരും പനിയും തോന്നിത്തുടങ്ങിയിരുന്നു. ജാനകിയമ്മ എത്ര നിർബ്ബന്ധിച്ചിട്ടും ഒന്നും കഴിക്കാതെ മുറിയിൽപോയി. ഒന്നു വെളിച്ചത്തിൽ നിന്ന് ഒഴിഞ്ഞുമാറി കണ്ണുകൾ പൂട്ടികിടന്നിരുന്നെങ്കിൽ! മേമാസത്തിലെ ചൂടിലും താൻ പുതപ്പിനുള്ളിൽ വിറച്ചുപോയി! തലവേദന കാരണം ചിന്തിക്കാനുള്ള ശക്തിപോലും നശിച്ചതുപോലെ.

എത്രനേരമിങ്ങനെ കിടന്നെന്നറിഞ്ഞുകൂടാ. ഉണർന്നപ്പോൾ നേരം വെളുത്തിരുന്നു. പക്ഷേ, കട്ടിലിൽ നിന്നെഴുന്നേല്ക്കാൻ തോന്നിയില്ല. തലവേദനയ്ക്ക് അല്പം കുറവുണ്ടായിരുന്നു. എങ്കിലും സഹിക്കാനാവാത്ത ദേഹനൊമ്പരം! പതുക്കെ എണീറ്റ് തലകോതാനായി കണ്ണാടിയിൽ നോക്കിയപ്പോൾ ഞെട്ടിപ്പോയി. തന്റെ കൺപോളകളിലും ചെവിക്കുതാഴെയും കനമുള്ള കോളം വലിപ്പമുള്ള വെള്ളം നിറഞ്ഞ പൊള്ളകൾ! തനിക്ക് ചിക്കൻപോക്സ് ആണ്. രോഗം മനസ്സിലാക്കാൻ നേരം വേണ്ടിവന്നില്ല. കാറ്റത്ത് പടർന്നുപിടിക്കുന്ന മിനക്കേട് പിടിച്ച രോഗം! ഇനിയിപ്പോൾ എന്താണ് വേണ്ടത്? പുലിവാലുപിടിച്ചതുപോലെയായി. ആ വീട്ടിലെ മറ്റുള്ളവർക്ക് പകർന്നാലത്തെ കഥയോർത്തപ്പോൾ നടുങ്ങിപ്പോയി, ഇനിയും തുടർന്നുള്ള അഞ്ചാറു ദിവസങ്ങളിലെ പനിയും ഓരോ ദിവസവും പുതുതായി പൊങ്ങുന്ന കുരുക്കളും പിന്നെ അവ പൊഴിയുമ്പോഴുള്ള ചൊറിച്ചിലും! എങ്ങനെവന്നാലും ഇനിയും രണ്ടു മൂന്നാ

ഴ്ചത്തേക്കു കഷ്ടതയും മിനക്കേടും തന്നെ. ഏതായാലും ഈ വിവരമിപ്പോൾ ഗോപിച്ചേട്ടനെ അറിയിക്കുന്നത് എങ്ങനെയാണ്? താഴെയിറങ്ങിച്ചെല്ലാൻ പാടുള്ളതല്ല. കാപ്പികുടിക്കാൻ വിളിക്കാൻ ശങ്കരൻ ഇപ്പോൾ വരാതിരിക്കില്ല.

മനസ്സിനാകെ വല്ലാത്ത അസ്വസ്ഥത. താൻ ഒരു ഡോക്ടറാണെങ്കിലും ഈ രോഗവുമായി പുസ്തകപരിചയം മാത്രമേ ഉണ്ടായിരുന്നുള്ളൂ എന്ന് സമ്മതിച്ചേ തീരൂ! കാരണം പകർച്ചരോഗാശുപത്രിയിൽ പോസ്റ്റിങ് ആയിരുന്നപ്പോൾ താൻ അവിടെനിന്നും ആകുന്നതും ഒഴിഞ്ഞുമാറിയാണ് കഴിഞ്ഞത്! ഈയാണ്ടിൽ ഓണത്തിന് ഒരാഴ്ച തികച്ചു അമ്മയുടെ കൂടെ കഴിയാമെന്ന് അമ്മയ്ക്ക് വാക്കുകൊടുത്തിരുന്നതാണ്. മൂത്ത രണ്ടു ചേച്ചിമാരുടെയും ഭർത്താക്കന്മാർക്കു കേരളത്തിന് പുറത്താണ് ജോലി– അവരും ചുരുക്കമേ വീട്ടിൽ വന്നു നില്ക്കാറുള്ളൂ. അച്ഛൻ മരിച്ചതിൽ പിന്നെ അമ്മ ഒറ്റയ്ക്കാണ്. ഇനിയിപ്പോൾ കാഷ്യൽ അവധി മുഴുവൻ എടുത്താലും ദീനം പൊറുത്തു ജോലിക്കുപോകാറാകുമോ എന്ന് സംശയമാണ്. കഷ്ടം! ഈ ഓണത്തിന് അമ്മയെ നിരാശപ്പെടുത്തേണ്ടിയിരിക്കുന്നു.

മുറിയുടെ വാതിൽ തുറന്ന് ശങ്കരൻ അകത്തേക്ക് തലനീട്ടി.

“സാറ് എന്താ എണീറ്റില്ലെ – കാപ്പി കുടിക്കാൻ വരാത്തത് എന്താണെന്ന് കൊച്ചമ്മ അന്വേഷിക്കുന്നു.”

അയാൾ ഒന്നും മിണ്ടിയില്ല – ഇനിയിപ്പോൾ ഇവനോട് എന്താണ് പറയേണ്ടത്!

“എനിക്ക് ചിക്കൻപോക്സാണ്. പെട്ടെന്ന് പകരും– അതാണ് താഴെ വരാത്തത് എന്നു പറഞ്ഞുതുടങ്ങിയാൽ അതു പറഞ്ഞുതികയുമ്പോൾ ശങ്കരൻ സ്ഥലത്തുണ്ടാവില്ല. അത്രയും ഭീരുവാണവൻ! അതിലും ഭേദം ചേട്ടന് ഒരു കുറിപ്പു കൊടുത്തയയ്ക്കാം.

ശങ്കരനോട് മുറിക്ക് വെളിയിൽ നില്ക്കാൻ പറഞ്ഞിട്ട് രോഗവിവരമെഴുതി. എന്നിട്ട് ഇത്രയും കൂടി കൂട്ടിച്ചേർത്തു.

“ഈ ദീനമാണ് വരാൻ പോകുന്നതെന്ന് നേരത്തേ അറിയാമായിരുന്നെങ്കിൽ ഞാൻ ഇന്നലെ തന്നെ മാവേലിക്കരയ്ക്കു പോകുമായിരുന്നു. ഇനിയിപ്പോൾ മുഖത്തൊക്കെ പൊങ്ങിക്കഴിഞ്ഞിട്ട് എന്താണു വേണ്ടിയതെന്ന് ചേട്ടൻ തന്നെ തീരുമാനിക്കണം. ഈ വീട്ടിൽ ഞാൻ കാരണം ഇത്രയൊക്കെ പ്രയാസങ്ങൾ വരുത്തിയതിൽ വളരെ വിഷമമുണ്ട്.”

“സാറിനെന്താ സുഖമില്ലേ– മുഖത്തൊക്കെ ഒരു നീരു വീക്കം പോലെ!”

അവനെക്കൊണ്ട് അധികം സംസാരിപ്പിക്കാതെ അയാൾ വേഗം പറഞ്ഞു.

“ഉം വേഗം കൊണ്ടുപോയി കൊടുക്ക്. അവൻ പോയിക്കഴിഞ്ഞയുടൻ ചെറിയ കണ്ണാടി എടുത്ത് മുഖമാകെ പരിശോധിച്ചു. അങ്ങിങ്ങായി കുറേക്കൂടെ കുമിളകൾ! ഈ ദിവസത്തെ മുളകളാണിവ! ഇങ്ങനെ

അഞ്ചാറുദിവസങ്ങൾ കഴിയുമ്പൾ തന്റെ ശരീരമാകെ കുരുക്കളായിരിക്കും. ഒടുവിൽ അവയൊക്കെ പൊഴിയുമ്പോൾ പുഴുക്കുത്തുവീഴുന്ന മാമ്പഴം പോലെയാകും തന്റെ മുഖം! ഓ ഇങ്ങനെ ചിന്തിച്ചു തുടങ്ങിയാൽ! കുറച്ചു മിനക്കേടും അസൗകര്യവുമൊഴിച്ചാൽ ഈ രോഗത്തെ അത്ര കാര്യമാക്കാനെന്തിരിക്കുന്നു? അയാൾ സ്വയം സമാധാനിക്കാൻ ശ്രമിച്ചു. അയാൾ പതുക്കെ എണീറ്റ് ജനലുകൾ മുറുക്കി അടച്ചു. രോഗാണുക്കൾ പരക്കാതിരിക്കട്ടെ.

വേണുവിന്റെ എഴുത്ത് ഗോപിനാഥൻ നായരുടെ കൈയിൽ കൊടുത്തിട്ട് ശങ്കരൻ തന്റെ അഭിപ്രായം കൂടി വ്യക്തമാക്കി.

"സാറിനെ കണ്ടിട്ട് ആകപ്പാടെ വല്ലാതിരിക്കുന്നു. മുഖത്തു നീരുള്ളതുപോലെ!

ഗോപിനാഥൻ നായർ എഴുത്തുവായിച്ച് ജാനകിയമ്മയോടു വിവരം പറഞ്ഞപ്പോൾ അവർ അന്തിച്ചുപോയി.

"ഈശ്വരാ! ഇനി എന്താണ് വേണ്ടത്! വീട്ടിൽ എല്ലാവർക്കും വന്നല്ലേ അടങ്ങൂ! ഇതു ഭഗവതിശാപമാണോ!"

"നിക്ക് നിക്ക്! നീ കുറച്ചൊന്നു സമാധാനപ്പെടൂ. അങ്ങനെ അലമുറയിട്ടാലോ ഇനി ദീനം തുടങ്ങി കഴിഞ്ഞ് അവനെ എങ്ങോട്ട് മാറ്റാനാണ്? നമുക്ക് ഉപദ്രവം ഉണ്ടാക്കാൻ അവൻ അറിഞ്ഞുവെച്ച് അസുഖം വരുത്തിയതല്ലല്ലോ- ഇപ്പോൾ കൃഷ്ണൻകുട്ടിക്കാണ് വന്നതെങ്കിൽ നമുക്ക് തള്ളിക്കളയാൻ ഒക്കുമോ?"

ഗോപിനാഥൻനായർ ഇടയ്ക്കുകയറി പറഞ്ഞു.

"ഹോ അങ്ങ് കാനഡയിൽ സുഖമായിരിക്കുന്ന എന്റെ മോന്റെ പേരെന്തിനാ ഇതിനിടയിൽ പറഞ്ഞുകൊണ്ടുവന്നത്? അല്ലെങ്കിലും എന്തിനാണ് നിങ്ങൾക്കു ന്യായങ്ങൾ ഇല്ലാത്തത്. വക്കീലായതുകൊണ്ട് അതിനെങ്ങിനെ മുട്ടുവരും? ബാക്കിയുള്ളവർക്കല്ലെ കഷ്ടത!"

"മാനക്കേടും കഷ്ടപ്പാടും നീ ഉണ്ടെന്ന് പറഞ്ഞത് വളരെ ശരിയാണ്. അതു കുറയ്ക്കാൻ എന്തെങ്കിലും വഴിയുണ്ടോ എന്നാലോചിക്കാം. പിന്നെ കഴിഞ്ഞ മാസം നമ്മുടെ ഗുമസ്തന്റെ മകന് ചിക്കൻപോക്സ് വന്നപ്പോൾ ഒരുവയസ്സൻ അമ്മാവനെ നോക്കാനാക്കി എന്നു പറഞ്ഞതോർമ്മയുണ്ട്. അങ്ങനെ വല്ലവരേയും കിട്ടുമോ എന്നു നോക്കാം. ഏതായാലും എനിക്ക് വന്നിട്ടുള്ളതുകൊണ്ടു പേടിക്കേണ്ട. ഇപ്പോൾ അവനുള്ള കാപ്പി ഫ്ളാസ്ക് എടുത്തുതരൂ. ഞാൻ തന്നെ കൊടുത്തുകളയാം."

ഭർത്താവ് വേണുവിന്റെ മുറിയിൽ പോകുന്നത് ജാനകിയമ്മയ്ക്ക് തീരെ പിടിച്ചില്ലെങ്കിലും അതു തടയാൻ ശ്രമിച്ചതുകൊണ്ട് ഫലമില്ലെന്നു അറിയാമായിരുന്നതുകൊണ്ട് മൗനം ദീക്ഷിച്ചു. ഗോപിനാഥൻനായർ ഓഫീസിൽ പോയ ഉടനെ ശങ്കരനെ വിളിച്ചു കോണിയുടെ മുകളിലത്തെ വാതിൽ അടപ്പിച്ചു. വീട്ടിനകത്തു സാമ്പ്രാണിയും കുന്തുരുക്കവും പുകച്ചു. മറ്റാർക്കും പകരാതിരിക്കാൻ വേണ്ടി ആറ്റുകാൽ ഭഗവതിക്ക് ഏഴുകലത്തിൽ പൊങ്കാലയും നേർന്നു. എന്നിട്ടും അവർക്കു മനസ്സിനൊരു സമാ

ധാനവുമുണ്ടായില്ല.

"ഈശ്വരാ! ഓർക്കാപ്പുറത്ത് എന്തെല്ലാം വിനകളാണ് വന്നുഭവിക്കുന്നത്!" ഇന്ദുവിനെ ഫോണിൽ വിളിച്ച് വിവരം പറഞ്ഞു. താൻ പറഞ്ഞിട്ടല്ലാതെ ഇനിയുമവിടെ വരേണ്ടതില്ലെന്നു താക്കീതും നല്കി. എല്ലാത്തിനോടും അകാരണമായ അമർഷം തോന്നി.

ഉച്ചയ്ക്ക് ഗോപിനാഥൻ നായർ വന്നപ്പോൾ കാറിന്റെ പിൻസീറ്റിൽ ഒരു വയസ്സൻ കൂടിയുണ്ട്. വേണുവിനെ നോക്കാൻ വരുന്നാളായിരിക്കും. ഗോപിനാഥൻ നായർ വന്നപാടെ വയസ്സനുമായി മുകളിലേക്കുപോയി. കുറച്ചുകഴിഞ്ഞു തിരിച്ചു ജാനകിയമ്മയുടെ അടുക്കൽ വന്നപ്പോൾ അവർ അറിയാതെ നെടുവീർപ്പിട്ടു. അയാൾ ചിരിച്ചുകൊണ്ടു ചോദിച്ചു.

"ആശ്വാസത്തിന്റെ നെടുവീർപ്പുകളാണോ? വയസ്സനെ കിട്ടിയപ്പോൾ ഭാരം കുറഞ്ഞതായി തോന്നുന്നില്ലേ. എന്റെ ജാനൂ ഇപ്പോഴും കുട്ടികളെപ്പോലെയാണല്ലോ നിന്റെ ചിന്താഗതി. ജീവിതത്തിൽ എന്തെങ്കിലും പ്രശ്നങ്ങൾ വരുമ്പോൾ പിന്നോക്കം തിരിഞ്ഞോടാനാണ് നിന്റെ ഭാവം. അതൊക്കുമോ! അവയെ നേരിട്ടേ മതിയാവൂ! ഇതാ ഇപ്പോൾ വേണുവിന് ചിക്കൻപോക്സ് വന്നു. നിന്റെ മട്ടുകണ്ടാൽ ഇവിടെ എന്തോ അത്യാഹിതം ഉണ്ടായതുപോലെ തോന്നും. കുട്ടിക്കാലം മുതൽ അധികം ലാളനകളും സുഖങ്ങളും അനുഭവിച്ച് വളർന്നതിന്റെ കുഴപ്പമാണിത്." അയാളുടെ അവസാന വാക്കുകൾ അവരെ ചൊടിപ്പിച്ചു. "എന്നെ നല്ല ചെല്ലം പോലെയാണ് വളർത്തിയത്. അങ്ങനെ തന്നെ അന്വേഷിക്കുമെന്നു കരുതിയാണ് നിങ്ങളുടെ കൂടെ അയച്ചതും. എന്നിട്ട്" അവർ മുഴുപ്പിക്കുന്നതിനുമുമ്പ് അയാൾ ചോദിച്ചു.

"ഉം, എന്നിട്ടിപ്പോൾ എന്തുണ്ടായി. നീ വല്ലാതെ ക്ഷീണിച്ചുപോയോ?" അവരുടെ അമിതമായി ചീർത്തു തുടങ്ങിയ ശരീരത്തെ ആകമാനം വീക്ഷിച്ചിട്ട് ഒരു കള്ളച്ചിരിയോടെ അയാൾ തിരക്കി. "ദേ! എന്നെക്കൊണ്ട് അധികമൊന്നും പറയിപ്പിക്കരുത്. എത്ര ദിവസങ്ങളായി ഞാൻ മനഃസുഖമറിഞ്ഞിട്ട്." അവർ മുഖം വീർപ്പിച്ച് അകത്തേക്കുപോയി.

ഒൻപത്

വേണുവിന് അസുഖം തുടങ്ങിയതിന്റെ നാലാം പക്കമാണ് രാത്രി വളരെയേറെ വൈകിയിരുന്നു. പതിവുപോലെ റോസി ഉറങ്ങാൻ കിടക്കയാണ്. ചന്ദ്രൻ മരിച്ചതിൽപ്പിന്നെ ഉറക്കമവളെ വിട്ടൊഴിഞ്ഞ മട്ടാണ്. വളരെ നേരം ഓരോന്നോർത്ത് ഓർത്തു കഴിയും. ഒടുവിൽ പുലരാറാകുമ്പോൾ ഒന്നു മയങ്ങും. അത്രതന്നെ. പെട്ടെന്ന് രാത്രിയുടെ നിശ്ശബ്ദതയിൽ ഒരു വിളികേട്ടു. മുകളിൽ നിന്നാണ്. വേണുവായിരിക്കും. അവൾ ഓർത്തു. പണിപ്പെട്ട് അമ്മാവനെ വിളിക്കയാണ് ശകലം വെള്ളത്തിനായി. അവൾ വീണ്ടും ചെവിയോർത്തു. അതാ വീണ്ടും വീണ്ടും വിളിക്കുന്നു. ഈ

അമ്മാവൻ എവിടെപ്പോയി? ഇത്ര ബോധം മറഞ്ഞുള്ള ഉറക്കമോ? ഒരു പക്ഷേ, വേണു തൊണ്ടവരണ്ടു വിഷമിക്കുകയായിരിക്കും. തനിക്കു ചെറുപ്പത്തിൽ ചിക്കൻ പോക്സ് പിടിപെട്ട കാര്യം ഓർത്തു. വീട്ടിനു പുറകിലുള്ള ചെറിയ മുറിയിൽ ചിറ്റമ്മ ഒറ്റയ്ക്ക് കിടത്തിയപ്പോൾ തനിക്കുണ്ടായ എന്തെന്നില്ലാത്ത ഭയം! പിന്നെയും വേണുവിളിക്കയാണ്. ഈ ആർത്ത നാദം കേട്ട് തനിക്ക് വെറുതെ കിടക്കാൻ കഴിയുകയില്ല. അമ്മാവനെ ഒന്നുചെന്ന് ഉണർത്തിയിട്ടുപോരാം. അവൾ വേഗം ഗോവണി കയറി ചാരിയിരുന്ന വാതിൽ തള്ളിത്തുറന്നു. വരാന്തയിൽ നിന്നു തുറന്ന വാതിലിലൂടെ അകത്തുകടന്ന വെളിച്ചത്തിൽ നോക്കിയിട്ടെങ്ങും വയസ്സനെ കണ്ടില്ല.

കതകു തുറന്ന ശബ്ദം കേട്ടിട്ടാവണം വേണു ക്ഷീണിച്ച സ്വരത്തിൽ പറഞ്ഞു. "അമ്മാവനെ എത്ര വിളിച്ചു. തൊണ്ടവരണ്ടു ശ്വാസം മുട്ടുകയാണ്." അവൾ വേഗം മേശപ്പുറത്തുനിന്നു കൂജയിലെ വെള്ളം പകർന്നു കട്ടിലിന്റെ അരികിലേക്കു ചെന്നു. "ഇതാ വെള്ളം" എന്നു പറഞ്ഞപ്പോൾ അമ്മാവനു പകരം മറ്റൊരുശബ്ദം കേട്ടിട്ടാവണം വേണു ഞെട്ടി കണ്ണുകൾ തുറന്നു. "ആര് അയ്യോ എന്തിനിവിടെ വന്നു? പകരുമെന്നറിഞ്ഞുകൂടേ? അമ്മാവനെവിടെ?"

അവൾ അതിനു മറുപടി ഒന്നും പറഞ്ഞില്ല. ഗ്ലാസ് വേണുവിന്റെ ചുണ്ടോടടുപ്പിച്ചു പിടിച്ചു പറഞ്ഞു. "ഇതു കുടിക്കൂ." അയാൾ വിമ്മിഷ്ടത്തോടെ ഒന്നുരണ്ടു കവിൾ ഇറക്കിയിട്ടു പറഞ്ഞു. "ഓ വല്ലാത്ത തലവേദന. ആ മേശയുടെ വലിപ്പിൽനിന്നും രണ്ടു തലവേദനഗുളികകൾ എടുത്തു തരുമോ?"

അവൾ വേഗം ഗുളിക എടുത്തുകൊടുത്തു. അയാൾ ബാക്കിവെള്ളം കൂടി കുടിച്ചു തീർത്തിട്ട് ഗ്ലാസ് നീട്ടി.

"ആവൂ തല പൊട്ടാൻ പോകുന്നതുപോലെ." തലയുടെ രണ്ടുവശവും കൈകൾ അമർത്തി അയാൾ ആരോടെന്നില്ലാതെ പറഞ്ഞു. പാവം! വളരെ വേദന അനുഭവിക്കുന്നുണ്ടാവണം. അവൾക്കു അയാളോടു വളരെ സഹതാപം തോന്നി.

"ഗുളിക കഴിച്ചല്ലോ. ഇനിയും വേഗം വേദന കുറയും, ഒന്നു ഉറങ്ങാൻ ശ്രമിക്കുമെങ്കിൽ!" അത്രയും പറയാതിരിക്കാൻ അവൾക്കു കഴിഞ്ഞില്ല. ഗ്ലാസു വാങ്ങി മേശപ്പുറത്തുവെച്ചിട്ട് അവൾ പുറത്തിറങ്ങി ചുറ്റുപാടും നോക്കിയപ്പോൾ വരാന്തയിൽ മറ്റേയറ്റത്ത് അമ്മാവൻ ചുരുണ്ടുകൂടി ഉറക്കമാണ്.

നേരം വെളുത്തു പനി കുറഞ്ഞപ്പോൾ വേണുവിന്റെ മനസ്സിൽ തലേദിവസത്തെ സംഭവം തെളിഞ്ഞുവന്നു. തൊണ്ടവരണ്ട് അതിവിവശനായ തനിക്ക് വെള്ളവുമായെത്തിയ ആ വെളുത്തു മെലിഞ്ഞ പെൺകുട്ടി! അലിവു നിറഞ്ഞ അവളുടെ സ്വരം! ആ വെള്ളം കവിൾ കൊണ്ടപ്പോൾ തനിക്ക് എത്ര ആശ്വാസമാണ് അനുഭവപ്പെട്ടത്! കഷ്ടം! അവളെന്ന ഒരു വ്യക്തി ആ വീട്ടിൽ ഉള്ളതായിപ്പോലും കണക്കാക്കാതെയാണ് താൻ

ഇതുവരെ പെരുമാറിയിട്ടുള്ളത്. അതിന്റെ പ്രധാന കാരണം ചേട്ടത്തിയമ്മയെ മുഷിപ്പിക്കേണ്ട എന്നു കരുതിയാണെങ്കിലും! എന്നിട്ട് അവളാണ് തന്റെ നിസ്സഹായതയിൽ അലിവൂറി സഹായവുമായി എത്തിയത്. പെട്ടെന്ന് അവളോടു തനിക്ക് വലിയ കടപ്പാടുള്ളതായി തോന്നി. തീർച്ചയായും സുഖമായാലുടൻ അവളോടു നന്ദി പ്രകടിപ്പിക്കണം.

ദീനം പൊറുത്ത് ഒന്നുരണ്ട് കുളിച്ച്. മുഖത്താകെ ചുവന്ന വടുക്കളുമായി ഹോസ്പിറ്റലിൽ പോകാൻ എന്തോ ഒരു വിഷമം പോലെ. കുറേ നാളത്തേക്ക് ഈ പാടുകളുടെ തെളിവ് കരിയുന്നതുവരെ എല്ലാവർക്കും താനൊരു കാഴ്ചവസ്തുവായിരിക്കും.

പത്ത്

ദീനം പൊറുത്ത് ആദ്യമായി ഹോസ്പിറ്റലിൽ പോയ ദിവസമാണ്. ഉച്ചയ്ക്കു ജോലികഴിഞ്ഞപ്പോൾ കാന്റീനിൽ പോയി ഊണുകഴിച്ച് ലൈബ്രറിയിൽ പോയി ഇരുപ്പായി. എന്തായാലും ഇന്നു ഇന്ദുവിനെ കാണണം. എത്ര നാളുകളായി കണ്ടിട്ട്! ചുവന്ന് തുടുത്ത കവിളുകളും സദാ പുഞ്ചിരി വിടരുന്ന ചുണ്ടുകളും മനസ്സിൽ തെളിഞ്ഞു. തന്നെപ്പോലെതന്നെ അവൾക്കും ഇത്ര ദിവസങ്ങൾ തമ്മിൽ കാണാനൊക്കാത്തതിൽ മനസ്താപം കാണുമായിരിക്കും. കോളേജ് വിട്ടവൾ ഹോസ്റ്റലിൽ വന്നാലേ കാണാൻ തരപ്പെടുകയുള്ളൂ. അതുവരെ ലൈബ്രറിയിൽ തന്നെ കഴിച്ചുകൂട്ടാമെന്നയാൾ ഉറച്ചു. അഞ്ചുമണി കഴിഞ്ഞപ്പോഴേക്കും ഹോസ്റ്റലിലേക്കു തിരിച്ചു. വളരെയധികം പരിചയക്കാരുള്ള ആ പെൺകുട്ടികളുടെ സങ്കേതത്തിലേക്ക് മുഖംനിറച്ചു കലകളുമായി ചെന്നുകേറാൻ അല്പം സങ്കോചം തോന്നി. പക്ഷേ, ഭാഗ്യമെന്നേ പറയേണ്ടൂ. ഹോസ്റ്റലിലെ തോട്ടത്തിൽവെച്ചുതന്നെ ഇന്ദുവിനെ കാണാൻ കഴിഞ്ഞു. തന്നെ കണ്ടപ്പോൾ ഇന്ദു അമ്പരപ്പോടെ വാ തുറന്നു ചുണ്ടത്തു വിരൽ വെച്ചുപോയി.

"ഈശ്വരാ! മുഖം നിറച്ചു പാടുകളാണല്ലോ – വേണുവേട്ടൻ എല്ലാം പൊറുത്തിട്ടുതന്നെയാണോ വന്നത്?"

താനറിയാതെ ഒന്നു രണ്ടു ചുവടുകൾ പുറകോട്ടുവെച്ചിട്ടു അവൾ വീണ്ടും ചോദിച്ചു.

"പകർച്ചയുടെ സമയം ഒക്കെ കഴിഞ്ഞോ?"

അവളെ കണ്ടയുടനെ ഉടലെടുത്ത ഉന്മേഷം മുഴുവൻ പൊട്ടിച്ചൊഴിച്ച സോഡായുടെ പതപോലെ നിമിഷത്തിൽ കെട്ടടിഞ്ഞു. ഇത്രയും നാൾ സുഖമില്ലാതെ തമ്മിൽ ഒന്നു കാണാൻപോലും കഴിയാതെ കഴിഞ്ഞ തന്നോട് അവൾക്ക് രോഗത്തിന്റെ പകർച്ചയേക്കുറിച്ചല്ലാതെ മറ്റൊന്നും തിരക്കാനുണ്ടായിരുന്നില്ലേ? മനസ്സിൽ പെട്ടെന്നുണ്ടായ മടുപ്പ് ഒന്നും പുറത്തുകാട്ടാതെ ചിരിച്ചുകൊണ്ടയാൾ പറഞ്ഞു.

"ഞാൻ ഒരു ഡോക്ടർ അല്ലേ? അങ്ങനെ ക്വാറൻടൈയിൻ പിരീഡ്

കഴിയാതെ മറ്റുള്ളവരുടെ ഇടയിൽ കടക്കുമോ? ഇന്ദു പേടിച്ചുപോയി ഇല്ലേ?" താൻ പറഞ്ഞതു വേണുവിനു വിഷമം ഉണ്ടാക്കി കാണാമെന്ന് ഊഹിച്ചിട്ട് ഇന്ദു വേഗം പറഞ്ഞു. "അയ്യോ വേണുവേട്ടൻ തെറ്റിദ്ധരിച്ചോ? എനിക്കു പേടിയും മറ്റും ഇല്ല. വേണുവേട്ടന്റെ വെളുത്ത മുഖത്ത് ഇത്ര യധികം പാടുകൾ ഒത്തുകണ്ടപ്പോൾ എന്തോ അങ്ങനെ പറഞ്ഞുപോയ താണ്."

അയാൾ നിസ്സാരഭാവത്തിൽ പറഞ്ഞു. "ഓ എനിക്കതിൽ പരിഭവ വുമില്ല. ഇങ്ങനത്തെ രോഗങ്ങൾ പേടിക്കാത്ത മനുഷ്യരുണ്ടോ? ആട്ടെ ഞാൻ വന്നത് ഇന്ദു നാളെ സിനിമ കാണാൻ വരുമോ എന്നറിയാനാണ്. ഇത്രയുംനാൾ മുറിക്കകത്ത് ഒറ്റയ്ക്കു കഴിയുകയല്ലായിരുന്നോ? ബോറ ടിച്ചു നാശമായി! സിനിമ കണ്ടു രസിക്കാമെന്നു കരുതി. പിന്നെ ഇന്ദു വിന്റെ കമ്പനിയുമുണ്ടെങ്കിൽ ബഹുരസമായിരിക്കും."

"അയ്യോ വരണമെന്നുണ്ട്. പക്ഷേ, നാളെ എനിക്ക് ഒരു പാർട്ടിയുണ്ട്. എന്റെ റൂംമേറ്റ് സേതുവില്ലേ– അവളുടെ പിറന്നാളാണ്. അവളെ നിരാശ പ്പെടുത്തുന്നതെങ്ങനെ?"

"ഓ സാരമില്ല. സിനിമ ഇനിയും കാണാമല്ലോ. ഞാൻ പോകുന്നു."

"ഇതുവഴി പോകുന്ന പെൺകുട്ടികൾക്കെല്ലാം കാഴ്ച വസ്തുവായി നില്ക്കയാണ് ഞാനിപ്പോൾ." അയാൾ വേഗം തിരിഞ്ഞു നടന്നു.

കോളേജ് കോമ്പൗണ്ടിനു വെളിയിലുള്ള ബസ് സ്റ്റോപ്പിൽ വന്ന പ്പോൾ സിറ്റിയിലേക്കു പോകുന്നോ അതോ വീട്ടിലേക്കു മടങ്ങുന്നോ എന്നു സംശയിച്ചു നിന്നു. തന്റെ ഏകാന്തവാസം അവസാനിച്ച് ഇന്ന് സിറ്റിയിൽ പോയി ഒന്നാഘോഷിക്കണമെന്ന് കരുതിയതാണ്. പക്ഷേ, ഇപ്പോൾ ഒന്നിനും ഉത്സാഹം തോന്നുന്നില്ല. ഒടുവിൽ വീട്ടിലേക്ക് മടങ്ങാ മെന്നുറച്ചു. വീട്ടിൽ എത്തിയപ്പോൾ ശങ്കരൻ ഗേറ്റിനു വെളിയിലായി റോഡിലെ കലുങ്കിൽ ഇരിപ്പുണ്ട്. അതിന്റെ അർത്ഥം ചേടത്തിയമ്മയും പാറുവും അമ്പലത്തിലും ചേട്ടൻ പതിവുപോലെ നടപ്പുപരിപാടിക്കും തിരിച്ചു കഴിഞ്ഞു എന്നാണ്. വീട്ടിനുള്ളിൽ ആകെ നിശ്ശബ്ദത. ഉണ്ണിക്കു ട്ടൻ അമ്മ കുളിച്ചിറങ്ങാൻ കാത്തുനില്ക്കുകയാണ്. അപ്പോഴിന്ന് റോസിയെ കണ്ടു താൻ ഒരു നന്ദിവാക്കുപോലും പറഞ്ഞിട്ടില്ലെന്ന് ഓർമ്മ വന്നത്.

മുറിയിൽ ചെന്ന ഉടൻ പടിഞ്ഞാറോട്ടുള്ള വാതിൽ തുറന്നിട്ടു. അന്തിമ സൂര്യന്റെ ചെങ്കതിരുകൾ മുറിക്കുള്ളിൽ പ്രകാശം പരത്തി. ഒപ്പം കുടമു ല്ലപ്പൂക്കളുടെ മാദകമായ സുഗന്ധവും! കസേര ജനലിന്റെ അരികിലേക്ക് വലിച്ചു നീക്കിയിട്ട് അയാൾ ദൂരെയായി കാണുന്ന വേളിക്കായലിന്റെ ഭംഗി ആസ്വദിച്ചു. എത്രനേരമങ്ങനെ ഇരുന്നുവെന്നറിഞ്ഞില്ല. താഴെ തോട്ട ത്തിൽ ഉണ്ണിക്കുട്ടന്റെ ശബ്ദം കേൾക്കാം. അവൻ എന്തിനോവേണ്ടി നിർബ്ബന്ധം പിടിക്കുകയാണ്. "അമ്മ വരൂ എനിക്കു പൂ പറിച്ചുതാ! വരൂ. വരൂ; അയാൾ ജനാലയിൽക്കൂടി താഴേക്കു നോക്കി. വേപ്പുമരത്തിൽ പടർന്നു കിടക്കുന്ന വള്ളി റോസിലെ പൂക്കുല ചൂണ്ടിക്കാണിച്ചുകൊണ്ട്

ഉണ്ണിക്കുട്ടൻ അമ്മയെ വീണ്ടും വീണ്ടും വിളിക്കയാണ്. അയാൾ കൗതുകത്തോടെ നോക്കി നിന്നു.

അതാ മുറ്റത്തിന്റെ ഒരു കോണിൽ റോസി പ്രത്യക്ഷപ്പെട്ടു. ശങ്കിച്ചു ശങ്കിച്ചാണ് മുന്നോട്ടുവന്നത്. പതിവുപോലെ സാരികൊണ്ട് തോളുമൂടിയിരുന്നില്ല. പകരം കറുത്തു ചുരുണ്ട് ഇടതൂർന്ന മുടി. സ്ത്രീയുടെ തലമുടിക്ക് ഇത്രയധികം സൗന്ദര്യമുണ്ടെന്ന് അയാൾക്ക് ഇതിനുമുമ്പ് ഒരിക്കലും തോന്നിയിട്ടില്ല– നിലാവുള്ള രാത്രികളിൽ മിന്നുന്ന ഓളങ്ങൾ സൃഷ്ടിച്ചുകൊണ്ട് കറുത്തുപരന്നുകിടക്കുന്ന വേളിക്കായലിന്റെ ജലപ്പരപ്പുപോലെ!

വേപ്പിന്റെ ചുവട്ടിൽ വന്നു റോസി കൈ എത്തിച്ചു നോക്കി. കൊമ്പു ചായിച്ചു നോക്കി. രക്ഷയില്ല. പൂക്കുല വളരെ ഉയരത്തിലാണ്. അവളുടെ പൂ പറിക്കാനുള്ള വിഫലശ്രമം കണ്ട് അയാൾ അറിയാതെ മന്ദഹസിച്ചുപോയി.

"അമ്മ പൊക്കത്തിൽ ചാടിയാൽ കിട്ടും." ഉണ്ണിക്കുട്ടൻ അമ്മയ്ക്കു നിർദ്ദേശം കൊടുത്തു. നാലുപാടും നോക്കിയിട്ട് അവൾ വീണ്ടും കൈ എത്തിച്ചു ചാടിനോക്കി. ഫലം നിരാശാജനകം. ഉണ്ണിക്കുട്ടൻ കൈകൾ കൊട്ടി പൊട്ടിച്ചിരിച്ചു. "അമ്മ തോറ്റു. അമ്മ തോറ്റു." അയാൾക്കു ചിരിക്കാതിരിക്കാൻ കഴിഞ്ഞില്ല. റോസിയെ നേരിട്ടുകാണാൻ പറ്റിയ അവസരം ഇതാണ്. അയാൾ വേഗം എണീറ്റു താഴേക്കിറങ്ങി. അവളുടെ തൊട്ടുപുറകിൽ അയാൾ എത്തിയപ്പോഴാണ് അവൾ കണ്ടത്. മുഖത്തു ജാള്യത പരന്നില്ലേ! അവൾ വേഗം അകത്തേക്കു പോകാനായി കാൽവെച്ചപ്പോൾ അയാൾ പറഞ്ഞു. "ഒന്നു നില്ക്കൂ. കുറച്ചു ദിവസങ്ങളായി കണ്ട് ഒന്ന് സംസാരിക്കാൻ കാത്തിരിക്കയായിരുന്നു. പക്ഷേ, പുറത്തെങ്ങും കണ്ടതേയില്ല." പെട്ടെന്ന് ഉണ്ണിക്കുട്ടനോടായി പറഞ്ഞു. "മോന് ഇതാ പൂ പറിച്ചുതരാം." അയാൾ ഒറ്റച്ചാട്ടത്തിൽ ഒരു പൂക്കുല മുഴുവൻ കൈക്കലാക്കി ഉണ്ണിക്കുട്ടനു നീട്ടി. അവൻ ആർത്തു ചിരിച്ചു. അയാൾ റോസിയുടെ മുഖത്തേക്കു നോക്കി. എപ്പോഴത്തേയും പോലെ ആ മുഖം വിഷാദമൂകമായിരുന്നു. അയാൾ പറഞ്ഞു. "ഞാൻ തീരെ നന്ദികെട്ടവനാണെന്ന് വിചാരിച്ചുകാണും. അന്നു ചെയ്ത ഉപകാരത്തിന് ഒരു താങ്ക്സ് പോലും പറഞ്ഞില്ല. അന്നു ഞാൻ അനുഭവിച്ച വിഷമം! വാസ്തവത്തിൽ ആ വെള്ളം അകത്തു ചെന്നപ്പോഴാണ് ജീവൻ നേരെ വീണത്. ഒന്നും ഓർക്കാതെ എന്റെ നിലവിളി കേട്ട് അരികിൽ വരാൻ തോന്നിയ ആ നല്ല മനസ്സിന് നന്ദി."

"അയ്യോ എന്തു നന്ദി പറയാനാണ് ഇതിന്? ഞാൻ അകത്തേക്കു പോകട്ടെ!" അയാളുമായി ഉദ്ദേശിക്കാതെ ഏർപ്പെടേണ്ടിവന്ന സംഭാഷണത്തിൽ നിന്നു വേഗം പിന്മാറാൻ അവൾ വെമ്പി. വേണു വേഗം അവളുടെ മുമ്പിലേക്കു നീങ്ങി. "ഇതാ ഒരു മിനിറ്റുകൂടി. എന്തെങ്കിലും ആവശ്യമുണ്ടെങ്കിൽ എന്നോടു പറയാൻ മടിക്കരുതേ!" "ഇല്ല" എന്നു പറഞ്ഞുകൊണ്ട് അവൾ അകത്തേക്ക് ഓടി.

പതിനൊന്ന്
പുതിയ ബന്ധങ്ങൾ

പിറ്റെ ദിവസം വൈകിട്ട് വേണു തനിച്ച് സിനിമയ്ക്കു പോകാൻ തീരുമാനിച്ചു. മഴയായതുകൊണ്ട് മറ്റെങ്ങും പോകാനും നിവൃത്തിയില്ല. പക്ഷേ, ബസു പുത്തൻ കച്ചേരിയുടെ മുമ്പിൽ നിർത്തിയപ്പോൾ അവിടെയിറങ്ങാമെന്നുറച്ചു. ഇന്ദു സേതുവിന്റെ ബർത്ത്ഡേ പാർട്ടിക്കു വരുമെന്നല്ലേ പറഞ്ഞത്. ഒന്നുമറിയാത്ത മട്ടിൽ അങ്ങോട്ട് ഒന്നുചെന്നാലോ! ഇന്ദുവിൽ കൂടി സേതുവിനെയും അയാൾക്കു നല്ല പരിചയമുണ്ട്.

പിറന്നാൾ വിരുന്നു നടക്കുന്ന ഹോട്ടലിൽ അയാൾ എത്തിയപ്പോൾ അവിടെ സേതുവും ഇന്ദുവും പുഷ്പയും മറ്റു നാലഞ്ചു ആൺകുട്ടികളും നില്ക്കുന്നതു കണ്ടു. എല്ലാവരും വന്നുചേരാത്തതുകൊണ്ട് അവർ കാത്തു നില്ക്കുകയായിരിക്കും. സേതുവാണ് തന്നെ ആദ്യം കണ്ടത്! അവൾ വേണുവിനെ ഇന്ദുവിന് വിളിച്ചു ചൂണ്ടിക്കാണിച്ചുകൊടുത്തിട്ട് പറഞ്ഞു. “ഇതാ ഇന്ദുവിന്റെ വേണുവേട്ടൻ വരുന്നു.” അയാളെ കണ്ടയുടൻ ഇന്ദു ചിരിച്ചുവെങ്കിലും മുഖത്ത് ഒരു വിളർച്ച. അയാൾ സേതുവിനോടായി തമാശയ്ക്കു പറഞ്ഞു. “ആ ഇന്ന് സേതുവിന്റെ പിറന്നാളല്ലേ– ഹാപ്പി ബർത്ത്ഡേ! അതിന്റെ കൂടെ പാർട്ടിക്കു വിളിക്കാത്തതിൽ ശക്തിയായി പ്രതിഷേധവും.”

സേതു വേഗം പറഞ്ഞു.

“അയ്യോ, സാർ! ഇന്ന് എന്റെ പിറന്നാളെന്നാരു പറഞ്ഞു. ഇതു ശ്രീധരനു ഫുട്ബോളിന് സ്റ്റേറ്റ് സെലക്ഷൻ കിട്ടിയതിന്റെ പാർട്ടിയാണ്.” ആൺകുട്ടികളുടെ കൂട്ടത്തിൽ പൊക്കം കുറഞ്ഞു നല്ല തടിയുള്ള ഒരു ചെറുപ്പക്കാരനെ ചൂണ്ടിക്കാണിച്ചിട്ടു സേതു പറഞ്ഞു. ഇന്ദുവിന്റെ മുഖമാകെ വിളറി വെളുത്തു. വേണുവിന്റെ ഹൃദയത്തിലും ഒരു കോളിളക്കം! അപ്പോൾ ഇന്ദു തന്നോട് തലേദിവസം പറഞ്ഞത് കളവാണ്. ശ്രീധരന്റെ പാർട്ടിക്ക് പെണ്ണുങ്ങളായി സേതുവും ഇന്ദുവും മാത്രം! പക്ഷേ, യാതൊരു ഭാവവ്യത്യാസവും കൂടാതെ തന്നെ അയാൾ ചിരിച്ചുകൊണ്ടു പറഞ്ഞു.

“നിങ്ങളെയെല്ലാം ഒന്നിച്ചു ഇവിടെ കണ്ടപ്പോൾ ഞാൻ ചുമ്മാതെയൊരു ഗസ്സിങ് നടത്തിയെന്നേയുള്ളൂ. ആട്ടെ ഞാൻ നടക്കട്ടെ.”

അയാൾ മെയിൻറോഡിലെ സന്ധ്യാനേരത്തുള്ള ആൾത്തിരക്കിൽ അലിഞ്ഞുചേർന്നു. മനസ്സിൽ ആകെ ഒരു ഉദാസീനത! അപ്പോൾ ഇന്ദു തന്നോടുകാണിച്ച ലോഹ്യത്തിന്റെയും അടുപ്പത്തിന്റെയും അർത്ഥം എന്താണ്! അവൾക്കു തന്നോടു എന്തെങ്കിലും പ്രത്യേകതയുണ്ടെങ്കിൽ തന്നോടെന്തിനു കള്ളം പറഞ്ഞു? ശ്രീധരന്റെ പാർട്ടിക്കുപോകയാണെന്ന് പറഞ്ഞാൽ താൻ തെറ്റിദ്ധരിക്കുമെന്ന് ശങ്കിച്ചാണോ? കഷ്ടം! എങ്കിൽ അതിന്റെ ആവശ്യമുണ്ടായിരുന്നില്ല. താൻ അതുകണ്ട് പഴഞ്ചൻ മനസ്ഥിതിക്കാരനും മറ്റുമല്ല. ഒരു മിക്സ്ഡ് കോളേജിൽ പഠിക്കുമ്പോൾ

ഇതൊക്കെ സാധാരണ സ്വഭാവങ്ങളല്ലേ! അവൾ തന്നെ കുറച്ചുകൂടി മന സ്സിലാക്കി എന്നോട് ഹൃദയം തുറന്നു പെരുമാറിയിരുന്നെങ്കിൽ എന്നാ ശിച്ചുപോയി. ഓവർബ്രിഡ്ജിന്റെ അടുക്കൽ എത്തിയപ്പോൾ മഴ തുള്ളി യായി ചാറാൻ തുടങ്ങി. ഇനിയും വീട്ടിലേക്കു മടങ്ങുകയാണ് നല്ലതെന്നു അയാൾക്കുതോന്നി. അയാൾ ആ ബസ് സ്റ്റാൻഡിൽ കയറി നിന്നു. വള രെയാളുകൾ അവിടെ കൂടി നില്പുണ്ട്. അവരുടെ ഇടയിൽ ഒരു പയ്യൻ തകരം കൊണ്ടുണ്ടാക്കിയ കാളവണ്ടികൾ വില്ക്കാനുള്ള ശ്രമമാണ് ആരും ശ്രദ്ധിക്കുന്നില്ലങ്കിലും കൈയിൽ കാളവണ്ടിയും ഉയർത്തിപ്പിടിച്ച് അവൻ ഓരോരുത്തരോടും പറഞ്ഞു.

"സാറെ! വെറും നാലയണേയുള്ളൂ! ഇന്നു ഒന്നും കഴിച്ചില്ല. അമ്മ വയ്യാതെ കിടപ്പാ! ഇതാ നാലുപാടുള്ള ഓടുന്ന വണ്ടി."

പെട്ടെന്ന് ഒന്ന് വാങ്ങിയാലോ എന്നു വേണുവിന് തോന്നി. ഉണ്ണിക്കു ട്ടന് കൊടുക്കാം. അവനു തീർച്ചയായും ഇഷ്ടപ്പെടാതിരിക്കില്ല.

വീട്ടിൽ എത്തിയപ്പോൾ നല്ലവണ്ണം ഇരുട്ടിക്കഴിഞ്ഞു. തിണ്ണയിൽ മാത്രമേ ലൈറ്റ് ഇട്ടിരുന്നുള്ളൂ. അതിന്റെ അർത്ഥം ശങ്കരനുൾപ്പെടെ എല്ലാ വരും പുറത്തുപോയിരിക്കുന്നു എന്നാണ്. അയാൾ കോണി കയറിത്തു ടങ്ങിയപ്പോൾ പുറകുവശത്തെ വരാന്തയിൽ ഉണ്ണിക്കുട്ടന്റെ ശബ്ദം കേട്ടു.

"അമ്മ എന്തിനാ കരയുന്നേ!"

അയാൾ വേഗം തിരിച്ചിറങ്ങി വരാന്തയിലേക്കു ചെന്നു. മുറ്റത്തു തളം കെട്ടിയിരുന്ന ചെളിവെള്ളത്തിൽ ദൃഷ്ടിയുറപ്പിച്ചു റോസി വരാന്തയുടെ പടിയിൽ ഇരിക്കുകയാണ്. അവളുടെ ദേഹത്തു ചാരി ഉണ്ണിക്കുട്ടനും!

"റോസി"

അയാൾ പതുക്കെ വിളിച്ചു.

അവൾ ഞെട്ടിത്തിരിഞ്ഞുനോക്കി.

"ഞാൻ അങ്ങനെ വിളിച്ചോട്ടെ."

അയാൾ ചോദിച്ചുതീർന്നപ്പോഴാണ് അവളുടെ കരഞ്ഞു കലങ്ങിയ കണ്ണുകൾ കണ്ടത്.

കഷ്ടം! ആ കുട്ടിയോടു താനെന്താശ്വാസമാണ് പറയേണ്ടത്! എങ്കിലും പറഞ്ഞു.

"നോക്കൂ! ഇങ്ങനെ കരഞ്ഞാലോ! ഉണ്ണിക്കുട്ടനെ ഓർത്തെങ്കിലും സമാധാനിക്കാൻ ശ്രമിക്കൂ! വിരോധമില്ലെങ്കിൽ എല്ലാ വിഷമങ്ങളും എന്നോടു തുറന്നുപറയൂ. ഏതുദുഃഖവും പങ്കിടുമ്പോൾ കുറയുമെന്ന് തീർച്ചയാണ്."

അവൾ വേഗം എണീറ്റ് വരാന്തയുടെ തൂണിൽ ചാരിനിന്ന് സ്വര ത്തിന്റെ പതറിച്ച പണിപ്പെട്ടടക്കിയിട്ട് പറഞ്ഞു.

"വെറുതെയിരിക്കുമ്പോൾ പലതും ഓർത്തുപോകുന്നു."

"നോക്കൂ വായിക്കുന്നത്. ഇഷ്ടമല്ലെ – ചേട്ടത്തിയമ്മയുടെ മുറിയിൽ ധാരാളം പുസ്തകങ്ങൾ ഇരിപ്പുണ്ട്. അതൊക്കെ വായിച്ച് നേരം പോക്കാൻ ശ്രമിക്കണം!"

എന്നിട്ട് അയാൾ കൈയിലുള്ള പൊതിയഴിച്ച് ഉണ്ണിക്കുട്ടന്റെ നേർക്ക് നീട്ടിയിട്ട് പറഞ്ഞു.

"ഇതാ മോനൊരു കളിപ്പാട്ടം! ഇഷ്ടമായോ?"

"അമ്മേ, ഇതാ നോക്ക്. നല്ല വണ്ടി – നമുക്ക് ഇതികേറി പാം – അങ്ങു ദൂരെ."

അവൻ ആർത്തുചിരിച്ചുകൊണ്ടു പറഞ്ഞു. അതുകേട്ടപ്പോൾ റോസി യുടെ മുഖത്തും ഒരു നേരിയ പുഞ്ചിരി പരന്നു.

അവൾ വേണുവിനോടായി പറഞ്ഞു.

"അയ്യോ ഇത് വേണ്ടിയിരുന്നില്ല! ചേട്ടത്തിയമ്മയ്ക്കു പിടിച്ചില്ലെ ങ്കിലോ?" അയാൾ ചിരിച്ചു കൊണ്ടു പറഞ്ഞു.

"ചന്ദ്രൻചേട്ടന്റെ മകന് ഞാൻ ഒരു കളിപ്പാട്ടം വാങ്ങി കൊടുത്തു കൂടെന്നുണ്ടോ? മോൻ പോയി കളിച്ചോ?"

അതു കേൾക്കാത്ത താമസം ഉണ്ണിക്കുട്ടൻ വണ്ടിയുമായി മുറിവിട്ട് ഓടി. റോസിയും പുറകെ പോകാനായി ഒതുങ്ങിയപ്പോൾ അയാൾ പറ ഞ്ഞു.

"ഇതാ ഒരു കാര്യം കൂടി – ഇനിയും കരയില്ലെന്ന് വാക്കുതരൂ."

"അവൾ പെട്ടെന്ന് നിന്നു. അയാളുടെ കണ്ണുകളിലേക്ക് മുഖമു യർത്തി നോക്കി. എന്നിട്ട് തലകുനിച്ച് പതുക്കെ പറഞ്ഞു. "ഇല്ല." മുറി യിൽ ചെന്ന് ആഴ്ചപ്പതിപ്പു വായിക്കാനായി നിവർത്തിയപ്പോൾ അയാൾ ഇന്ദുവിനെപ്പറ്റി ഓർത്തു. അപ്പോൾ പാർട്ടികഴിഞ്ഞ് ഇന്ദു ഹോസ്റ്റലിൽ എത്തിക്കാണുമോ? ആരാണീ ശ്രീധരൻ! അവർ തമ്മിലെന്താണടുപ്പം!

മൂന്നാലു ദിവസം കഴിഞ്ഞപ്പോൾ ഇന്ദുവിനെ ലൈബ്രറിയിൽ വച്ചു കണ്ടുമുട്ടി. അവൾ വേഗം അടുത്തുചെന്ന് ക്ഷമാപണസഹിതം പറഞ്ഞു.

"അന്ന് വേണുവേട്ടനോട് ഒരു കള്ളം പറയേണ്ടിവന്നു. ഒരു ആൺകുട്ടി നടത്തുന്ന പാർട്ടിക്ക് ഞാൻ പോയെന്നറിഞ്ഞാൽ കുഞ്ഞ മ്മയ്ക്ക് ഒട്ടും പിടിക്കില്ല. വേണുവേട്ടന് എന്നോട് ഒന്നും തോന്നരുത്.."

കുഞ്ഞമ്മയോടുമാത്രമേ ഒളിക്കേണ്ടിയിരുന്നുള്ളൂ എങ്കിൽ തന്നോടു സത്യം പറയാമായിരുന്നില്ലേ! ഇന്ദുവിനുവേണ്ടി കുഞ്ഞമ്മയോടു പറയാ തിരിക്കാൻ തനിക്ക് കഴിയില്ലെന്ന് എന്തുകൊണ്ട് ഇന്ദുകരുതി – പക്ഷേ, അയാൾ ഒന്നും ചോദിച്ചില്ല. അവൾ വീണ്ടും പറഞ്ഞു.

"ഈ ശനിയാഴ്ച ഞാൻ വരുന്നുണ്ട്. നമുക്ക് ദേവദാസിനെ കാണാൻ പോകാം."

തന്നെ സന്തോഷിപ്പിക്കാനാണോ അവൾ വേഗം സിനിമാപ്രോഗ്രാം ഇട്ടത്! വിചിത്രമായ സ്വഭാവംതന്നെ. അവളുടെ മനസ്സിന്റെ തനിനിറം കണ്ടെത്താൻ തനിക്കൊരിക്കലും കഴിയുമെന്നു തോന്നുന്നില്ല. എന്താ യാലും ആരെയും മുഷിപ്പിക്കാതിരിക്കാനുള്ള അവളുടെ കഴിവു സമ്മ തിക്കേണ്ടിയിരിക്കുന്നു. വേണു ഓർത്തുപോയി.

പക്ഷേ, അത്തവണ സിനിമയ്ക്കു പോയപ്പോൾ വേണുവിന് എന്തു കൊണ്ടോ വലിയ ഉത്സാഹം തോന്നിയില്ല.

പന്ത്രണ്ട്

ദിവസങ്ങൾ നീങ്ങിക്കൊണ്ടിരുന്നു. ഉണ്ണിക്കുട്ടൻ വേണുവുമായി അടുത്തു. ചിലപ്പോൾ ആരും കാണാതെ അവൻ കോണി കയറി മുകളിലേക്ക് പോകും. അവൻ വരുമ്പോഴെല്ലാം അയാൾ അവന് മിഠായിയോ പഴങ്ങളോ എന്തെങ്കിലും കൊടുക്കും. പക്ഷേ, റോസിയെ വളരെ ചുരുക്കമേ കണ്ടിരുന്നുള്ളൂ. അയാൾ അവളുമായി വർത്തമാനത്തിന് ഒന്നുരണ്ടവസരങ്ങളിൽ ഒരുങ്ങിയെങ്കിലും അവൾ കഷ്ടിച്ച് ചോദിച്ചതിന് ഉത്തരം പറഞ്ഞൊഴിയുകയാണുണ്ടായത്.

നേർത്തുമെലിഞ്ഞ് വാടിത്തളർന്ന് വേദന നിറഞ്ഞ കണ്ണുകളുമായി അവളെ ആ വീട്ടിനുള്ളിൽ കാണുമ്പോൾ നിലാവിന്റെ ചുംബനമേല്ക്കാതെ ആമ്പൽ പൊയ്കയുടെ ഇരുണ്ട കോണിൽ തല കുമ്പിട്ട് നില്ക്കുന്ന വെള്ളാമ്പൽ പൂവിനെ ഓർത്തുപോകും. ചന്ദ്രൻ എത്ര ഉച്ചത്തിൽ ശോഭിച്ചാലും ആ ഇരുണ്ട കോണിൽ വെള്ളികിരണങ്ങൾ എത്തിച്ചേരുമോ ആവോ?

ഇന്ദുവിനെ കോളേജിൽവെച്ച് കാണാറുള്ളപ്പോഴെല്ലാം അവൾ അയാളോടു വളരെ ഉത്സാഹവും സന്തോഷവും പ്രകടിപ്പിച്ചു. എങ്കിലും അവൾക്ക് തന്നോടുള്ള ഹൃദയഭാവം എന്താണെന്ന് ഒരു ഉറപ്പിൽ എത്താൻ അയാൾക്ക് കഴിഞ്ഞില്ല. അതിന് മറ്റു ചില കാരണങ്ങളും ഉണ്ടായി. രണ്ടുമൂന്നു പ്രാവശ്യം അവളെ ശ്രീധരനുമായി കാന്റീനിൽവെച്ചു കണ്ടു. അയാളുടെ മനസ്സിൽ സംശയങ്ങൾ രൂപംകൊണ്ടു. ശ്രീധരനും ഇന്ദുവുമായി സതീർത്ഥ്യർ എന്നതിൽ കൂടുതൽ അടുപ്പമുണ്ടോ? ഈ ശ്രീധരൻ ആരാണെന്നു മനസ്സിലാക്കാൻവേണ്ടി ഒരുദിവസം അനാട്ടമി ട്യൂട്ടർ ജോർജ് ജോസഫിനെ കാണാനുള്ള ഭാവത്തിൽ ഡിസ്ക്ഷൻ ഹോളിൽ ചെന്നു. അങ്ങനെ ശ്രീധരനെപ്പറ്റിയുള്ള വിവരങ്ങൾ അറിഞ്ഞു. അയാൾ മദ്രാസ് മെഡിക്കൽകോളേജിൽനിന്നും റ്റി സി വാങ്ങി ഈ പുതിയവർഷം തിരുവനന്തപുരം കോളേജിൽ വന്നുചേർന്നിരിക്കയാണ്. കേന്ദ്രഗവൺമെന്റിലെ ഒരു ഉയർന്ന ഉദ്യോഗസ്ഥന്റെ ഏകപുത്രൻ! അപ്പോഴതായിരിക്കും ഇന്ദുവിന് ശ്രീധരനോടുള്ള പ്രത്യേക മമത–വേണു ചിന്തിച്ചുപോയി! പ്രൈമറിസ്കൂൾ അദ്ധ്യാപകനായിരുന്ന ശങ്കരൻനായരുടെ പുത്രനും ശ്രീധരനും തമ്മിലുള്ള അന്തരം വളരെയല്ലേ!

ഓണാവധിക്ക് തൊട്ടുമുൻപാണ്! ഒരുദിവസം വേണു കാന്റീനിൽവെച്ച് ജോർജ്ജ് ജോസഫിനെക്കണ്ടു. അയാൾ പറഞ്ഞു. "നാളെ സെക്കന്റ് ഇയേഴ്സിനെ കേപ്പിൽ എസ്കേർഷന് കൊണ്ടുപോകുകയാണ്. വല്ലപ്പോഴും ഒരു രസമൊക്കെ വേണ്ടേ! താനും കൂടെവാ– ഒന്നുരണ്ടു സീറ്റ് അധികമുണ്ട്." പിറ്റേദിവസം വൈകിട്ടെങ്കിലും വീട്ടിലെത്തണമെന്നും അമ്മയോടൊത്ത് ഉത്രാടവും തിരുവോണവുമെങ്കിലും കഴിയണമെന്നും നേരത്തെ തീരുമാനിച്ചതാണ്. അപ്പോഴാണ് ജോർജ്ജ് ജോസഫിന്റെ കന്യാകുമാരിയിലേക്കുള്ള ക്ഷണം.

പതിമൂന്ന്

ഇന്ദു കൂടിയുള്ളതുകൊണ്ട് പോകാൻ ഉത്സാഹം തോന്നി. അവളുമായി അടുക്കാൻ പറ്റിയ ഒരവസരം കൈവന്നിരിക്കയാണ്. ജോർജ് ജോസഫിന്റെ ക്ഷണം സ്വീകരിക്കാൻ തന്നെ തീരുമാനിച്ചു. ഉത്രാടത്തിന്റെ അന്നു കാലത്ത് അഞ്ചുമണിക്കുള്ള എക്സ്പ്രസിൽ വീട്ടിലെത്തിക്കളയാം!

പിറ്റേദിവസം കാലത്ത് താൻ കന്യാകുമാരിയിൽ പോകുകയാണെന്നും വരാൻ താമസിച്ചേക്കുമെന്നും പറഞ്ഞപ്പോൾ ജാനകിയമ്മ പറഞ്ഞു.

“ഇന്ദു പോകുന്നു എന്ന് ഫോൺ ചെയ്തിരുന്നു. കടലിൽ ഒക്കെ സൂക്ഷിച്ചുവേണം ഇറങ്ങാൻ എന്നവളോടു പറഞ്ഞേക്കണം!”

ആ ദൗത്യം വേണുവിന് സന്തോഷകരമായിരുന്നു.

രണ്ടു വലിയ ബസുകളിലാണ് അവർ പോയത്. പലവർണ്ണച്ചിറകുകൾ ഉള്ള പൂമ്പാറ്റകളെപ്പോലെ നിറപ്പകിട്ടുള്ള സാരികളിൽ പൊതിഞ്ഞ പെൺകുട്ടികൾ! ഏതാണ്ട് അവരുടെ ബ്ലൗസുകൾപോലെ തന്നെ പൂക്കളും കള്ളികളുമുള്ള സ്ലാക്കുകൾ ധരിച്ച ആൺകുട്ടികൾ! വേണുവിന്റെ കണ്ണുകൾ ആ ഉല്ലാസസംഘത്തിന്റെ ഇടയിൽ ചുറ്റിത്തിരിഞ്ഞു. ഒടുവിൽ ഇന്ദുവിൽ വന്നുറച്ചു. ചെറുതും വലുതുമായ വെള്ളിനക്ഷത്രങ്ങൾ തുന്നിപ്പിടിപ്പിച്ച കറുത്തസാരി, അതേനിറത്തിലുള്ള ബ്ലൗസ്, പുതിയ ഫാഷനിലുള്ള തലക്കെട്ട്! അതിനെ അലങ്കരിക്കുന്ന പൂമാല, അവൾ പതിവിലേറെ സുന്ദരിയായി കാണപ്പെട്ടു. പക്ഷേ, അവളുടെ തൊട്ടുപുറകിലായി ശ്രീധരനെ കണ്ടപ്പോൾ അയാളുടെ മനസ്സിൽ ഊറി വന്ന ഉന്മേഷം നിലച്ചു.

വഴിയിൽ പത്മനാഭപുരം കൊട്ടാരവും കണ്ടു. ഫ്രൂട്ട് ഫാമിലും ഇറങ്ങി ഉച്ചയോടെയാണ് കേപ്പിൽ എത്തിയത്! യുഗ്മഗാനങ്ങൾ, സമൂഹഗാനങ്ങൾ, സോളോകൾ അങ്ങനെ നേരം പോയതറിഞ്ഞില്ല. വൈകിട്ട് വെയിലിന് ചൂടാറിത്തുടങ്ങിയപ്പോൾ എല്ലാവരും കടൽക്കരയിലേക്ക് നീങ്ങി. കുട്ടികൾ ഒറ്റയായും രണ്ടായും. കൂട്ടമായും തിരഞ്ഞ് മണൽപ്പറമ്പിലും പാറക്കെട്ടുകളുടെ ഇടയിലും വിഹരിച്ചു.

വേണു സാറന്മാരുടെ കൂട്ടത്തിൽ മണ്ഡപത്തിന്റെ കല്പടവുകളിൽ ഇരുന്നു. കടൽത്തീരത്തേക്ക് നോക്കിയപ്പോൾ ഇന്ദുവും ഒന്നു രണ്ട് കൂട്ടുകാരുമായി തിരകളിൽ കളിക്കുകയാണ്. ശ്രീധരനെ അടുത്തെങ്ങും കാണാനുണ്ടായിരുന്നില്ല. ഇപ്പോൾ അവളുമായി തനിച്ച് സംസാരിക്കാൻ പറ്റിയ അവസരമാണ്. ശ്രീധരൻ അവളുടെ വെറും ക്ലാസ് മേറ്റ് മാത്രമാണോ? അതോ അതിൽക്കൂടുതൽ അടുപ്പം വല്ലതും ഉണ്ടോ? അവൾ തന്നെ എങ്ങനെയാണ് കണക്കാക്കിയിരിക്കുന്നത്? ഇതെല്ലാം തനിക്കറിയേണ്ടിയിരിക്കുന്നു. അയാൾ പതുക്കെ അവിടെനിന്നും എണീറ്റ് ജോസഫിനോടായി പറഞ്ഞു.

"ഇന്ദുവിനോട് ഒരു കാര്യം പറയാൻ ചേട്ടത്തിയമ്മ പറഞ്ഞേല്പിച്ചിരുന്നു. ഞാൻ മറന്നുപോയി – അങ്ങോട്ടു ചെല്ലട്ടെ!"

അയാൾ വേഗം അവൾ നില്ക്കുന്നിടത്തേക്കുചെന്ന് വിളിച്ചു. അവൾ കൂട്ടുകാരോടു എന്തോ പറഞ്ഞിട്ട് അയാളുടെ അടുത്തേക്ക് ചെന്നു. അവളെ കൂട്ടുകാരിൽനിന്നും ഒഴിച്ചുമാറ്റിക്കൊണ്ട് പോകാനായി അയാൾ പറഞ്ഞു.

"ഇന്ദു ആ ക്യൂറിയോ ഷോപ്പുകൾവരെ എന്റെ കൂടെ ഒന്നു വരൂ. ചേട്ടത്തിയമ്മയ്ക്ക് എന്തെങ്കിലും ഒന്ന് വാങ്ങാനാണ്."

അവൾ വേഗം മറുപടി പറഞ്ഞു.

"അയ്യോ, അങ്ങനെ കൂട്ടത്തിൽനിന്നും ഒറ്റത്തിരിഞ്ഞ് വേണുവേട്ടന്റെ കൂടെതന്നെ വന്നാൽ വല്ലതും പറയും! നമ്മൾ ബന്ധുക്കൾ ആണെന്ന് എല്ലാവരും അറിഞ്ഞെന്നുവരില്ല. വേണുവേട്ടൻ തന്നെ സെലക്റ്റ് ചെയ്യൂ. തീർച്ചയായും വേണുവേട്ടന് എന്നെക്കാൾ കലാബോധമുണ്ടെന്നെനിക്കുറപ്പുണ്ട്."

വേണുവിന് പിന്നെ ഒന്നും പറയാൻ തോന്നിയില്ല. തന്നോടൊത്തു വരാൻ അവൾക്കിഷ്ടമില്ലെന്നുള്ളതു സ്പഷ്ടം! മനസ്സിന് എന്തെന്നില്ലാത്ത ഇടിപ്പു തോന്നി. അയാൾ സാവധാനം മുകളിലേക്ക് കയറിയപ്പോൾ ജോർജ്ജ് ജോസഫും ഒപ്പം എത്തി.

"എടോ അവിടെ നില്ക്ക് ഞാൻ കൂടി വരുന്നു."

വേണു അല്പം ഏകാന്തത കാംക്ഷിച്ചാണ് ഒറ്റയ്ക്കു പോന്നത്! ഇനിയിപ്പോൾ ജോർജ് ജോസഫിന്റെ ചങ്ങാത്തം കൂടി സഹിക്കേണ്ടിയിരിക്കുന്നു.

"എനിക്ക് ഇവിടെനിന്ന് എന്തെങ്കിലും ക്യൂറിയോ വാങ്ങണം. ഒരാൾക്ക് പ്രസന്റ് ചെയ്യാനുണ്ട്." അയാൾ ഒരു കള്ളച്ചിരിയോടെ പറഞ്ഞു. അങ്ങനെ അവർ രണ്ടുപേരും കേപ്പ് റോഡിന്റെ വടക്കുവശത്തുള്ള ചിന്തിക്കടകളിൽ കയറി ഇറങ്ങി. ഒടുവിൽ കക്കാകൾ കൊണ്ട് നിർമ്മിച്ച ഒരു നർത്തകിയെ വേണു വാങ്ങി. അപ്പോഴേക്കും സൂര്യൻ പടിഞ്ഞാറു ഭാഗത്തേക്കുതാണിരുന്നു. ജോർജ് ജോസഫിന്റെ അഭിപ്രായം അനുസരിച്ച് അവർ സൂര്യാസ്തമനം കാണാനായി മണൽക്കുന്നിലേക്കു നടന്നു.

"സൂര്യാസ്തമനം കണ്ടിട്ടു തിരിച്ചു മടങ്ങുകയായിരുന്നു. അവർ, കരയിലേക്കു തീപിടിച്ചതുപോലെ അന്തിച്ചുമപ്പേറ്റു മഴക്കാറുകളുടെ അരികെല്ലാം ചുമന്നുതിളങ്ങി! പെട്ടെന്ന് വളരെ താഴെയായി പാറക്കെട്ടുകളുടെ മറവിൽ ചൂണ്ടിക്കാണിച്ചിട്ട് ജോർജ് ജോസഫ് പറഞ്ഞു. അതാ അങ്ങോട്ടുനോക്കൂ! രണ്ടിണപ്രാവുകൾ! തന്റെ കസിൻ ഇന്ദുവും ശ്രീധരനുമാണ്! ഡിസ്കഷൻ ഹോളിൽ അവരുടെ ചില പ്രത്യേക നോട്ടങ്ങളും പുഞ്ചിരികളുമൊക്കെ കണ്ടപ്പോഴേ ഞാൻ സംശയിച്ചു തുടങ്ങിയതാണ്."

പാറക്കെട്ടുകളുടെ മറവ് പറ്റി മറ്റുള്ളവരിൽനിന്നും ഒഴിഞ്ഞുമാറി ഇന്ദുവും ശ്രീധരനും മുട്ടിയുരുമ്മി പരിസരം മറന്ന് അങ്ങിനെ ഇരിക്കുകയാണ്! ഒറ്റ നോട്ടത്തിൽത്തന്നെ വേണുവിന് മനസ്സിലാക്കേണ്ടത് മനസ്സി

ലായി! അയാൾ വേഗം കണ്ണുകൾ പിൻവലിച്ചു. ഇനിയും അവളെപ്പറ്റി കൂടുതലായി തനിക്കൊന്നും അറിയാനില്ല. അപ്പോൾ ഒരു വർഷത്തിൽ കൂടുതലായി അവൾ തന്നോടു കാണിച്ച അടുപ്പവും സന്തോഷവും നിരർത്ഥകമായിരുന്നു എന്തോ! ഉല്ലാസമായി തന്നോടു സംസാരിച്ചപ്പോഴും തനിക്കായി പ്രത്യേക പുഞ്ചിരികളും ഒളിനോട്ടങ്ങളും സമ്മാനിച്ചപ്പോഴും അതു പ്രേമമാണെന്ന് തെറ്റിദ്ധരിച്ച താനല്ലെ വിഡ്ഢി! എത്താത്ത പൂങ്കുല എത്തിപ്പിടിക്കാനല്ലെ താൻ ശ്രമിച്ചത്!

കേപ്പ് ഹോട്ടലിൽ എത്തുന്നതുവരെ ജോർജ്ജ് ജോസഫ് ഓരോന്നുപറഞ്ഞുകൊണ്ടിരുന്നു! പക്ഷേ, അയാളുടെ മനസ്സുമാത്രം അതിലൊന്നും ഉറച്ചില്ല. എന്തുകൊണ്ടോ ഈയിടെയായി ചേട്ടത്തിയമ്മ ആഗ്രഹിച്ചതുപോലെ താൻ ഇന്ദുവിനെയായിരിക്കും വിവാഹം ചെയ്യുന്നതെന്ന് മനസ്സിൽ കരുതി തുടങ്ങിയിരുന്നു! തനിക്ക് എന്തുകൊണ്ടും യോജിച്ച ഭാര്യ! അവളുടെ രൂപസൗന്ദര്യവും പ്രസരിപ്പും പെരുമാറ്റരീതിയും ഒക്കെ തനിക്ക് വളരെ ബോധിച്ചിരുന്നു. അവളുമായി ഒരു കുടുംബജീവിതത്തെപ്പറ്റി തനിക്ക് പല സങ്കല്പങ്ങളും ഉണ്ടായിരുന്നു. ഇപ്പോൾ തന്റെ കണക്കുകൂട്ടലുകൾ ഒക്കെ പാടെ തെറ്റിയിരിക്കുന്നു.

കേപ്പിൽനിന്നുള്ള മടക്കയാത്ര വേണുവിനു വളരെ വിരസമായി തോന്നി. പുറത്ത് ശക്തിയായ മഴ അകത്തു പിള്ളേരുടെ ആരവാരവും! തന്റെ മുറിക്കുള്ളിലെ ഏകാന്തതയ്ക്കായി അയാൾ കൊതിച്ചു.

ഉള്ളൂർ ജങ്ഷനിൽ ബസിൽനിന്ന് ഇറങ്ങിയപ്പോൾ ജോർജ് ജോസഫ് പറഞ്ഞു.

"എടോ എന്റെ ക്വാർട്ടേഴ്സിൽ വന്നിട്ട് വീട്ടിൽ പോകാം. ഇന്നലെ ഒരു ഫോറിൻ സാധനം കിട്ടിയിട്ടുണ്ട്. മഴയും തണുപ്പും ഒക്കെയല്ലേ! രണ്ടു പെഗ്ഗ് അകത്താക്കിയിട്ട് പോകാം!"

വേണു ഒരിക്കലും മദ്യപിച്ചിട്ടില്ല. കുടിക്കുന്നവരോട് പൊതുവെ അയാൾക്ക് അവജ്ഞയായിരുന്നു. പക്ഷേ, അയാൾക്ക് കുടിക്കണമെന്ന് തോന്നി. തന്റെ മനസ്സിലെ നിരാശാബോധത്തിൽനിന്നും രക്ഷപ്പെടേണ്ടിയിരിക്കുന്നു.

പത്തുമണി കഴിഞ്ഞപ്പോൾ വേണുവിനെ ജോർജ്ജ് ജോസഫ് കാറിൽകൊണ്ടു വീട്ടിൽ ഇറക്കി. തലയ്ക്കകത്ത് എന്തൊരു കനം! താൻ വളരെ കുറച്ചേ കുടിച്ചിട്ടുള്ളൂവെങ്കിലും ശരീരമാകെ ഒരു തളർച്ച ബാധിച്ചതുപോലെ! താൻ ഉദ്ദേശിച്ചതുപോലെ മനസ്സിന് യാതൊരു ലാഘവവും തോന്നിയില്ല. പകരം ശിഥിലചിന്തകൾ അയാളെ ശല്യപ്പെടുത്തി.

ശങ്കരനെ വിളിച്ചു കതക് തുറപ്പിച്ച് അകത്തു കടന്ന് ലൈറ്റ് ഇട്ടു. മറ്റുള്ളവരെ ഉണർത്താതെ തപ്പിത്തടഞ്ഞ് കോണിയുടെ അടുക്കൽ എത്തി. അപ്പോഴാണ് കോണിയുടെ ചുവട്ടിൽ റോസി നില്ക്കുന്നത് കണ്ണിൽപ്പെട്ടത്.

"ഉണ്ണിക്കുട്ടന് ഇന്നലെതുടങ്ങി പനിയും ചുമയുമാണ്. ചേട്ടത്തിയമ്മ കുരുമുളക് കാപ്പി അനത്തി കൊടുക്കാൻ പറഞ്ഞു. എനിക്കൊരു സമാ

ധാനവുമില്ല. ഒന്ന് നോക്കിയിട്ട് പോയിരുന്നെങ്കിൽ!" അയാൾ പെട്ടെന്ന് നിന്നു. ഉണ്ണിക്കുട്ടന് പനിയോ? ഓ എന്തായാലും ഈ അവസ്ഥയിൽ തന്നെക്കൊണ്ട് ഒന്നിനും ആവില്ല. എവിടെയെങ്കിലും ഒന്ന് കിടന്നിരുന്നെങ്കിൽ! താൻ കുടിച്ചിരിക്കുന്നു എന്ന് അവൾ മനസ്സിലാക്കുമോ? അയാൾ എതിർവശത്തേക്ക് മുഖം തിരിച്ച് പിടിച്ചിട്ട് പറഞ്ഞു. കുറച്ചുകഴിഞ്ഞ് നോക്കാം.

ആടിയാടി കോണികയറി മുറിയിലെത്തിയതും അയാൾ കട്ടിലിലേക്കു മറിഞ്ഞു.

മണി നാലര അടിക്കുന്നത് കേട്ടാണ് അയാൾ ഉയർന്നത്. തലക്കനം നേരെ വിട്ടിട്ടില്ല. ഇന്ന് ഉത്രാടമാണ്. അഞ്ചുമണി വെളുപ്പിനുള്ള ബസിൽ വീട്ടിൽ പോയേ തീരൂ. അയാൾ വേഗം എണീറ്റു. കാലിലെ ചെരുപ്പു പോലും മാറ്റാതെയാണ് ഉറങ്ങിയത്. പതുക്കെ പതുക്കെ തലേദിവസത്തെ സംഭവങ്ങൾ അയാളുടെ ഓർമ്മയിൽ തെളിച്ചു. റോസി തന്നോട് എന്തെങ്കിലും പറഞ്ഞോ? ഉണ്ണിക്കുട്ടന് പനി എന്നല്ലേ പറഞ്ഞത്! കഷ്ടം! കുറച്ചുകഴിഞ്ഞ് നോക്കാമെന്നാണല്ലോ താൻ പറഞ്ഞത്. എന്നിട്ട് മുറിയിൽ വന്ന് ബോധം മറിഞ്ഞുറങ്ങി! എന്തൊരാവശ്യമുണ്ടെങ്കിലും തന്നെ സമീപിക്കണമെന്നു പറഞ്ഞ താൻതന്നെ, അവൾ സഹായത്തിനെത്തിയപ്പോൾ അവഗണിക്കയല്ലേ ചെയ്തത്? ഇനിയുമിപ്പോൾ എന്താണു നിവൃത്തി! ഒട്ടും താമസിയാതെ ഉള്ളൂർ ജങ്ഷനിൽ എത്തിയാലെ ബസ് കിട്ടുകയുള്ളൂ. അയാൾ ബാഗുമായി താഴെയിറങ്ങി. റോസിയുടെ മുറി അടച്ചിരിക്കയാണ്. ഇപ്പോൾ രണ്ടുപേരും നല്ല ഉറക്കമായിരിക്കും. എങ്ങിനെ വിളിച്ചുണർത്തി ഉണ്ണിക്കുട്ടനെ പരിശോധിക്കും? വെറും ജലദോഷപ്പനിയാകാനേ തരമുള്ളൂ. താൻ തലേദിവസവും അവൻ കളിക്കുന്നത് കണ്ടതാണല്ലോ. അയാൾ സ്വയം സമാധാനിച്ചുകൊണ്ട് വേഗം നടന്നു.

പതിനാല്

ഉത്രാടവും തിരുവോണവും ഉല്ലാസമായി കഴിച്ചുകൂട്ടിയെങ്കിലും വേണുവിന്റെ മനസ്സിൽ ഉണ്ണിക്കുട്ടനെപ്പറ്റിയുള്ള ചിന്തകൾ വിട്ടുമാറിയില്ല. അവന്റെ പനി ഭേദമായോ അതോ കടുത്തോ? ഭേദമായിക്കാണുമെന്നു തന്നെ വിശ്വസിക്കാൻ ശ്രമിച്ചു.

ചതയ സദ്യയും ഉണ്ടിട്ടാണ് അയാൾ തിരുവനന്തപുരത്തേക്ക് തിരിച്ചത്! വീട്ടിലെത്തിയപ്പോൾ മണി എട്ടുകഴിഞ്ഞിരുന്നു. ചേട്ടത്തിയമ്മ പൂമുഖത്ത് പത്രം വായിച്ചുകൊണ്ടിരിക്കയാണ്. അയാളെ കണ്ടയുടൻ ചോദിച്ചു.

"ഓണമൊക്കെ എങ്ങനെയുണ്ട് വേണു? നല്ല രസമായിരുന്നോ."

അയാൾ ചിരിച്ചുകൊണ്ട് തലയാട്ടി. പിന്നെ ലോഹ്യത്തിന് ചോദിച്ചു.

"ഇവിടെയോ ഏട്ടത്തിയമ്മേ!"

അവർ ഉന്മേഷരഹിതയായി പറഞ്ഞു.

"ഇവിടെ എന്തോണമാ വേണു."

"തിരുവോണത്തിന്റെയന്ന് ഉണ്ണിക്കുട്ടന് പനി കൂടുതലായിരുന്നു. പിന്നെ നിന്റെ ചേട്ടൻ അവനെ ആശുപത്രിയിൽ കൊണ്ടുപോയി. ഇപ്പോഴും അവിടെത്തന്നെയാ. പിന്നെയെങ്ങനെയാ ഓണം കൊണ്ടാടുന്നത്."

ഉണ്ണിക്കുട്ടൻ ആശുപത്രിയിലോട്ടുപോയശേഷം അയാളുടെ ഹൃദയം പിടഞ്ഞു. അവന്റെ രോഗം കടുത്തത് തന്റെ അശ്രദ്ധകൊണ്ടല്ലേ! അയാൾ വെമ്പലോടെ തിരക്കി!

"എന്നിട്ട് ഡോക്ടർ എന്തു പറഞ്ഞു.

"ഇപ്പോൾ കുറവുണ്ടോ?"

"ന്യൂമോണിയാ ആണെന്നാ നിന്റെ ചേട്ടൻ പറഞ്ഞത്!"

അയാളുടെ ഹൃദയം കുറ്റബോധം കൊണ്ടു വീർപ്പുമുട്ടി. എന്തു സഹായം വേണമെങ്കിലും റോസിക്കു ചെയ്യാൻ ഒരുക്കമാണെന്നുള്ള തന്റെ വാക്കിൽ താൻ എത്ര ദയനീയമാംവണ്ണം പരാജയപ്പെട്ടു. പിന്നെ ഒരു നിമിഷം അയാൾ അവിടെ നിന്നില്ല. ചേട്ടത്തിയമ്മയോട് ബാഗു അകത്തു എടുത്തുവെച്ചേക്കണേ എന്നുപറഞ്ഞിട്ട് അയാൾ വീടുവിട്ടിറങ്ങി.

ആശുപത്രിയിൽ എത്തിയപ്പോൾ മണി ഒൻപതു കഴിഞ്ഞു. വാർഡുകൾ ഒക്കെ ഏതാണ്ടു നിശ്ശബ്ദമായിക്കഴിഞ്ഞിരുന്നു. ഡ്യൂട്ടി സിസ്റ്ററിന്റെ മുറിയിൽ എത്തി. ഉണ്ണിക്കുട്ടൻ എവിടെയാണു കിടക്കുന്നതെന്ന് തിരക്കി. സീരിയസ് കേസുകൾക്കായുള്ള സൈഡ് റൂമിലാണെന്ന് പറഞ്ഞപ്പോൾ അയാളുടെ ഹൃദയത്തിൽ ശക്തിയേറിയ മറ്റൊരാഘാതം കൂടി ഏറ്റതുപോലെ- കുട്ടിയുടെ നില മോശമാണ്. ഇതുവരെ ബോധം തെളിഞ്ഞിട്ടില്ല എന്നുകൂടി സിസ്റ്റർ പറഞ്ഞപ്പോൾ അയാൾക്ക് ശരീരം ആകെ തളരുന്നതായി തോന്നി. വളരെ പതുക്കെ ഹാഫ്ഡോർ തുറന്ന് മുറിക്കുള്ളിൽ പ്രവേശിച്ചു. മൂന്നുവശവും അഴികൾ ഉള്ള മരക്കട്ടിലിൽ ഉണ്ണിക്കുട്ടൻ കിടക്കുകയാണ്. അവന്റെ മുഖത്തു തന്നെ ഉറ്റുനോക്കിക്കൊണ്ട് കട്ടിലിന്റെ അരികിൽ റോസിയും ഇരിപ്പുണ്ട്. അയാൾ തൊട്ടടുത്ത് എത്തിയപ്പോഴാണ് റോസി കണ്ടത്! അവൾ വേഗം ചാടി എണീറ്റു. കരഞ്ഞുകലങ്ങിയ കണ്ണുകൾ വീണ്ടും ചിറപൊട്ടിയൊഴുകി. ആ കണ്ണുനീർ കണ്ടു നില്ക്കാൻ അയാൾ അശക്തനായിരുന്നു. "എന്താശ്വാസമാണ് താനിപ്പോൾ നല്കേണ്ടത്? എന്റെ റോസീ, എന്നോട് ക്ഷമിക്കൂ!" തീവ്രമായ ഹൃദയവ്യഥയോടെ അയാൾ മുരണ്ടു. അവൾ നിശ്ശബ്ദമായി കരഞ്ഞുകൊണ്ടിരുന്നു. അയാൾ വേഗം ഉണ്ണിക്കുട്ടനെ നോക്കി! എത്ര വിമ്മിട്ടത്തോടെയാണ് അവൻ ശ്വാസം വലിച്ച് വിടുന്നത്! പൾസിൽ കൈവെച്ചപ്പോൾ അയാൾ നടുങ്ങിപ്പോയി. നൂറ്റിയഞ്ചു ഡിഗ്രി പനിയെങ്കിലും കാണും. അയാൾ റോസിയോട് ചോദിച്ചു.

"ഡോക്ടർ എന്തു പറഞ്ഞു? എന്തു മരുന്നാണ് കുത്തിവെയ്ക്കു

ന്നത്.”

“അയ്യോ എനിക്കൊന്നും അറിഞ്ഞുകൂടാ. ഡോക്ടർമാർ കൂടെക്കൂടെ വരുന്നുണ്ട്– എന്തൊക്കെയോ കുത്തിയും വെച്ചു. ഒരു കുറവുമില്ല എനിക്കതുമാത്രം അറിയാം.” അവൾ വിതുമ്പിവിതുമ്പി കരഞ്ഞു.

“റോസി കുറച്ചൊന്ന് സമാധാനിക്കൂ – ഞാൻ ജോൺ സാറിനോട് വിവരം തിരക്കിയിട്ട് ഇപ്പോൾ വന്നേക്കാം.” അയാൾ നേരെ ഫോൺ റൂമിൽ ചെന്ന് പീഡിയാറ്റിക്സ് അസി. പ്രൊഫസർ ഡോ. ജോണിനെ വിളിച്ചു.

സൈഡ് റൂമിൽ ന്യൂമോണിയയായി കിടക്കുന്ന പേഷ്യന്റ് തന്റെ അനന്തിരവനാണെന്ന് പറഞ്ഞപ്പോൾ അദ്ദേഹം പറഞ്ഞു.

“വേണു കുട്ടിയുടെ റൂമിൽ കാണുമല്ലോ – ഞാൻ നൈറ്റ് റൗൺസ്സിന് പുറപ്പെട്ടുകഴിഞ്ഞു. അവിടെവെച്ചു കാണാം.”

കുട്ടിയെ പരിശോധിച്ചിട്ട് ഡോ. ജോൺ മുറിക്ക് വെളിയിൽ കടന്നപ്പോൾ വേണുവും ഒപ്പമിറങ്ങി.

“ചെസ്റ്റ് വല്ലാതെ കൺജസ്റ്റഡ് ആയിരിക്കയാണ്. കൊണ്ടുവന്നപ്പോൾത്തന്നെ ബൈ മൗത്ത് ഒന്നും കൊടുക്കാൻ കഴിയാത്തവണ്ണം കുട്ടി തളർന്നിരുന്നു. അതുകൊണ്ട് ഫോർത്തവർലി പെയിൻ പെൻസിലിൻ കൊടുത്ത് വാച്ച് ചെയ്യുകയാണ് – അല്ലാതെ എന്ത് ചെയ്യാനൊക്കും. വേണുവിന് കാര്യം മനസ്സിലായല്ലോ– കുട്ടികളുടെ കാര്യമല്ലേ– കൺഡിഷൻ ബെറ്റർ ആകാനും വേർസാകാനും അധികം നേരമൊന്നും വേണ്ടാ!”

വേണു തിരിച്ചു മുറിയിൽ എത്തിയപ്പോൾ റോസി വേഗം എണീറ്റു.

“ഡോക്ടർ എന്തു പറഞ്ഞു. ഉണ്ണിക്കുട്ടന് ഭേദമാവുകയില്ലേ!” എത്ര ഉദ്വേഗത്തോടെയാണ് അവൾ അത്രയും ചോദിച്ചത്! അവളുടെ നനവാർന്ന കണ്ണുകളിൽ ആശയും നിരാശയും മാറിമാറി പ്രതിഫലിച്ചു. കരഞ്ഞുകരഞ്ഞു ചുവന്നു തുടുത്ത ചുണ്ടുകൾ വിറയാർന്നിരുന്നു. എത്ര ആകാംക്ഷയോടാണു അവൾ തന്റെ കണ്ണുകളിലേക്ക് ഉറ്റുനോക്കുന്നത്!

ഡോക്ടർ പറഞ്ഞത് അപ്പാടെ അവളെ അറിയിക്കണോ? വേണ്ടാ.

എന്തിനവളെ കൂടുതൽ തീ തീറ്റുന്നു. പാവം! തല്ക്കാലത്തേക്കെങ്കിലും ആശ്വസിച്ചു കൊള്ളട്ടെ!

“നോക്ക് പേടിക്കാനൊന്നുമില്ല. നാളെ നേരം വെളുക്കുന്നതിന് മുമ്പ് കുറവ് കണ്ടു തുടങ്ങുമെന്നാണ് ഡോക്ടറുടെ അഭിപ്രായം.”

അവളുടെ മുഖത്ത് എന്തെന്നില്ലാത്ത ആശ്വാസം പ്രതിഫലിച്ചു. കാറ്റും കോളും കൊണ്ട് കലങ്ങിമറിഞ്ഞ ജലപ്പരപ്പ് പോലെ പ്രക്ഷുബ്ധമായിരുന്നു. ആ കണ്ണുകളുടെ ഭാവം ഞൊടിക്കുള്ളിൽ മാറി – സമുദ്രത്തിന്റെ അഗാധതലം പോലെ ശാന്തമായി!

“ഉണ്ണിക്കുട്ടന് ഒരാപത്തും വരില്ല!” അവൾ ആരോടെന്നില്ലാതെ മന്ത്രിച്ചു.

അയാളുടെ ഹൃദയത്തിലും എന്തെന്നില്ലാത്ത ലാഘവം തോന്നി. അവളെ തല്ക്കാലത്തേക്കെങ്കിലും ആശ്വസിപ്പിക്കാൻ തനിക്ക് കഴിഞ്ഞ

ല്ലോ. അയാൾ ഹൃദയം നൊന്തു പ്രാർത്ഥിച്ചു.

"താനവളോട് പറഞ്ഞതുപോലെ കുട്ടിക്ക് വേഗം കുറവു കാണണേ!"

മുറിയിലുള്ള മറ്റേ ഒഴിഞ്ഞ കട്ടിലിന്റെ അരികിൽ കിടന്ന സ്റ്റൂൾ ഉണ്ണിക്കുട്ടന്റെ സമീപത്തേക്കു നീക്കിയിട്ടിട്ട് പറഞ്ഞു.

"ഇനിയും റോസി അല്പം വിശ്രമിക്കൂ. ഇന്നലെ രാത്രി തുടങ്ങിയതല്ലേ. ഞാൻ ഉണ്ണിക്കുട്ടനെ സൂക്ഷിച്ചുകൊള്ളാം."

"അയ്യോ വേണ്ട, എനിക്ക് ഒരു ക്ഷീണവുമില്ല." അവൾ ഉണ്ണിക്കുട്ടനിൽത്തന്നെ ദൃഷ്ടി ഉറപ്പിച്ചുകൊണ്ട് പറഞ്ഞു. അയാൾ അവളെ ഉറ്റുനോക്കി. താനെത്ര നിർബ്ബന്ധിച്ചാലും അവൾ ഉണ്ണിക്കുട്ടന്റെ അരികിൽനിന്നും മാറാൻ പോണില്ല എന്നയാൾക്കു തോന്നി.

"എന്നാൽ റോസിക്കുട്ടിക്കു കൂട്ടായി ഞാനും ഇവിടെ കൂടാം."

അവൾ കൃതജ്ഞതാപൂർവ്വം അയാളെ നോക്കി.

സിസ്റ്റർ വന്ന് രാത്രിയിലെ ഇൻജക്ഷനും കൊടുത്തു പനി നോക്കിയപ്പോൾ നൂറ്റിയഞ്ച് ഡിഗ്രി തന്നെയുണ്ട്. കുറച്ചുകഴിഞ്ഞപ്പോൾ അവർ ഒരു ഐസ് ബാഗുകൊണ്ടുവന്ന് കുട്ടിയുടെ തലയ്ക്കൽ വെച്ചു.

നിമിഷങ്ങൾ ഇഴഞ്ഞിഴഞ്ഞ് മുൻപോട്ടു നീങ്ങിക്കൊണ്ടിരുന്നു. കുട്ടിയുടെ മുഖത്തുതന്നെ ഉറ്റുനോക്കിക്കൊണ്ടു റോസി ഇരിക്കയാണ്. അയാളുടെ കണ്ണുകൾ കൂടെക്കൂടെ അവളിൽ പതിഞ്ഞു. ഉള്ളിൽ തിളങ്ങുന്ന വിഷാദം അവളുടെ സൗന്ദര്യത്തിന് മാറ്റുകൂട്ടുന്നതായി അയാൾക്കു തോന്നി. അവളെ നോക്കുംതോറും അയാളുടെ ഹൃദയത്തിൽ അവാച്യമായ ഒരു കുളിർമ്മ അനുഭവപ്പെടുന്നതുപോലെ– അയാളുടെ ചിന്തകളും അവളിൽത്തന്നെ ചുറ്റിനിന്നു. പെട്ടെന്ന് റോസി ഉണ്ണിക്കുട്ടന്റെ നെറ്റിയിൽ തൊട്ടുനോക്കിയിട്ടു പറഞ്ഞു.

"ഇതാ ഉണ്ണിക്കുട്ടൻ വിയർത്തു തുടങ്ങിയിരിക്കുന്നു."

അയാൾ വേഗം എണീറ്റ് അവന്റെ പൾസ് പിടിച്ചുനോക്കി. ആവൂ! പനിക്കു കുറവുണ്ട്. അയാൾ ഐസ് ബാഗ് ഉണ്ണിക്കുട്ടന്റെ തലയ്ക്കലിൽനിന്നും മാറ്റി. ടൗവ്വൽ കൊണ്ട് വിയർപ്പിന്റെ നനവ് തുടച്ചു.

"റോസി! ഈശ്വരൻ കനിഞ്ഞു! ഉണ്ണിക്കുട്ടന് പനി വിട്ടുതുടങ്ങിയിരിക്കുന്നു. ഇനിയും പേടിക്കാനൊന്നുമില്ല."

അയാൾ ആശ്വാസത്തോടെ പറഞ്ഞു. റോസിയുടെ മുഖത്തും എന്തെന്നില്ലാത്ത ആശ്വാസം പരന്നു. പെട്ടെന്ന് ഉണ്ണിക്കുട്ടൻ പതുക്കെ ഒന്ന് അനങ്ങി. കണ്ണുകൾ തുറന്നു. നാലുപാടും പരതിനോക്കിയിട്ട് അവൻ അമ്മയോടായി പറഞ്ഞു.

"അമ്മേ വെള്ളം!"

വേണു വേഗം ഫ്ളാസ്കിൽനിന്നും ഗ്ലൂക്കോസ് വെള്ളം ഗ്ലാസിൽ പകർന്നു റോസിയുടെ കൈയിൽ കൊടുത്തിട്ടു പറഞ്ഞു.

"സ്പൂൺ കൊണ്ട് കുറേശ്ശെ കോരികൊടുക്കൂ. നല്ല ദാഹം കാണും."

റോസിയുടെ കണ്ണുകളിൽ ആനന്ദാശ്രുക്കൾ നിറഞ്ഞൊഴുകുകയാണ്.

"അമ്മയുടെ ഉണ്ണിക്കുട്ടൻ വാ തുറക്ക്." നിറഞ്ഞുതുളുമ്പുന്ന വാത്സല്യത്തോടെ അവൾ അവന്റെ വരണ്ട ചുണ്ടുകളിൽ വെള്ളം പകർന്നു അയാളുടെ ശരീരമാകെ കോരിത്തരിച്ചു. സ്നേഹത്തിന്റെ ഒരു വിശുദ്ധ ഭൂമിയിലാണ് താൻ നില്ക്കുന്നതെന്ന് തോന്നി.

രണ്ടു മൂന്നു കവിൾ ഇറക്കിയശേഷം ഉണ്ണിക്കുട്ടൻ തിരിഞ്ഞു കിടന്നു. നിമിഷത്തിനുള്ളിൽ ഉറക്കവുമായി. അയാൾ ഗ്ലാസ് റോസിയുടെ കൈയിൽ നിന്നും വാങ്ങി മേശപ്പുറത്തു വെച്ചിട്ട് പറഞ്ഞു.

"ഇനി സുഖമായി ഉറങ്ങിക്കൊള്ളും– ഈ ക്ഷീണമൊക്കെ ഉറങ്ങി വേണം തീരാൻ."

അവൾ തലയുയർത്തി അയാളുടെ മുഖത്തേക്ക് നോക്കിയപ്പോൾ ആ കണ്ണുകളിൽ നന്ദി നിറഞ്ഞ് തുളുമ്പിയിരുന്നു. അയാൾ പറഞ്ഞു.

"ഇനിയും റോസി കുറച്ചുനേരം ഒന്നു വിശ്രമിക്കൂ. ഇത്തവണ ഞാൻ പറയുന്നത് അനുസരിച്ചേ മതിയാവൂ."

ഉണ്ണിക്കുട്ടൻ ഇനി നല്ലവണ്ണം ഉറങ്ങിക്കൊള്ളും. ഞാൻ ഉണ്ണിക്കുട്ടനെ വാച്ചുചെയ്തോളാം! എന്തെങ്കിലുമാവശ്യമുണ്ടെങ്കിൽ ഉടൻ വിളിക്കയും ചെയ്യാം!

"അയ്യോ അതുവേണ്ട. ഞാൻ തന്നെ ഇരുന്നോളാം. ഇപ്പോൾത്തന്നെ ഞങ്ങൾക്കുവേണ്ടി എന്തു ബുദ്ധിമുട്ടി!"

അയാൾ പരിഭവത്തോടെ പറഞ്ഞു.

"അപ്പോൾ റോസിക്ക് എന്നെ വിശ്വാസമില്ല – എങ്ങനെ വിശ്വസിക്കാനാണല്ലേ! അന്നുരാത്രിയിലത്തെ എന്റെ പെരുമാറ്റം അത്തരത്തിലായിരുന്നില്ലേ."

അവൾ ഇടയ്ക്കുകയറി പറഞ്ഞു.

"അയ്യോ അങ്ങനെയൊന്നും പറയരുതേ! ഇത്രയും മിനക്കെട്ടതു ഞങ്ങൾക്കുവേണ്ടിമാത്രമല്ലേ! എന്തു പറഞ്ഞാലും അനുസരിക്കാൻ സന്തോഷമേയുള്ളൂ."

അയാൾ സംതൃപ്തഭാവത്തോടെ എണീറ്റ് കട്ടിലിന്റെ അഴിയിൽ മടക്കിയിട്ടിരുന്ന ഷീറ്റ് മുറിയുടെ ഒരറ്റം ചേർത്ത് വിരിച്ചിട്ട് പറഞ്ഞു.

"എന്നാൽ ഇങ്ങോട്ട് കിടന്നോളൂ. ഉണ്ണിക്കുട്ടൻ ഇനിയും ഉണരുമ്പോൾ വലിയ നിർബ്ബന്ധമായിരിക്കും. പിന്നെ അടുത്തുനിന്ന് മാറാൻ സാധിക്കുകയില്ല. അതുകൊണ്ട് ഇപ്പോൾ ഒന്ന് ഉറങ്ങാൻ ശ്രമിക്കൂ."

പതിനഞ്ച്

വെളുത്ത കൈത്തണ്ട് മടക്കി അതിൽ തലവെച്ച് ഒരു വശം ചേർന്ന് കിടക്കേണ്ട താമസം അവൾ ഉറക്കമായി. അയാൾ മന്ദഹസിച്ചുപോയി. പാവം വളരെ ക്ഷീണിച്ചു കാണും. ഇല്ലെങ്കിൽ ഇത്രവേഗം എങ്ങനെ ഉറക്കം പിടിക്കാനാണ്.

മുറിയുടെ ജനലിലേക്ക് കാലുകൾ ഉയർത്തിവെച്ച് തന്റെ ഇരിപ്പ് ഒന്നുകൂടി സുഖമാക്കിയിട്ട് അയാൾ വീണ്ടും റോസിയെ നോക്കി അയാളുടെ വീടിന്റെ മുമ്പിലുള്ള വയൽ വരമ്പത്ത് മേടമാസത്തിൽ പുതുമഴപെയ്യുമ്പോൾ മുളച്ചു വിടരുന്ന വെളുത്ത ലില്ലിപ്പൂക്കളെ അവൾ അനുസ്മരിപ്പിച്ചു. മറ്റുപൂക്കളിലും കണ്ടെത്താത്ത അവയുടെ നൈർമ്മല്യവും സൗകുമാര്യവും തന്നിൽ വിശ്വാസമർപ്പിച്ച്, തന്റെ മുമ്പിൽ വാടിത്തളർന്ന് നിരാലംബയായി ഉറങ്ങുന്ന ഈ പെൺകുട്ടിയിൽ അയാൾ ദർശിച്ചു. അവളുടെ ഹൃദയത്തിൽ ആഴത്തിൽ വേരൂന്നി, പടർന്നിരിക്കുന്ന വിഷാദത്തിന്റെ മുൾപടർപ്പിനെ കടയോടെ പിഴുതെറിയാൻ കഴിഞ്ഞിരുന്നു എങ്കിൽ അയാൾ ആശിച്ചുപോയി. അയാളുടെ കണ്ണുകൾ അവളുടെ ശരീരമാകമാനം വ്യാപിക്കുന്നതുപോലെ. അവളുടെ രൂപം അയാളുടെ ഹൃദയത്തിൽ കൊളുത്തിയ ഏറ്റവും പ്രത്യേകമായ ആ അനുഭൂതി ഹൃദയം മുഴുവൻ കീഴടക്കുന്നതായി തോന്നി. അയാൾ സ്വയം മന്ത്രിച്ചു.

"എന്റെ റോസി! ഞാൻ നിസ്സഹായനായി നോക്കി നില്ക്കെ, ഇതാ നിന്റെ ഹൃദയം കവർന്നു കൊണ്ടിരിക്കയാണ്– അറിഞ്ഞുകൊണ്ടല്ലെങ്കിലും...! ഇനി നീ തന്നെ അത് സൂക്ഷിച്ചേ മതിയാവൂ!"

ഏതാനും മണിക്കൂറുകൾക്കുമുൻപ് താനാ മുറിയിൽ കടന്നുവന്നപ്പോൾ റോസിയെ താൻ ഹൃദയത്തിൽ പ്രതിഷ്ഠിക്കാൻ പോകയാണെന്ന് ആരെങ്കിലും പറഞ്ഞിരുന്നു എങ്കിൽ താൻ ഒരിക്കലും വിശ്വസിക്കുമായിരുന്നില്ല. അയാളെ സംബന്ധിച്ചിടത്തോളം അവൾ ഏറ്റവും സഹതാപം അർഹിക്കുന്ന നിരാശ്രയമായ ഒരു പെൺകുട്ടി മാത്രമായിരുന്നു. പക്ഷേ, രാത്രിയുടെ നിശ്ശബ്ദതയിൽ തന്റെ മുൻപിൽ സുഷുപ്തിയിൽ മയങ്ങിക്കിടക്കുന്ന റോസിയുടെ രൂപം കണ്ടുകൊണ്ടിരുന്നപ്പോൾ അയാൾക്ക് ഒരുകാര്യം തികച്ചും ബോദ്ധ്യം വന്നു. ഇപ്പോൾ ഇവിടെവച്ചല്ല റോസിയോടുള്ള തന്റെ സ്നേഹം ജന്മംകൊണ്ടതെന്ന്! ദിവസങ്ങൾക്കു മുൻപ് തന്റെ ദീനക്കിടക്കയുടെ അരികിൽ റോസി ആശ്വാസവുമായി എത്തിയ അന്നുതുടങ്ങി. ചെറിയ ചെറിയ സംഭവങ്ങളിലൂടെ അവൾ തന്റെ ഹൃദയത്തിലേക്ക് കടന്നുവരികയല്ലേ ചെയ്തത്! പക്ഷേ, തനിക്കതു വെളിപ്പെട്ടത് ഇപ്പോഴാണെന്നു മാത്രം!

അങ്ങനെ മധുരചിന്തകളിൽ മുഴുകി അയാൾ എത്രനേരം ഇരുന്നു എന്നറിഞ്ഞില്ല. ഉണ്ണിക്കുട്ടൻ സുഖമായി ഉറങ്ങുകയാണ്. ഇടയ്ക്ക് സിസ്റ്റർ വന്നുനോക്കി. പനി വളരെ കുറഞ്ഞിട്ടുണ്ട്.

അയാൾ ആ ഇരുന്ന ഇരുപ്പിൽ അല്പമൊന്നു മയങ്ങിയോ എന്നറിഞ്ഞുകൂടാ. "ഉണ്ണിക്കുട്ടാ" റോസിയുടെ പരിഭ്രാന്തിനിറഞ്ഞ വിളികേട്ടാണ് ഞെട്ടി ഉണർന്നത്! ഭയചകിതമായ മുഖഭാവത്തോടെ അയാൾ തറയിൽ നിന്നും ചാടി എണീക്കയാണ്. അയാൾ വേഗം അടുത്തുചെന്നു.

"എന്തുണ്ടായി റോസി."

"അയ്യോ എന്റെ ഉണ്ണിക്കുട്ടൻ."

ഹൃദയം പൊട്ടുമാറായിരുന്നു ആ രോദനം! അവൾ എന്തോ വല്ലാതെ പേടിച്ചിരിക്കുന്നു. അയാളുടെ കൈകൾ സാന്ത്വനപൂർവ്വം അവളെ വലയം ചെയ്തു. അവളുടെ വിറയാർന്നിരുന്ന മുഖം തന്റെ നേരെ പതുക്കെ തിരിപ്പിച്ചുപിടിച്ചിട്ട് പറഞ്ഞു.

"റോസി ഇതെന്താണ്! ഉണ്ണിക്കുട്ടൻ സുഖമായി ഉറങ്ങുകയാണല്ലോ!"

പെട്ടെന്ന് അവൾക്ക് പരിസരബോധമുണ്ടായി. താനെന്തൊക്കെയാണ് പുലമ്പിയത്! അവൾ വേഗം അയാളുടെ കരവലയത്തിനുള്ളിൽനിന്നും ഒഴിഞ്ഞുമാറി. തലകുനിച്ചുകൊണ്ടു പറഞ്ഞു.

"ഞാൻ എന്തൊക്കെയോ ദുഃസ്വപ്നങ്ങൾ കണ്ടു."

അവളെ ആശ്വസിപ്പിക്കാനായി അയാൾ ആവർത്തിച്ചു പറഞ്ഞു.

"റോസി ഇനി ഉണ്ണിക്കുട്ടനെപ്പറ്റി ഒന്നും ഭയപ്പെടാനില്ല. നീർക്കെട്ട് മാറുന്നതുവരെ തണുപ്പടിക്കാതെ സൂക്ഷിച്ചാൽ മാത്രം മതി. എന്നെ വിശ്വസിക്കൂ."

അവൾ ആശ്വാസത്തോടെ നിശ്വസിച്ചു. അയാളോട് അവളുടെ കണ്ണുകൾ നിശ്ശബ്ദമായി നന്ദി പ്രകടിപ്പിക്കുകയായിരുന്നു.

പതിനാറ്

പിറ്റേദിവസം വൈകിട്ടു ഗോപിനാഥൻനായർ ആശുപത്രിയിൽ പോയിട്ടുവന്നപ്പോൾ റോസിയേയും ഉണ്ണിക്കുട്ടനേയും കൂട്ടിക്കൊണ്ടു വന്നു. ജാനകിയമ്മയോടായി അയാൾ പറഞ്ഞു.

"ഡോ. ജോണിനെക്കണ്ടപ്പോൾ അദ്ദേഹം കൊണ്ടുപോകാനനുവാദം തന്നു. പിന്നെ വേണുവുള്ളതുകൊണ്ട് ഉണ്ണിക്കുട്ടനെ ഇവിടെ നോക്കാനും ആളുണ്ടല്ലോ."

ജാനകിയമ്മ ഒരു പരിഹാസച്ചിരിയോടെ പറഞ്ഞു.

"എന്തായാലും വീട്ടിൽ കൊണ്ടുവന്നതു തന്നെ നല്ലത്! നിങ്ങൾക്കെങ്കിലും ആശുപത്രിയിൽ പോക്ക് ഒഴിവാക്കാമല്ലോ. പിന്നെ എവിടെയും പ്രധാന നോട്ടവും ശുശ്രൂഷയുമൊക്കെ വേണുവാണല്ലോ. അതിവിടെയും ആകാമല്ലോ."

ഉണ്ണിക്കുട്ടന് ഏകദേശം എല്ലാം ഭേദമായി എന്നുതന്നെ പറയാം. ദിവസവും അവനെ പരിശോധിക്കാൻ അവരുടെ മുറിയിൽ ചെല്ലുമ്പോൾ

അവനെന്തെങ്കിലും കൊണ്ടുചെല്ലാൻ വേണു മറന്നില്ല. ഉണ്ണിക്കുട്ടനും വേണുവിനെ വളരെ പിടിച്ചു. റോസിയോട് വേണു എന്തെങ്കിലും ചോദിച്ചാൽ ഉത്തരം ഒന്നുരണ്ടു വാക്കുകളിൽ ഒതുക്കിക്കളയും. എങ്കിലും തന്നെക്കാണുമ്പോൾ ആ മുഖത്ത് പ്രസന്നത പരക്കുന്നതായി അയാൾ മനസ്സിലാക്കി. ഉണ്ണിക്കുട്ടനോട് അയാൾ എന്തെങ്കിലും തമാശ പറയുമ്പോൾ അവളും നിശ്ശബ്ദമായി പങ്കെടുക്കുന്നു എന്നവളുടെ മുഖഭാവം വിളിച്ചുപറഞ്ഞു. അവളുടെ കൗതുകം കലർന്ന ആ ഭാവവ്യത്യാസം അയാൾക്കു വളരെ സംതൃപ്തി നല്കി.

ഓരോ ദിവസവും കഴിയുന്തോറും റോസിയുടെ രൂപം മനസ്സിൽ കൂടുതൽ കൂടുതൽ തെളിഞ്ഞു. വെറുതെയിരിക്കുമ്പോഴെല്ലാം അവളെപ്പറ്റിയുള്ള ചിന്തകളാണ് മനസ്സിൽ! പഴയ ഓർമ്മകളുടെയും വേദനകളുടെയും കുടുക്കിൽനിന്നും അവളെ മോചിപ്പിച്ചു തന്റേതാക്കാൻ കഴിഞ്ഞിരുന്നുവെങ്കിൽ! പക്ഷേ, പെട്ടെന്ന് തന്റെ അഭിലാഷം പ്രകടിപ്പിക്കുകയാണെങ്കിൽ അതുമായി പൊരുത്തപ്പെടാൻ അവൾക്ക് കഴിഞ്ഞില്ലെങ്കിലോ എന്ന ശങ്കയുണ്ടായിരുന്നു. പതുക്കെപ്പതുക്കെ അവൾക്ക് തന്നോടുള്ള സങ്കോചം മാറ്റണം! തന്നെ വിശ്വസിച്ച് എല്ലാം തന്നോടു തുറന്നുപറയാനുള്ള മാനസിക അടുപ്പം തന്നോട് വരുത്തണം– അതാണ് വേണ്ടത്! അതിലേക്കായി അയാൾ പലവഴികളും ആലോചിച്ചു. ഒരു കാര്യത്തിൽ മാത്രം അയാൾക്ക് തികഞ്ഞ ഉറപ്പുണ്ടായിരുന്നു. റോസിയോടുള്ള തന്റെ സ്നേഹം അത്യഗാധമാണ്! അചഞ്ചലമാണ്– എല്ലാ പ്രതിബന്ധങ്ങളെയും തട്ടിത്തകർക്കാൻ പോന്നതാണ്! പക്ഷേ, തല്ക്കാലം തന്റെ സ്നേഹം സ്വയം ഹൃദയത്തിൽ ഉൾക്കൊള്ളാനേ അയാൾക്കു കഴിഞ്ഞുള്ളൂ. റോസിയെ ഒന്നു തനിയെകണ്ട് സംസാരിക്കാനുള്ള അവസരം പോലും ലഭിച്ചില്ല. എങ്കിലും തന്നോടൊപ്പം അവളും ആ വീട്ടിനുള്ളിൽ ഉണ്ടല്ലോ എന്ന സത്യം അയാൾക്ക് എന്തെന്നില്ലാത്ത സന്തോഷം നല്കി.

വേണു പണ്ടത്തെപ്പോലെ ക്ലബ്ബിൽ ഒന്നും പോകാതെ വൈകുന്നേരങ്ങൾ വീട്ടിൽത്തന്നെ കഴിച്ചുകൂട്ടുമ്പോൾ ജാനകിയമ്മയ്ക്കും ചില സംശയങ്ങൾ തോന്നാതിരുന്നില്ല. കുറച്ചു ദിവസമായി വേണുവിന് ഇന്ദുവിന്റെ വിശേഷങ്ങൾ ഒന്നും പറയാനുമില്ല. ഇനി അവർ തമ്മിൽ എന്തെങ്കിലും തെറ്റിദ്ധാരണയുണ്ടായോ? അതാണോ വേണുവിന്റെ പെരുമാറ്റത്തിൽ ഈ ഉദാസീനത! ഇന്ദുവും പണ്ടത്തെപ്പോലെ സിനിമയ്ക്കുപോകാൻ വരാറില്ല. ജാനകിയമ്മ ഫോണിൽ വിളിച്ചാൽക്കൂടി ഓരോ ഒഴിവൊഴികൾ പറഞ്ഞു വരികയില്ല. എന്തായാലും എല്ലാ വിവരങ്ങളും അറിയാമെന്ന് കരുതി അവർ ഒരുദിവസം ഹോസ്റ്റലിലേക്ക് ഒരു വിസിറ്റു നടത്തി. ഇന്ദുവുമായുള്ള സംഭാഷണത്തിൽനിന്നും അവർ ചിലത് മനസ്സിലാക്കി.

ഇന്ദു ഇപ്പോൾ ഒരു പുതിയ ബോയ്ഫ്രണ്ടിൽ ഭ്രമിച്ചിരിക്കയാണ്. ചില്ലറക്കാരനൊന്നുമല്ല പയ്യൻ! നഗരത്തിലെ ഒരു പ്രമുഖ വ്യക്തിയുടെ ഏകപുത്രൻ! അതോടൊപ്പം ഇന്ദുവിന് വേണുവിനെപ്പറ്റിയുള്ള അന്വേഷണവും തീരെ ഇല്ലാതായിരിക്കുന്നു. അപ്പോൾ അവളുടെ അകല്ച്ചയാ

യിരിക്കും വേണുവിന്റെ ഉന്മേഷക്കുറവിന് കാരണം! എന്നാൽ അവരുടെ കണക്കുകൂട്ടലുകളെ കവച്ചുവെച്ചുകൊണ്ടുള്ള ഇന്ദുവിന്റെ ഈ പുതിയ ബന്ധം അവരെ ഒട്ടും ദേഷ്യപ്പെടുത്തിയില്ല. പകരം അവർ മനസ്സുകൊണ്ട് ഇന്ദുവിനെ അഭിനന്ദിച്ചു. എന്തുകൊണ്ടും അവൾ ഒരു കൊച്ചുമിടുക്കി തന്നെ. വേണുവിനേക്കാൾ എല്ലാംകൊണ്ടും യോഗ്യതയുള്ള ഒരു ചെറുപ്പക്കാരനെയല്ലേ അവൾ പാട്ടിലാക്കിയിരിക്കുന്നത്.

കന്നിമാസമായതോടെ ചിനുക്കമഴ അവസാനിച്ചു. ഒരുദിവസം ഗോപിനാഥൻ നായരുടെ കൂടെ ജാനകിയമ്മയും ചിന്മയാനന്ദന്റെ പ്രസംഗം കേൾക്കുവാൻപോയി. അങ്ങനെ വളരെദിവസങ്ങൾകൂടി വേണുവിന് റോസിയെ തനിയെ കാണുവാനൊരവസരം ലഭിച്ചു. റോസി പുറകിലുള്ള വരാന്തയിൽ കുളികഴിഞ്ഞ് മുടി ഉടക്ക് എടുത്തുകൊണ്ട് നില്ക്കുകയാണ്. അയാളുടെ കാൽപ്പെരുമാറ്റം കേട്ട് അവൾ തിരിഞ്ഞു നോക്കി. അവളുടെ മുഖത്ത് നേരിയ മന്ദഹാസം പരന്നു. നിമിഷനേരത്തേക്ക് അയാൾ അവളെ നിർന്നിമ്മേഷനായി നോക്കി നിന്നുപോയി. അയാളുടെ കണ്ണുകളിൽ അവൾ അത്രസുന്ദരിയായിരിക്കുന്നു. അവളുടെ മുഖത്തേക്ക് ഉറ്റുനോക്കിയിട്ട് അയാൾ പറഞ്ഞു. "റോസിയെ തനിയെ കണ്ടിട്ടു എത്രനാളുകളായി. റോസിയോട് എനിക്ക് വളരെയൊക്കെ ചോദിക്കാനും പറയാനും ഉണ്ട്."

അവൾ വളരെ വിനീതയായി തിരക്കി. "എന്താണ്"

അയാൾ വരാന്തയുടെ അരമതിലിന്റെ തൂണു ചാരിയിരുന്നിട്ട് പറഞ്ഞു.

"റോസി! ഇതാ ഇവിടെ വന്നിരിക്കൂ."

അവൾ സങ്കോചത്തോടെ പറഞ്ഞു.

"അതുവേണ്ട. ഞാൻ ഇവിടെ നിന്നോളം."

അയാൾ ചിരിച്ചുകൊണ്ടു ചോദിച്ചു.

"അപ്പോൾ അന്ന് ആശുപത്രിയിൽവെച്ച് ഞാൻ എന്തു പറഞ്ഞാലും അനുസരിച്ചോളാം എന്നു പറഞ്ഞത് ചുമ്മാതെയാണല്ലെ."

അവൾ പരിങ്ങലോടെ നിഷേധിച്ചു.

"അയ്യോ, അങ്ങിനെയല്ല."

"എന്നാൽ പിന്നെ ഇരുന്നേ മതിയാവൂ! കാരണം ഒന്നു രണ്ടുവാക്കുകളിൽ ഉത്തരംപറഞ്ഞു ഇന്ന് എന്നെ തൃപ്തിപ്പെടുത്തി ഒഴിവാക്കാമെന്ന് കരുതേണ്ട!"

അവൾ മടിച്ചുമടിച്ച് ആ അരമതിലിന്റെ മറ്റേ അറ്റത്ത് ഇരുന്നു ഇരുന്നില്ല എന്നു വരുത്തി.

അയാൾ അവളുടെ മുഖത്ത് ഉറ്റുനോക്കിയിട്ട് പറഞ്ഞു.

"പലപ്പോഴും ഞാൻ വളരെ നിർബ്ബന്ധിച്ചിട്ടും റോസിയുടെ വിഷമങ്ങൾ എന്നോട് പറയാൻ കൂട്ടാക്കിയിട്ടില്ല. റോസി! റോസിയെ സംബന്ധിച്ചിടത്തോളം എല്ലാം എല്ലാം അറിയാൻ ഞാൻ വളരെ ആഗ്രഹിക്കുന്നു. കുട്ടിക്കാലം തുടങ്ങി ഇതുവരെയുള്ള പ്രധാനവും അപ്രധാനവു

മായ സംഭവങ്ങൾ! ഇന്ന്... ഇന്ന്.. എന്നെ നിരാശപ്പെടുത്തരുത്!

അയാളുടെ മുഖത്ത് ഉറ്റുനോക്കിയപ്പോൾ അവളുടെ കണ്ണുകൾ താനേ നിറഞ്ഞുപോയി. ഇല്ല! ഇത്തവണ അയാളെ ഒഴിഞ്ഞുമാറാൻ താനശക്തയാണ്!

"ഞാൻ എന്തു പറയാനാണ്! നല്ല മനസ്സുള്ളവരെ വേദനപ്പെടുത്താൻ മാത്രമേ എന്റെ കഥയ്ക്ക് കഴിയൂ! എങ്കിലും..!"

അങ്ങനെ ആ തിണ്ണയുടെ അരചുവരിൽ അയാളോടൊപ്പം ഇരുന്നു. അവൾ തന്റെ ജീവിതകഥ പറഞ്ഞു. വിദൂരതയിൽ ദൃഷ്ടിയുറപ്പിച്ചു ഓർമ്മയുടെ ഏടുകളിൽനിന്നും ചെറുതും വലുതുമായ സംഭവങ്ങൾക്കു അവൾ വളരെ ചുരുങ്ങിയ വാക്കുകൾകൊണ്ട് രൂപം നല്കി! മിഴിവും തെളിവുമുള്ള രൂപങ്ങൾ! മങ്ങിയവ വ്യക്തമായ രൂപങ്ങൾ! ആ മുഖത്ത് ഉറ്റുനോക്കിക്കൊണ്ട് അയാൾ എല്ലാം സശ്രദ്ധം കേട്ടു.

അവളുടെ മുഖം ദുഃഖസാന്ദ്രമാകുമ്പോൾ ആ കണ്ണുകൾ നിറഞ്ഞൊഴുകുമ്പോൾ! അയാളുടെ ഹൃദയം അനുകമ്പാപൂരിതമായി!

'എന്റെ റോസി! ആശ്വസിക്കൂ. ഇതെല്ലാംതന്നെ കഴിഞ്ഞതല്ലേ– ഈ അനുഭവങ്ങൾ ഇനി ഒരിക്കലും നിന്റെ ജീവിതത്തിൽ എത്തിനോക്കുക കൂടിയില്ല. ഞാൻ ജീവനോടിരിക്കുമ്പോൾ നീ ഇനി വേദനപ്പെടാൻ, കണ്ണുനീർ പൊഴിക്കാൻ ഞാൻ അനുവദിക്കുകയില്ല– ഇത് സത്യമാണ്. റോസി സത്യം മാത്രം' അയാളുടെ ഹൃദയം നിശ്ശബ്ദമായി മന്ത്രിച്ചുകൊണ്ടിരുന്നു.

ഒടുവിൽ അവൾ പറഞ്ഞുനിർത്തിയപ്പോൾ അരമതിലിൽ അലസമായി വിശ്രമിച്ചിരുന്ന അവളുടെ കൈത്തടം തന്റെ രണ്ടു കൈകൊണ്ടും ഗ്രഹിച്ചു നെഞ്ചോടുചേർത്തു പിടിച്ചിട്ട് പറഞ്ഞു.

"റോസി! എനിക്ക് നിന്നോട് വളരെയൊക്കെ പറയാനുണ്ട്. ഇപ്പോൾ ഇത്രമാത്രം മനസ്സിലാക്കൂ കഴിഞ്ഞതൊക്കെ നീ ഓർക്കാതിരിക്കാൻ. നിന്റെ ജീവിതത്തിൽ സന്തോഷം പകരാൻ എന്നെ ഒന്ന് അനുവദിക്കൂ റോസി!"

എല്ലാം ഞൊടിക്കുള്ളിലാണ് കഴിഞ്ഞത്! അവൾ വേഗം തന്റെ കൈ വേണുവിന്റെ കൈയ്ക്കുള്ളിൽനിന്നും വലിച്ചിട്ട് പറഞ്ഞു.

"അയ്യോ അങ്ങ് ഇതേവരെയും ഞങ്ങളോട് കാട്ടിയ കരുണതന്നെ ഞങ്ങൾ അർഹിക്കുന്നതിലും എത്ര അധികമാണ്– ഓർക്കുമ്പോൾ അതിനുപോലും നന്ദി പ്രകടിപ്പിക്കുവാൻ എനിക്ക് കഴിവില്ല. ഉണ്ണിക്കുട്ടന്റെ ദീനക്കിടക്കയിൽ അങ്ങ് ഞങ്ങളോട് കാണിച്ച ദയവ്..!"

"കഷ്ടം! റോസി! എന്റെ മുഖത്തേക്ക് നോക്ക്! നിന്നോട് എനിക്ക് ദയവുമാത്രമേയുള്ളൂവെന്നാണോ? റോസി ഞാൻ നിന്നെ സ്നേഹിക്കുന്നു. ഇതുപോലെ മറ്റാരെയും ഞാൻ ഒരിക്കലും സ്നേഹിച്ചിട്ടില്ല. നീ എന്റേതു മാത്രമായിത്തീരണമെന്ന് ഞാൻ എത്രകണ്ട് ആശിക്കുന്നു റോസി! ഞാൻ നിന്നെ വിവാഹം കഴിക്കാൻ നീ ഒന്നു സമ്മതിക്കൂ."

അയാൾ പറഞ്ഞതുകേട്ട് എന്തോ അപ്രതീക്ഷിതമായ ഒരാഘാതം

ഏറ്റതുപോലെ അവൾ ഞെട്ടി. എണീറ്റുപോയി ഒരു നിമിഷത്തേക്ക് അവളുടെമുഖത്ത് എന്തെന്നില്ലാത്ത അന്ധാളിപ്പായിരുന്നു. അടുത്ത ക്ഷണത്തിൽ എല്ലാം അവളുടെ മനസ്സിൽ തെളിഞ്ഞു പതിഞ്ഞു. അവൾ രണ്ടു കൈയും കൂപ്പി അപേക്ഷാസ്വരത്തിൽ പറഞ്ഞു.

"അയ്യോ അരുതേ! എന്തു വിൺവാക്കുകളാണിപ്പറഞ്ഞത്! ഞങ്ങൾ ആരുമാരുമില്ലാത്തവരാണ്! ഈ വലിയ വീട്ടിൽ അവരുടെ ദയവുകൊണ്ട് മാത്രം കഴിയുന്നവരാണ്– ഞങ്ങൾ ഇങ്ങനെ കഴിഞ്ഞോട്ടെ!"

അവൾ മുഖം പൊത്തി അകത്തേക്ക് ഓടി.

അയാൾ പെട്ടെന്ന് വിളിച്ചു.

"റോസി! അവിടെ നിക്കില്ലെ. ഞാൻ പറയുന്നതു മുഴുവൻ കേൾക്കാനുള്ള സന്മനസ്സെങ്കിലും കാണിക്കൂ."

അയാളുടെ ശബ്ദം വികാരംകൊണ്ടു ത്രസിച്ചിരുന്നു. അവൾ യാന്ത്രികമായി നിന്നുപോയി– അയാൾ പറഞ്ഞു.

"ഒന്നുമൊന്നും ആലോചിക്കാതെ ഞാൻ എന്തോ വിൺവർത്തമാനം പറഞ്ഞെന്നാണോ റോസി കരുതുന്നത്? കഷ്ടം എന്നെ എത്രകണ്ട് തെറ്റിദ്ധരിച്ചിരിക്കുന്നു. നോക്ക്! ഈ കഴിഞ്ഞ ദിവസങ്ങളിലെല്ലാം നിന്നെപ്പറ്റിയുള്ള ചിന്തകളായിരുന്നു എന്റെ മനസ്സ് നിറയെ – നിന്നോട് എങ്ങിനെ പറഞ്ഞുഫലിപ്പിക്കണമെന്നറിയാതെ കുഴങ്ങുകയാണ്. എന്റെ ഉള്ളുതുറന്ന് നിന്നെ കാണിക്കാൻ ഒത്തിരുന്നു എങ്കിൽ!"

ഒരു ശിലാപ്രതിമപോലെ അവൾ എല്ലാം കേട്ടു. സ്നേഹത്തിൽ കുതിർന്ന അയാളുടെ ഓരോ വാക്കുകളും അവളുടെ ഹൃദയത്തിൽ ഒട്ടിച്ചേരുകയാണ്. തിരിഞ്ഞുനോക്കാനുള്ള ധൈര്യം പോലും തോന്നിയില്ല!

"എന്റെ റോസി! അന്ന് ഞാൻ രോഗം പിടിപെട്ട് നിസ്സഹായനായി കിടന്നപ്പോൾ നിന്റെ നല്ല മനസ്സ് എത്രവേഗം അലിഞ്ഞു. ഇന്നിപ്പോൾ മനസ്സുനിറയെ സ്നേഹവുമായി നിന്റെ അടുക്കൽ, വന്നിട്ട്. നീ മനസ്സിനെ കരിങ്കല്ലായി മാറ്റുകയാണോ? വേണുവിന്റെ സ്വരത്തിൽ പരിഭവവും ഉൽക്കടമായ നിരാശയും കലർന്നിരുന്നു.

"അയ്യോ ഒന്നു നിർത്തൂ! ഇനി കൂടുതൽ ഒന്നും കേൾക്കാനെനിക്കാവില്ല."

അവൾ ഉയർന്നുവന്ന തേങ്ങൽ അടക്കിക്കൊണ്ട് മുറിയിലേക്കോടി.

പെട്ടെന്ന് അയാൾക്ക് വല്ലാത്ത കുറ്റബോധം തോന്നി. ഇതാ താനവളെ വ്രണപ്പെടുത്തിയിരിക്കുന്നു. അവളുടെ മനസ്സിന്റെ നിലയെപ്പറ്റി തീരെ കരുതലില്ലാതെയല്ലേ താൻ സംസാരിച്ചത്! താൻ പറഞ്ഞത് വെറും വിൺവാക്കുകളാണെന്ന് അവൾക്കു തോന്നാൻ കാരണവും അതല്ലേ? അവളോടു പ്രേമപ്രകടനം നടത്താനുള്ള സമയമായിട്ടില്ല തന്നെ. വാസ്തവത്തിൽ അത്രയൊക്കെ പറയണമെന്ന് താൻ കരുതിയതുമല്ല. പതുക്കെപ്പതുക്കെ അവളെ തന്നോട് അടുപ്പിക്കണമെന്നുമാത്രമായിരുന്നു ഉദ്ദേശം! പക്ഷേ, മനുഷ്യൻ നിശ്ചയിക്കുന്നതുപോലെയൊന്നുമല്ലല്ലോ വന്നുഭവിക്കുന്നത്! തന്റെ നയക്കുറവുമൂലം അവളുടെ മനസ്സമാധാനം ആകെ

തകർത്തു. അത്രമാത്രം തനിക്കു സാധിച്ചു. കഷ്ടം! തന്റെ ആത്മാർത്ഥതപോലും മനസ്സിലാക്കാൻ അവൾക്ക് കഴിയാതെപോയല്ലോ- എങ്കിലും അയാൾ തികച്ചും നിരാശനായില്ല. റോസി നല്ലവളാണ്. ആ നല്ല മനസ്സ് തന്റെ സ്നേഹം മുട്ടിവിളിക്കുമ്പോൾ തുറക്കാതിരിക്കയില്ല- ഇന്നല്ലെങ്കിൽ ഇനിയൊരിക്കലെങ്കിലും! അങ്ങനെ അസ്വസ്ഥചിന്തകളോടെ അയാൾ മുറിയിലേക്ക് പോയി.

പതിനേഴ്

റോസി മുറിയിൽ എത്തിയ ഉടൻ ഉറങ്ങിക്കിടന്ന ഉണ്ണിക്കുട്ടനെ കെട്ടിപ്പിടിച്ച് ഏങ്ങിയേങ്ങി കരഞ്ഞു. ഹൃദയം പരിപൂർണ്ണമായും അസ്വസ്ഥമായിരുന്നു. ജീവിതത്തിൽ തനിക്ക് ഒരിക്കലും മനസ്സുഖം വിധിച്ചിട്ടില്ലെന്നാണോ? വിവാഹം കഴിഞ്ഞ് അദ്ദേഹം തന്റെ മേൽ സ്നേഹത്തിന്റെ പൂമഴ ചൊരിഞ്ഞ അക്കാലങ്ങളിൽപ്പോലും അദ്ദേഹത്തിന്റെ അസുഖത്തെപ്പറ്റിയുള്ള ആശങ്കകൾ തന്റെ മനസ്സിൽ എപ്പോഴും മുന്നിട്ടു നിന്നു. ഇപ്പോഴിതാ ഈ ചുറ്റുപാടുകളിൽ ഒരുവിധം പൊരുത്തപ്പെട്ടു തുടങ്ങിയപ്പോഴാണ് വേണുവിന്റെ ഈ പ്രേമപ്രഖ്യാപനം! അതു തന്റെ മനസ്സിന്റെ സമനിലപോലും തകർത്തതുപോലെ! അദ്ദേഹമെന്താണ് പറഞ്ഞത്? തന്നെ പ്രേമിക്കുന്നുവെന്നോ? ജീവിതത്തിൽ വളരെ ശോഭനമായ ഭാവിയുള്ള ഡോക്ടർ! ചേട്ടത്തിയമ്മയുടെ വർത്തമാനത്തിൽനിന്നും അദ്ദേഹവും ഇന്ദുവുമായുള്ള വിവാഹം ഏതാണ്ട് തീരുമാനിക്കപ്പെട്ട കാര്യമാണെന്ന് തനിക്കു മനസ്സിലാക്കാൻ കഴിഞ്ഞിട്ടുണ്ട്. താനാണെങ്കിൽ എല്ലാവിധത്തിലും ഭാഗ്യംകെട്ടവൾ! അദ്ദേഹം നല്ലവനാണ്. ദയാലുവാണ്. താനെന്നെന്നും അദ്ദേഹത്തോട് കടപ്പെട്ടവളുമാണ്. പക്ഷേ, അദ്ദേഹത്തിൽനിന്നും ഇത്തരം ഒരു സമീപനം! അതു താൻ സ്വപ്നത്തിൽപോലും പ്രതീക്ഷിച്ചതല്ല. ഈശ്വരാ ചേട്ടനോ ചേട്ടത്തിയമ്മയോ അറിഞ്ഞാൽ ചേട്ടത്തിയമ്മയുടെ വാക്കുകൾ തന്റെ കാതുകളിൽ മുഴങ്ങുകയാണ്!

“നിനക്ക് എന്നോട് നന്ദിയും മറ്റുമില്ലെങ്കിലും ഒന്നുമില്ല. ഇവിടെ കുഴപ്പമൊന്നും ഉണ്ടാക്കാതിരുന്നാമതി.”

അതെ, തന്റെ താമസം ഇനി ഈ വീട്ടിൽ കുഴപ്പങ്ങൾതന്നെ സൃഷ്ടിക്കും. വേണുവിന്റെ അവസാനവാക്കുകൽ ഓർത്തുപോയി.

“റോസി, ഹൃദയം നിറയെ സ്നേഹവുമായി നിന്റെ അടുക്കൽ എത്തിയപ്പോൾ നീ മനസ്സ് കരിങ്കല്ലാക്കി മാറ്റുകയാണോ?”

കഷ്ടം! അതുപറഞ്ഞപ്പോൾ അദ്ദേഹത്തിന്റെ സ്വരത്തിൽ എത്ര അധികം വേദന തങ്ങിനിന്നിരുന്നു. താനിനി ഇവിടെ കഴിയുന്ന ഓരോ നിമിഷങ്ങളും അദ്ദേഹത്തിന് കൂടുതൽ ദുഃഖമേ വരുത്തിവെയ്ക്കുകയുള്ളൂ. ഈശ്വരാ ഇനി എന്താണ് പോംവഴി? ആത്മഹത്യയോ? ഇല്ല. ഒരിക്കൽ താൻ അതിന്റെ വക്കുവരെ എത്തിയിട്ടു പിന്തിരിഞ്ഞതാണ്!

ഇനി ഒരിക്കലും അതിനു മുതിരുകയില്ലെന്നും തീരുമാനിച്ചതുമാണ്. ഇവിടം വിട്ടുപോയാലോ? താനെങ്ങോട്ടുപോകും? ഉണ്ണിക്കുട്ടന്റെ ഭാവി! അവൻ കുറച്ചുകൂടി മുതിർന്നെങ്കിൽ ഇവിടെതന്നെ വിട്ടിട്ട് തനിക്ക് പോകാമായിരുന്നു. ഏതായാലും ഇവിടെ നിന്ന് പോയേ പറ്റൂ! അല്ലാതെ മറ്റൊരു മാർഗ്ഗവും ബുദ്ധിയിൽ തെളിഞ്ഞില്ല. എങ്ങോട്ട്പോകാനെന്ന് അധികം ചിന്തിച്ച് മിനക്കെടേണ്ടിവന്നില്ല പോകാനിടമില്ലാത്തവർക്ക് ആ പ്രശ്നം ഉദിക്കുന്നില്ലല്ലോ. കൈയിൽ അഞ്ചു രൂപയുണ്ട്. അതുകൊണ്ട് എത്തുന്നിടംവരെ. കൂടുതലായി ചിന്തിച്ചിട്ട് ഒരു ഫലവുമില്ല – പിന്നെ ദൈവം തന്നെ പോംവഴി കാണട്ടെ! അത്രതന്നെ!

പോകണമെന്ന് ഉറച്ചുകഴിഞ്ഞപ്പോൾ മനസ്സ് അല്പം ശാന്തമായി. ആരും ആരും അറിയാതെ പോകണം! എല്ലാവരും ഉണരുന്നതിനുമുമ്പ് ഇവിടം വിടുകയാണു നല്ലത്! പറ്റെ ദിവസം നാലരയ്ക്കുള്ള പാസഞ്ചർ ട്രെയിനിൽ പൊയ്ക്കളയാം! വെളുപ്പിന് നാലുമണിക്ക് ഉണ്ണിക്കുട്ടനുമായി സ്റ്റേഷൻ വരെ നടക്കണമല്ലോ എന്നോർത്തപ്പോൾ നടുങ്ങിപ്പോയി. പിന്നെ സ്വയം ധൈര്യപ്പെട്ടു. തന്റെ തീരുമാനത്തിൽ വിജയിക്കണമെങ്കിൽ ഇത്തരം ചിന്തകളിൽനിന്നും ഒഴിഞ്ഞു മാറണം!

തനിക്ക് ഇത്രയും നാൾ അഭയം തന്നവരോട് നന്ദി പോലും പ്രകടിപ്പിക്കാതെ പോകാൻ മനസ്സ് വന്നില്ല. ഒരെഴുത്ത് എഴുതിവെച്ചാലോ? അതെ. അതുതന്നെയാണ് നല്ലത്! അങ്ങനെ തന്റെ ഭാവി പരിപാടിക്ക് മനസ്സിൽ രൂപം കൊടുത്തുകഴിഞ്ഞപ്പോൾ അവൾ അല്പം മയങ്ങി. പിറ്റേ ദിവസം പകൽ മുഴുവനും അധികസമയവും മുറിക്കുള്ളിൽത്തന്നെ കഴിഞ്ഞു.

മുറിയുടെ കതക് ചാരിയിരുന്നു എങ്കിലും കാലത്ത് വേണു കോണിയിറങ്ങി വരുന്ന ശബ്ദം കേട്ടപ്പോൾ ഹൃദയം അതിവേഗമിടിച്ചു. തന്റെ മുറിയുടെ അടുക്കലേക്ക് ചെരുപ്പുകളുടെ ശബ്ദം നീങ്ങുകയാണോ? അവൾ ശ്വാസം അടക്കി ശ്രദ്ധിച്ചു. അതേ അദ്ദേഹം തന്നെ കാണാൻ വരികയാണെന്ന് തോന്നുന്നു. അവൾ വൈവശ്യത്തോടെ മേശപ്പുറത്ത് മുഖമമർത്തി കിടന്നു. ഈശ്വരാ! അദ്ദേഹവുമായി ഇനിയൊരു കൂടിക്കാഴ്ച തന്നെക്കൊണ്ടാവില്ല. ഇന്നലെതന്നെ താൻ അദ്ദേഹത്തെ വളരെ വ്രണപ്പെടുത്തി. ഇനി അദ്ദേഹത്തെ വേദനിപ്പിക്കാൻ ഇടവരുത്തരുതേ!

ചെരുപ്പുകളുടെ ശബ്ദം നിലച്ചു. അദ്ദേഹം വാതുക്കൽ എത്തിക്കാണണം – ഇനിയും ചാരിക്കിടക്കുന്ന കതക് തള്ളിത്തുറക്കേണ്ട താമസം! അവളുടെ ദേഹം തളരുന്നതായി തോന്നി. അവൾ ശ്വാസമടക്കിയിരുന്നു. അടുത്ത നിമിഷം ചെരുപ്പുകളുടെ ശബ്ദം അകന്നകന്ന് നീങ്ങി. അവൾക്ക് എന്തെന്നില്ലാത്ത ആശ്വാസം തോന്നി. ദൈവം വലിയ ഒരു പരീക്ഷണത്തിൽനിന്ന് തന്നെ രക്ഷിച്ചിരിക്കയാണ്! കാരണം ഒരിക്കൽകൂടി അദ്ദേഹത്തെ നിരാകരിക്കുവാനുള്ള ശക്തി തന്നിൽ അവശേഷിച്ചിരുന്നില്ല– അവൾ ഒരു നടുക്കത്തോടെയാണത് മനസ്സിലാക്കിയത്! അദ്ദേഹത്തിന്റെ സ്നേഹം ഇരുട്ട് കട്ടപിടിച്ചിരുന്ന തന്റെ ഹൃദയത്തിനുള്ളിൽ ആവാച്യ

മായ സ്നേഹനുഭൂതിയുടെ നെയ്ത്തിരികൊളുത്തിയിരിക്കുന്നു. ഈ പുതിയ അറിവ് അവളെ വളരെ ആശ്ചര്യപ്പെടുത്തി. ഒരിക്കലും അതാർക്കുംതന്നെ വെളിപ്പെടാൻ പോകുന്നില്ലെങ്കിലും താനതു നഷ്ടപ്പെടാനിഷ്ടപ്പെടുന്നില്ല. തന്റെ ഹൃദയം നിരാശയിലേക്കു വഴുതി വീഴുമ്പോൾ ഈ പുതിയ വെളിച്ചം തനിക്കൊരു വഴികാട്ടിയായിരിക്കട്ടെ!

രാത്രിയിൽ തീരെ ഉറക്കം വന്നില്ല. എല്ലാവരും ഉറക്കംപിടിച്ചപ്പോൾ തനിക്കാകെയുള്ള കുറച്ചു വസ്ത്രങ്ങൾ പൊതിഞ്ഞുകെട്ടി എന്നിട്ട് ഒരു കടലാസ് എടുത്ത് ഇത്രയും എഴുതി.

'അങ്ങയോടും ചേട്ടത്തിയമ്മയോടും നേരെ കണ്ട് ഒരു നന്ദിവാക്കു പോലും പറയാതെ പോകുന്നതിൽ വിഷമമുണ്ട്. പക്ഷേ, എന്നെമാത്രം സംബന്ധിച്ച ചില കാരണങ്ങൾകൊണ്ട് ഞങ്ങളുടെ ഇവിടുത്തെ താമസം, ഞങ്ങളോടു വളരെ കരുണ കാണിച്ച ഈ കുടുംബത്തിന് കൂടുതൽ വിഷമം ഉണ്ടാകുമെന്നുള്ളതുകൊണ്ടാണ് ഇവിടം വിടുന്നത്! അങ്ങയേയും കുടുംബത്തേയും ഈശ്വരൻ അനുഗ്രഹിക്കട്ടെ.'

എഴുതിക്കഴിഞ്ഞപ്പോൾ കണ്ണുകൾ നിറഞ്ഞുതുളുമ്പി. എഴുത്ത് ഒരാവർത്തികൂടി വായിച്ചു കവറിൽ ഇട്ട് ഒട്ടിച്ചു.

മണി പന്ത്രണ്ടടിച്ചു. ഇനിയും പുറപ്പെടുന്നതിന് നീണ്ട നാലുമണിക്കൂറുകൾ കൂടി– ഉണ്ണിക്കുട്ടൻ പുതപ്പിനുള്ളിൽ സുഖമായി ഉറങ്ങുകയാണ്. ഈ പുലരുന്ന ദിവസം രാത്രി തങ്ങൾ എവിടെയായിരിക്കും. ഏതെങ്കിലും കടത്തിണ്ണയിലോ അതോ റെയിൽവേസ്റ്റേഷന്റെ വരാന്തയിലോ? പെട്ടെന്ന് ചിന്തകൾക്ക് കടിഞ്ഞാണിട്ടു. താനെന്തിനാണ് വിചാരപ്പെടുന്നത്. ഈശ്വരൻ എന്തെങ്കിലും ഒരുവഴി ഒരുക്കിക്കാണും. പക്ഷേ, സമയം അടുക്കുന്തോറും മനസ്സ് കൂടുതൽ കൂടുതൽ അസ്വസ്ഥമായി. ഉയർന്നുവരുന്ന തേങ്ങലുകൾ പണിപ്പെട്ടടക്കി ഉണ്ണിക്കുട്ടനെ പതുക്കെ തോളിൽ കിടത്തി. അവൻ നല്ല ഉറക്കത്തിൽ ചെറുതായൊന്നു മൂളി. റോസി അവനെ ഒന്നുകൂടി ദേഹത്തോടടുപ്പിച്ച് കതകുതുറന്നു പുറത്തിറങ്ങി. നാലുപാടും കണ്ണയച്ചു. ആരും ഇല്ല. ഉണർന്നിട്ടില്ല. തപ്പിത്തടഞ്ഞ് ഊണുമുറിയുടെ വാതിൽ തുറന്ന് മുറ്റത്തേക്കിറങ്ങിയിട്ട് കതക് ഭദ്രമായി അടച്ചു. തുറന്നുകിടന്ന ഓഫീസ് മുറിയുടെ ജനലിൽക്കൂടി എഴുത്ത് അകത്തേക്കിട്ടിട്ട്റോഡിൽ ഇറങ്ങി. നാലുപാടും അമ്പരപ്പോടെ നോക്കി. റോഡ് വിജനമാണ്. ജീവിതത്തിലാദ്യമായി തനിച്ച് രാത്രിയിൽ ഇറങ്ങിത്തിരിക്കുകയാണ്. മനസ്സ് വല്ലാതെ പതറിയിരുന്നു. എന്തൊക്കെ അനുഭവങ്ങളാണ് മനുഷ്യന് ജീവിതത്തിൽ വെച്ചിരിക്കുന്നത്! കണ്ണുകൾ നിറഞ്ഞൊഴുകി. കാലുകൾ വിറച്ചെങ്കിലും വളരെ വേഗത്തിലാണ് നടന്നത്! ഭാഗ്യത്തിന് അവൾ ഭയപ്പെട്ടിരുന്നതുപോലെ വഴിയിൽ കണ്ടവരാരും തന്നെ അവളെ പ്രത്യേകമായി ഗൗനിച്ചതേയില്ല.

പതിനെട്ട്

വിറയ്ക്കുന്ന കൈകളോടെ അവൾ ടിക്കറ്റ് കൗണ്ടറിൽ തന്റെ ഏക സമ്പാദ്യമായ അഞ്ചുരൂപ ഏല്പിച്ചു. കൗണ്ടറിൽ ഇരുന്നയാൾ അത്ഭുതത്തോടെ അവളെ നോക്കി ചോദിച്ചു.

"എങ്ങോട്ടാണ് ടിക്കറ്റ് വേണ്ടതെന്ന് പറഞ്ഞില്ലല്ലോ."

ഒരുനിമിഷത്തേക്ക് അവൾ പതറി– ഇനി എങ്ങോട്ട്, എങ്ങോട്ട്? എത്രയും പെട്ടെന്ന് ഈ പരിസരങ്ങൾ വിട്ടകലണം. അത്രമാത്രമായിരുന്നു അപ്പോഴത്തെ ആവശ്യം. ഭാവിയെപ്പറ്റി ഒരുരൂപവും മനസ്സിൽ ഉണ്ടായിരുന്നില്ല. സ്വരത്തിന്റെ പതറിച്ച പണിപ്പെട്ടടക്കിയിട്ടു അവൾ തിരക്കി

"ഈ രൂപകൊണ്ട് ഏതുവരെ പോകാം."

"പുനലൂരുവരെ നാലുരൂപാ നാലണയാണ് ടിക്കറ്റു വില അങ്ങോട്ടേക്കു മതിയോ?"

അവൾ ചുണ്ടുകൾ കടിച്ചുപിടിച്ചു തേങ്ങലുകൾ അമർത്തി തലകുലുക്കുകമാത്രം ചെയ്തു.

അഞ്ചു പത്തു മിനിറ്റുകൾക്കുള്ളിൽ ട്രെയിൻ വന്നു. ഉണ്ണിക്കുട്ടനുമായി തിരക്കൊഴിഞ്ഞ ലേഡീസ് കംപാർട്ടുമെന്റിന്റെ ഒരു കോണിൽ അവളും ഇരുപ്പുറച്ചു.

പെട്ടെന്ന് ട്രെയിനിന്റെ കൂക്ക് വിളി കേട്ട് ഉണ്ണിക്കുട്ടൻ ഉറക്കത്തിൽനിന്നും ഞെട്ടിയുണർന്നു. അവൻ ഭീതിയോടെ അമ്മയെ കെട്ടിപ്പിടിച്ച് ഉറക്കച്ചടവോടെ തിരക്കി.

"അമ്മേ! നമ്മളെവിടെപ്പോകുവാ!"

അവനെ തന്റെ ദേഹത്തോടുചേർത്തടക്കിപ്പിടിച്ച് റോസി ആ കാതുകളിൽ മന്ത്രിച്ചു.

'നമ്മളങ്ങു ദൂരെ പോകുവാ– മോൻ പേടിക്കാതെ ഉറങ്ങിക്കോ– അമ്മ കൂടില്ലേ!"

പിന്നെ അവൻ ഒന്നും ചോദിച്ചില്ല. സംതൃപ്തിയോടെ അമ്മയുടെ തോളിൽ തലചായ്ച്ച് ഉറങ്ങിത്തുടങ്ങി.

റോസിക്ക് നിമിഷങ്ങൾ യുഗങ്ങളായി തോന്നി. ചിലർ ഇറങ്ങി ചിലർ കയറി. അതൊന്നുംതന്നെ അവളുടെ ശ്രദ്ധയിൽപ്പെട്ടില്ല. അനിശ്ചിതമായ ഭാവിയെക്കുറിച്ചുള്ള ചിന്ത പത്തിവിടർത്തി നില്ക്കുന്ന ഒരുകരാളസർപ്പത്തെപ്പോലെ അവളെ തുറിച്ചുനോക്കിക്കൊണ്ടിരുന്നു. പണിപ്പെട്ട് സംഭരിച്ച ആത്മധൈര്യം അനുനിമിഷം ചോർന്നൊലിക്കുകയാണ്! എവിടെയാണ് അശരണരായ തങ്ങൾക്ക് ഒരഭയസ്ഥാനം! ഇനിയുമുള്ള ജീവിതം എങ്ങനെയാണ്? അവൾ ഭീതിയോടെ നടുങ്ങി. അമ്മയോട് പറ്റിച്ചേർന്നിരുന്ന് ഉണ്ണിക്കുട്ടൻ മാത്രം ഉറക്കമുണർന്ന് ഇരുവശമുള്ള കാഴ്ചകൾ കണ്ടുരസിച്ചു. മഞ്ഞനിറമുള്ള ബോർഡിൽ കറുത്തചായംകൊണ്ട് പുനലൂരെന്നഴുതിയ ചൂണ്ടുപലക കണ്ണിൽ വന്നുപെട്ടപ്പോഴാണ് റോസിക്ക് പരിസ

രബോധമുണ്ടായത്! തങ്ങൾക്ക് ഇവിടെ ഇറങ്ങേണ്ടിയിരിക്കുന്നു. നിരങ്ങിനിരങ്ങി ട്രെയിൻ സ്റ്റേഷന്റെ മുൻപിലായി ചലനമറ്റുനിന്നു. തങ്ങൾക്കിവിടെ ഇറങ്ങേണ്ടിയിരിക്കുന്നു. പൊട്ടിപ്പുറപ്പെടുന്ന തേങ്ങലുകൾ പണിപ്പെട്ടടക്കി അവൾ ഉണ്ണിക്കുട്ടനെ കൈകളിൽ ഒതുക്കിപ്പിടിച്ചുകൊണ്ടിറങ്ങി. സ്റ്റേഷനിലെ ആൾത്തിരക്ക് വിട്ട് പുറത്തുകടന്നപ്പോൾ ഇനി എന്താ വേണ്ടതെന്ന് ഒരു രൂപവുമുണ്ടായിരുന്നില്ല. വെയിലിന്റെ ചൂട് കനത്തുതുടങ്ങിയിരുന്നു. മുൻപിലേക്ക് നോക്കിയപ്പോൾ അപരിചിതമായ പാത, വളഞ്ഞുപുളഞ്ഞ് തനിക്ക് എത്തുംപിടിയുമില്ലാത്ത ഏതോ ലക്ഷ്യത്തിലേക്ക് നീണ്ടുകിടക്കുകയാണ്. ഇടറിയ കാൽവെപ്പോടെ അവൾ മുമ്പോട്ടു നീങ്ങി; അപരിചിതമായ ചുറ്റുപാടുകൾ! കണ്ടിട്ടില്ലാത്ത മുഖങ്ങൾ! ഉണ്ണിക്കുട്ടൻ തോളത്ത് തളർന്ന് മയങ്ങിക്കിടപ്പാണ്. മനസ്സും ശരീരവും ഒന്നുപോലെ തളർന്നിരുന്നു.

പെട്ടെന്ന് നീറുന്ന ചിന്തകളിൽനിന്നും അവളെ ഉണർത്തിക്കൊണ്ട് പള്ളിമണികൾ മുഴങ്ങി. അവൾ കണ്ണുകൾ പരതി നാലുപാടും നോക്കി. അതാ! തനിക്കുമുമ്പിലായി ആശയുടെ പ്രതീകംപോലെ പള്ളിഗോപുരം ഉയർന്നുനില്ക്കുകയാണ്. മനസ്സിന് നേരിയ കുളിർമ്മ അനുഭവപ്പെടും. ഇവിടെ എങ്കിലും തന്റെ പുകയുന്ന മനസ്സിന് അല്പം ശാന്തി ലഭിച്ചിരുന്നുവെങ്കിൽ!

അവൾ പള്ളിനട കടന്ന് അകത്തുകയറി– അതാ അവശരുടെയും അശരണരുടെയും ആശാകേന്ദ്രമായ ക്രിസ്തുവിന്റെ ക്രൂശിക്കപ്പെട്ട രൂപം! അവൾ ആ കാൽച്ചുവട്ടിലേക്ക് നീങ്ങി. അതുവരെ പണിപ്പെട്ടടക്കിയിരുന്ന ദുഃഖം ചിറപൊട്ടിയൊഴുകി. വാടിത്തളർന്നുറങ്ങുന്ന ഉണ്ണിക്കുട്ടനെ നെഞ്ചോടു ചേർത്തുപിടിച്ച് അവൾ തേങ്ങിത്തേങ്ങി കരഞ്ഞു. ദുഃഖം കൊണ്ട് ഹൃദയം വിങ്ങിപ്പൊട്ടുകയാണ്.

“അഗതികളുടെ താങ്ങായ തമ്പുരാനേ! എനിക്ക് വഴികാട്ടിത്തരേണമേ!”

ആ പാദങ്ങളിൽ തലചായ്ച്ച് അവൾ വീണ്ടും വീണ്ടും കേണു. എത്ര നേരം ആ ഇരുപ്പിൽ കഴിച്ചുകൂട്ടി എന്നവൾക്കറിയില്ല. ഉണ്ണിക്കുട്ടൻ ഉണർന്നു വെള്ളത്തിനായി കരഞ്ഞപ്പോഴാണ് പരിസരബോധമുണ്ടായത്! അവൾ വേഗം എണീറ്റു ഉണ്ണിക്കുട്ടന് കുറച്ചു വെള്ളം എവിടെനിന്ന് കിട്ടും? അവൾ പള്ളിക്ക് പുറത്തിറങ്ങി നാലുപാടും നോക്കി– തൊട്ടടുത്ത് പള്ളിമേടയുണ്ട്. അവിടെ പോയി ചോദിച്ചാലോ?

ഉണ്ണിക്കുട്ടനുമായി അവൾ അങ്ങോട്ടു നടന്നു. വരാന്തയിൽത്തന്നെ അച്ചനിരിപ്പുണ്ട്. ശാന്തഗംഭീരമായ ആ മുഖം കണ്ടപ്പോഴേ മനസ്സിനു അല്പം ആശ്വാസം തോന്നി. അവളെ കണ്ടയുടൻ അദ്ദേഹം സമ്മനോഭാവത്തോടെ തിരക്കി.

“നിനക്ക് എന്താ വേണ്ടത്?”

എന്തുകൊണ്ടോ ആ ചോദ്യം കേട്ടപ്പോൾ വെള്ളം ചോദിക്കുന്നതിനുപകരം തൂണോടു മുഖം ചേർത്ത് പൊട്ടിക്കരയുകയാണുണ്ടായത്!

അവളുടെ ഭാവപ്പകർച്ചകണ്ട് ഉണ്ണിക്കുട്ടനും നിലവിളിച്ചുപോയി.

അച്ഛൻ വേഗം എണീറ്റ് അവളുടെ അടുത്തുചെന്ന് അനുകമ്പയോടെ പറഞ്ഞു.

"നിനക്ക് എന്തോ വിഷമം ഉള്ളതുപോലെ തോന്നുന്നു. എന്നോട് പറയൂ. എല്ലാറ്റിനും അവിടത്തെ കൈകളിൽ നീക്കുപോക്കുകളുണ്ട്."

അവളുടെ മൗനം കണ്ടിട്ട് അദ്ദേഹം വീണ്ടും നിർബ്ബന്ധം ചെലുത്തി പറഞ്ഞു.

"നീ മടിക്കാതെ പറയൂ കുട്ടീ."

ഒടുവിൽ അവൾ വാക്കുകൾ തടഞ്ഞുതടഞ്ഞു തന്റെ കഥ ഏറ്റവും ചുരുക്കി പറഞ്ഞു. തന്റെ ജീവിതത്തിൽവന്ന് കടന്നുപോയ വ്യക്തികളെപ്പറ്റി ഒന്നും പരാമർശിച്ചില്ല.

"ഇപ്പോൾ ഞങ്ങൾക്ക് ഒരാശ്രയവും ഇല്ല– ഇന്നു രാത്രി എങ്ങിനെ കഴിയുമെന്ന് ഓർക്കുമ്പോൾത്തന്നെ–" അവൾ തുടരാനാവാതെ പൊട്ടിക്കരഞ്ഞുപോയി.

"സമാധാനിക്കൂ കുട്ടീ – നീ വിചാരിക്കുന്നതുപോലെ ജീവിതം അത്ര ദുഃസ്സഹം ഒന്നുമല്ല. എന്തെങ്കിലും നിവൃത്തിയുണ്ടാക്കാം. ഇവിടെ അടുത്ത് ഒരു മഠവും അതിനോടുചേർന്ന് ഒരനാഥാലയവും ഉണ്ട്. കുഞ്ഞിനെ തല്ക്കാലം അവിടെ ഏല്പിക്കൂ. നിനക്കു മറ്റെവിടെ എങ്കിലും ജോലി ചെയ്ത് ജീവിക്കാം."

"അയ്യോ! ഉണ്ണിക്കുട്ടനെ വിട്ടുമാറാൻ എനിക്കാവില്ല." അവൾ ഗദ്ഗദത്തോടെ ഇടയ്ക്കുകയറി പറഞ്ഞു.

അവളുടെ മാതൃഹൃദയത്തിന്റെ വേദന തികച്ചും ഗ്രഹിച്ചിട്ടെന്നപോലെ അച്ഛൻ അവളെ വീണ്ടും ആശ്വസിപ്പിക്കാൻ ശ്രമിച്ചു.

"ഏതായാലും നീ എന്റെ കൂടെ വരൂ നമുക്ക് മഠത്തിൽ ചെന്ന് മദറിനെ കണ്ട് വിവരങ്ങളൊക്കെ പറഞ്ഞു നോക്കാം."

സ്നേഹമയിയായിരുന്നു ആ കന്യാസ്ത്രീ. ഒട്ടും വൈമുഖ്യം കൂടാതെ അവർ ഉണ്ണിക്കുട്ടനെ അനാഥാലയത്തിൽ ചേർത്തു. റോസിക്ക് അവിടത്തെ ബോർഡിങ് സ്കൂളിൽ ആയയായി ജോലിയും കൊടുത്തു.

ഈശ്വരൻ എത്ര കരുണാനിധിയാണ്. എത്രവേഗം ഒരു പുതിയ അഭയസ്ഥാനത്ത് തങ്ങളെ എത്തിച്ചേർത്തിരിക്കുന്നു. അവളുടെ ഹൃദയം കൃതജ്ഞതാനിർഭരമായി.

പത്തൊൻപത്

വേണു കാലത്ത് എട്ടുമണിക്ക് നൈറ്റ് ഡ്യൂട്ടി കഴിഞ്ഞ് വീട്ടിൽ എത്തിയപ്പോൾ ഓഫീസ് റൂം തുറന്നിട്ടില്ല. ഒരവധി ദിവസം പോലെ! വേണുവിനെ കണ്ടപ്പോൾ ചാരുകസേരയിൽ കിടപ്പുണ്ടായിരുന്ന ചേട്ടൻ പെട്ടെന്ന് എണീറ്റ് അയാളുടെ അടുക്കലേക്കു വന്നു. ഗോപിനാഥൻ

നായരുടെ മുഖം തികച്ചും ഗൗരവപൂർണ്ണമായിരുന്നു.

വേണുവിനോടായി പറഞ്ഞു.

“റോസിയെയും ഉണ്ണിക്കുട്ടനെയും കാണുന്നില്ല.”

തലയ്ക്കടി കൊണ്ടതുപോലെ രണ്ടുമൂന്നു നിമിഷങ്ങൾ പ്രജ്ഞ നശിച്ചവനായി വേണു നിന്നുപോയി.

എന്താണ് കേട്ടത്! റോസിയെയും ഉണ്ണിക്കുട്ടനെയും കാണാനില്ലെന്നോ? അയാൾ അങ്ങോട്ട് എന്തെങ്കിലും ചോദിക്കുന്നതിനുമുമ്പ് ജാനകിയമ്മ അവിടെ എത്തിക്കഴിഞ്ഞു.

“അതേ, അവളും മകനും പോയി. അതിനെന്താ! വിളിച്ചിട്ടല്ലല്ലോ വന്നത്! അതുപോലെ പറയാതെതന്നെ പോകുകയും ചെയ്തു. അത്രയ്ക്കുണ്ട് മര്യാദയും നന്ദിയും? എന്തായാലും കൊള്ളാം ആ വയ്യാവേലി അങ്ങനെ തലയിൽനിന്നുമൊഴിഞ്ഞെന്റീശ്വരാ!”

വേണുവിന് അവരുടെ വാക്കുകൾ സഹിക്കാൻ കഴിഞ്ഞില്ല.

“ഒന്നു നിർത്തൂ ചേട്ടത്തിയമ്മേ!”

അയാൾ അസഹ്യതയോടെ പറഞ്ഞു. അവർ അടങ്ങിയില്ല.

“അപ്പോ ചേട്ടനെപ്പോലെ തന്നെ അവർ പോയതിൽ നിനക്കും വലിയ മനസ്താപമാണല്ലോ– കൊച്ചിനെ നോക്കി നോക്കിയുള്ള അടുപ്പമായിരിക്കും – രണ്ടുകരുണാനിധികൾ! ഏതായാലും തിരക്കിപ്പിടിച്ച് ഇനി ഇങ്ങോട്ടു കൊണ്ടുവരാമെന്ന് ഓർക്കണ്ടാ.”

ഗോപിനാഥൻ നായർ ഇടയ്ക്കുകയറി പറഞ്ഞു.

“എന്റെ ജാനൂ ഒന്ന് പതുക്കെ പറയൂ.”

“നമ്മുടെ വീട്ടുകാര്യങ്ങൾ ഈ വരാന്തയിൽനിന്നും വിളിച്ചുകൂവി നാട്ടുകാരെ അറിയിക്കണ്ടല്ലോ.”

“ഹോ അത്രയേ ഉള്ളോ! ഞാൻ അകത്തുപോയേക്കാം! പക്ഷേ, ഇനി അവരെ ഞാൻ ഇവിടെ താമസിപ്പിക്കയില്ലതന്നെ!”

അവർ വീറോടെ പറഞ്ഞിട്ട് അമർത്തിച്ചവിട്ടി അകത്തു കയറിപ്പോയി!

എന്തെങ്കിലും പറയുവാൻതന്നെ വേണു അശക്തനായിരുന്നു. തന്റെ പ്രേമം അവളിൽ അത്രയധികം അസ്വാസ്ഥ്യം ഉളവാക്കിയോ?

“എന്റെ റോസി” നീയെവിടെയാണ്. നിന്റെ വിശ്വാസത്തിനുപോലും എനിക്ക് അർഹതയില്ലാതായിപ്പോയല്ലോ. വേണുവിന്റെ ഹൃദയം തേങ്ങി. നാവിൽ കെട്ടുപിണഞ്ഞതുപോലെ വിഷാദമൂകനായി വേണുവിന്റെ നേർക്ക് ഗോപിനാഥൻ നായർ റോസിയുടെ എഴുത്തുനീട്ടി.

“ഇത് വായിച്ചുനോക്കൂ. നമ്മൾ അറിയാത്ത എന്തോ പ്രയാസം അവൾക്കിവിടെ നേരിട്ടുകാണും! ഇല്ലെങ്കിൽ പോകുമായിരുന്നില്ല.”

ഉൽക്കടമായ ദുഃഖത്തോടെ വേണു പറഞ്ഞു.

“ചേട്ടനോട് എനിക്ക് ഒരുകാര്യം പറയാനുണ്ട്. എന്നിൽ എന്തെങ്കിലും തെറ്റുണ്ടെങ്കിൽ ക്ഷമിക്കണം!”

അല്പം നിർത്തിയിട്ട് അയാൾ വികാരഭരിതനായി തുടർന്നു.

"ഞാൻ റോസിയെ സ്നേഹിക്കുന്നു ഒരുകണക്കിന് അവൾ ഇവിടം വിടാൻ ഞാനാണ് കാരണക്കാരൻ."

ഗോപിനാഥൻനായർ സ്തബ്ധനായിപ്പോയി!

തികഞ്ഞ ആശ്ചര്യത്തോടെ ചോദിച്ചു.

"നീ ഇപ്പറഞ്ഞത് വാസ്തവമാണോ! ഇത്തരത്തിലുള്ള സംഭവവികാസം ഉണ്ടാകുമെന്ന് ഞാൻ ഒട്ടും കരുതിയില്ല. എന്തായാലും ഇനി എല്ലാം വിവരമായി പറയൂ."

അങ്ങനെ വേണു റോസിയോടു തനിക്കുള്ള നിസ്സീമമായ പ്രേമത്തെപ്പറ്റി പറഞ്ഞു.

അല്പനേരം ആരും ഒന്നും മിണ്ടിയില്ല.

വേണു തുടർന്നു.

"റോസിയോട് എന്റെ ആഗ്രഹം ഇത്രവേഗം പ്രകടിപ്പിക്കണമെന്ന് ഒട്ടും കരുതിയതല്ല. പക്ഷേ, ആ സന്ദർഭത്തിൽ അങ്ങനെയൊക്കെ സംഭവിച്ചു. അതു അവളെ ഇത്രകണ്ട് വിഷമിപ്പിക്കുമെന്നും ഒട്ടും വിചാരിച്ചില്ല. അവൾ കരഞ്ഞുകൊണ്ട് മുറിയിലേക്കുപോയപ്പോൾ എന്റെ നയക്കുറവിൽ ഞാൻ സ്വയം ശപിച്ചുപോയി. ഇനി പറഞ്ഞിട്ടെന്തു ഫലം! ഇന്നലെ ഡ്യൂട്ടിക്കുപോകുന്നതിനുമുൻപ് എന്റെ പെരുമാറ്റത്തിന് മാപ്പു ചോദിക്കാൻ അവളുടെ മുറിവരെ പോയതാണ്. പിന്നെ കരുതി– അവളുടെ മനസ്സിന് ഒരു ശാന്തത കൈവന്നിട്ട് കാണുകയല്ലേ നല്ലതെന്ന്! അവളുടെ ആശ്രയം തകർത്തത് ഞാനാണെന്ന് ഓർക്കുമ്പോൾ....! എനിക്കവരെ കണ്ടുപിടിച്ചേ തീരൂ! ചേട്ടനെന്നെ സഹായിക്കണം."

അയാൾ അത്യന്തം വികാരഭരിതനായിരുന്നു.

ഗോപിനാഥൻ നായർ ശാന്തതയോടെ പറഞ്ഞു.

"നീ കുറച്ചൊന്നടങ്ങൂ. വേണു! ഇങ്ങനെ വെപ്രാളപ്പെട്ടാലോ! ഏതായാലും ഇങ്ങനെയൊക്കെ വന്നുഭവിച്ചു. അവളെ കണ്ടുപിടിച്ചേ തീരു എന്നു നീ പറയുന്നു. പക്ഷേ, കണ്ടുപിടിച്ചുകഴിഞ്ഞു എന്താണ് ഭാവം! ഇത്രയുമൊക്കെ ആയ സ്ഥിതിക്ക് ഇവിടെ താമസിപ്പിക്കാൻ സാദ്ധ്യമല്ല. പിന്നെ നിന്നെ സ്വീകരിക്കാൻ ഒരുക്കമില്ലാഞ്ഞിട്ടല്ലേ അവൾ ഒന്നും ഒന്നും ഓർക്കാതെ ഇവിടം വിട്ടത്! അഥവാ അവളെ കണ്ടുപിടിച്ചാൽ തന്നെയും അതുകൊണ്ട് ഇരുകൂട്ടർക്കും ദുഃഖവും കൂടുതൽ പ്രശ്നങ്ങളും ഉണ്ടാകാനേ ഇടയുള്ളൂ. ഈ പരിതസ്ഥിതിയും നീ ഒന്നോർത്ത് നോക്ക്!'

വേണു നടുങ്ങിപ്പോയി. അത്തരത്തിലുള്ള ഒരു ചിന്ത അതുവരെ അയാളുടെ മനസ്സിൽ വന്നില്ല. ഗോപിച്ചേട്ടൻ പറഞ്ഞതുപോലെ തന്നെ ഒഴിവാക്കാനായി മാത്രം തന്റെ ഏകാശ്രയംപോലും കളഞ്ഞവൾ തന്നെ സ്വീകരിക്കുമെന്നുള്ളതിന് എന്താണുറപ്പ്! പക്ഷേ, ആ വാദം അപ്പാടെ സ്വീകരിക്കാൻ അയാളുടെ ഹൃദയം കൂട്ടാക്കിയില്ല. റോസി നല്ലവളാണ്. തന്റെ സ്നേഹത്തെ ഒരിക്കലും അവൾ നിരാകരിക്കില്ല. അയാളുടെ ഹൃദയം ഉറപ്പിച്ചു പറഞ്ഞു.

ഗോപിച്ചേട്ടൻ തുടർന്നു.

“നിങ്ങൾ ചെറുപ്പക്കാരെല്ലാം എടുത്തുചാട്ടക്കാരാണ്. ഒന്നിനെപ്പറ്റിയും ചിന്തിക്കാൻ മിനക്കെടാറില്ല. റോസിതന്നെ വിഷമങ്ങൾ എന്നോടു പറഞ്ഞിരുന്നു. എങ്കിൽ ഞാൻ മറ്റെവിടെയെങ്കിലും മാറ്റിതാമസിപ്പിക്കാനുള്ള സൗകര്യങ്ങൾ ചെയ്തേനെ! പക്ഷേ, അവളും ബുദ്ധിപൂർവ്വം പെരുമാറിയില്ല. ഇനിയും അവരവരുടെ വിധി!

വേണുവിന് ഒന്നും മിണ്ടാനുണ്ടായിരുന്നില്ല. അവൾക്കായി അയാളുടെ ഹൃദയം തീവ്രമായി വേദനിച്ചു.

“റോസി! ഇനി നിനക്കാരാണാശ്രയം? ഈ ലോകത്ത് എനിക്കറിയപ്പെടാത്ത ഏതോ ഒഴിഞ്ഞകോണിൽ വിധി നിനക്ക് എന്തൊക്കെ അനുഭവങ്ങളാണ് ഒരുക്കിയിരിക്കുന്നത്! നിന്റെ ഹൃദയത്തിന്റെ നൊമ്പരം ഒപ്പിക്കളയുവാൻ ഞാൻ എത്രമാത്രം ആഗ്രഹിച്ചു. പക്ഷേ, എന്നെ തികഞ്ഞ നിസ്സഹായതയിൽ വിട്ടിട്ട് നീ അകന്നു മാറിയല്ലോ.

ഉൽക്കടമായ വിഷാദംകൊണ്ട് തലകുനിച്ചുനിന്ന വേണുവിന്റെ തോളത്ത് സാന്ത്വനപൂർവ്വം തട്ടിയിട്ട് ഗോപിനാഥൻ നായർ പറഞ്ഞു.

“വേണു ഇത്രകണ്ട് ദുഃഖിച്ചാലോ? നിന്റെ ദുഃഖം ഞാൻ മനസ്സിലാക്കുന്നു. പക്ഷേ, എനിക്കൊന്ന് പറയാൻ കഴിയും. നീ ചെറുപ്പമാണ്. കഴിഞ്ഞതൊക്കെ നിനക്ക് മറക്കാൻ പ്രയാസമായിരിക്കുമെങ്കിലും നീ ഉദ്ദേശിക്കാത്തതിലും വളരെ വേഗം തന്നെ വേദനകൂടാതെ അവയെപ്പറ്റി ചിന്തിക്കാൻ നിനക്ക് കഴിയും. ഉണ്ണിക്കുട്ടനെ ഓർക്കുമ്പോൾ എനിക്കും വിഷമമുണ്ട്. റോസി നല്ലവളാണ്. അവൾക്കു നന്മ വരുമെന്നാശിക്കാം. ഞാൻ വളരെ ലോകം കണ്ടവനാ വേണു! കുറച്ചുദിവസത്തേക്ക് വികാരങ്ങളെ നിയന്ത്രിച്ച് സമാധാനപ്പെടാൻ നീ ശ്രമിക്കൂ– കാലപ്പഴക്കത്തിൽ മാറാത്ത ഒരു ദുഃഖവുമില്ല.”

വേണു വേഗം അവിടെനിന്ന് എണീറ്റ് മുറിയിൽ ചെന്നു. എന്തുചെയ്യണമെന്ന് ഒരു രൂപവുമുണ്ടായിരുന്നില്ല. ഭൂകമ്പത്താൽ അടിത്തറപറ്റിയ മഹാനഗരംപോലെ മനസ്സിൽ തകർന്ന മോഹങ്ങൾ അവിടവിടെ അവശേഷിച്ചു. അന്നയാൾ ആശുപത്രിയിൽ പോയില്ല. അതിന്റെ പിറ്റേദിവസവും! മനസ്സ് ഒന്നിലും ഉറച്ചില്ല. ഹൃദയത്തിന് തീ പിടിച്ചതുപോലെ ആകെ ഒരു പുകച്ചിൽ മാത്രം അനുഭവപ്പെട്ടു.

റോസി പോയതിന്റെ മൂന്നാംപക്കമാണ്. തന്റെ മുറിയിൽ ചാരുകസേരയിൽ കിടന്ന് അലസമായി പത്രം മറിച്ചുകൊണ്ട് കിടക്കുകയായിരുന്നു. പെട്ടെന്ന് അയാൾ ഞെട്ടിപ്പോയി. അയാൾ വായിച്ചത് എന്താണ്? കടൽപ്പുറത്ത് ഒരു സ്ത്രീയുടെ പ്രേതം അടിഞ്ഞിരിക്കുന്നു. വെള്ള സാരിയാണ് ധരിച്ചിരിക്കുന്നത്. പ്രായം ഇരുപത്തിയഞ്ചോടുവരും.

അയാളുടെ കൈയിൽനിന്നും പത്രം താഴെ വീണു നാവു വരണ്ടുപോയി. ഇനി റോസിയാണോ ആ സ്ത്രീ! അവൾ ആത്മഹത്യ ചെയ്തിരിക്കുമോ! കൂടുതലായി ചിന്തിക്കാൻ അയാൾ അശക്തനായിരുന്നു. വേഗം മോട്ടോർ സൈക്കിളിൽ കയറി കടൽപ്പുറത്തേക്ക് തിരിച്ചു അവിടെ ചെന്നപ്പോൾ വലിയ ഒരാൾക്കൂട്ടമുണ്ട്. പ്രേതം പോസ്റ്റുപോർട്ടത്തിനു കൊണ്ടു

പോകാനുള്ള ഒരുക്കമാണ്. അയാൾ ആൾക്കൂട്ടത്തെ ഭേദിച്ച് മുൻപോട്ടു ചെന്നു. താൻ കാണാൻ പോകുന്നത് റോസിയുടെ മുഖമായിരിക്കരുതേ! അയാൾ ഹൃദയം നൊന്ത് പ്രാർത്ഥിച്ചു. ആളുകൾ തമ്മിൽ ഓരോന്ന് പറയുകയാണ്. "പ്രേമനൈരാസ്യമായിരിക്കാം. അല്ലെങ്കിൽ ഈ പ്രായത്തിൽ"

പ്രേതത്തിന്റെ മുഖം ശരിക്ക് കണ്ടതും അയാൾക്ക് ശ്വാസം നേരെ വീണു. അപ്പോൾ അത് റോസിയല്ല. അവൾ മറ്റെവിടെയോ സുഖമായി... പെട്ടെന്ന് അയാളുടെ ചിന്ത മറ്റൊരു തരത്തിലായി. റോസി സുഖമായിരിക്കയാണ് എന്നു വിശ്വസിക്കാൻ എന്താണ് തെളിവ്! പിന്നെയും മനസ്സിൽ ആകുലചിന്തകൾ നിറഞ്ഞു.

ദിവസങ്ങൾ നിരങ്ങി നീങ്ങിക്കൊണ്ടിരുന്നു. അയാൾ ആശുപത്രി ജോലിക്ക് മുടക്കം വരുത്തിയില്ല. എങ്കിലും ജീവിച്ചിരിക്കിലും മരിച്ച അവസ്ഥയായിരുന്നു മനസ്സിന്റേത്! ഗോപിനാഥൻനായർ പറഞ്ഞതുപോലെ മനസ്സിനെ നിയന്ത്രിക്കാൻ വളരെ ശ്രമിച്ചെങ്കിലും പല ദിവസങ്ങൾ കഴിഞ്ഞിട്ടും ഒരുസ്വസ്ഥതയും തോന്നിയില്ല. റോസിയെപ്പറ്റി ഓർക്കുമ്പോഴെല്ലാം മനസ്സ് അപ്പോൾ ഉണ്ടായ അഗാധമായ ഒരു ചീന്തൽപോലെ വേദനിച്ചു. ആ ആശുപത്രിയും വീടും ആ ചുറ്റുപാടുകൾ എല്ലാംതന്നെയും അയാളുടെ ഓർമ്മകൾക്ക് തെളിവും മിഴിവും നല്കുകയാണുണ്ടായത്.

ഒരുദിവസം ഗോപിനാഥൻ നായർ മുറിയിൽ വായിച്ചുകൊണ്ടിരുന്നപ്പോൾ വേണു കടന്നുചെന്നു. വേണുവിന്റെ മുഖത്തെ പ്രസരിപ്പും ചൈതന്യവും ഒക്കെ മങ്ങിയിരിക്കുന്നു എന്ന് ഗോപിനാഥൻ നായർക്ക് തോന്നി. എത്ര ഉല്ലാസവാനായി, ടിപ്പ് ടോപ്പിൽ ഡ്രസ് ചെയ്തു നടന്ന ചെറുപ്പക്കാരനാണ്. അയാൾ പാടെ എത്രമാറിയിരിക്കുന്നു. ഗോപിനാഥൻ നായർ പറഞ്ഞതനുസരിച്ച് ഒരു കസേര വലിച്ചിരുന്നിട്ട് ശാന്തതയോടെ പറഞ്ഞു.

"ചേട്ടൻ അന്നു പറഞ്ഞതുപോലെ കാലപ്പഴക്കത്തിൽ സ്വസ്ഥത കിട്ടുമെന്നാശിച്ചു. പക്ഷേ, മറിച്ചാണനുഭവം! ഇന്ന് ഞാൻ ജോലി രാജിവെച്ചിട്ടുവരികയാണ്. റോസി അനാഥയായി എങ്ങോ അലയുന്നതിന്റെ കാരണക്കാരൻ ഞാനാണെന്നുള്ള കുറ്റബോധം എനിക്കു മറക്കാൻ കഴിയുന്നില്ല. ഈ ചുറ്റുപാടുകൾ വിട്ട് മറ്റെവിടെയെങ്കിലും ജോലി നോക്കിയാൽ കുറച്ചൊരു ആശ്വാസം കിട്ടുമെന്നൊരു തോന്നൽ! ഗോപിനാഥൻനായർ നെടുതായി നിശ്വസിച്ചു.

"അപ്പോൾ നീ രാജിവെച്ചു! എത്ര ശോഭനമായ ഭാവിയാണ് തട്ടിക്കളഞ്ഞത്! നിങ്ങൾ ഒന്നും ജീവിക്കാൻ പഠിച്ചവരല്ല. ഈ ചെറുപ്പത്തിന്റെ ചോരത്തിളപ്പൊക്കെ വറ്റുമ്പോൾ ഞാൻ പറയുന്നത് മനസ്സിലാകും. ലോകത്തിൽ സ്ഥായിയായി ഒന്നുമില്ല- ഏറ്റവും വിലപിടിച്ച സ്നേഹബന്ധം പോലും!

വേണു പറഞ്ഞു.

"ഞാൻ ചെയ്യുന്നത് ശരിയാണോ തെറ്റാണോ എന്നൊന്നും എനിക്കറിഞ്ഞുകൂടാ- പക്ഷേ, ഒന്നുമാത്രമറിയാം. എന്റെ മനസ്സമാധാനത്തിന് ഈ ചുറ്റുപാടുകളിൽനിന്നും ഒഴിഞ്ഞു മാറിയേ മതിയാവൂ! എന്തെല്ലാം

വഴിത്തിരിവുകളാണ് ജീവിതത്തിൽ ഉള്ളത്. ചേട്ടൻ എന്നെ മഠയനായി കണക്കാക്കിയേക്കാം. എല്ലാവർക്കും ജീവിതത്തിൽ ഉയരാൻ സാധിച്ചെന്നു വരില്ലല്ലോ."

പിറ്റേദിവസം വേണു തിരുവനന്തപുരത്തോടു യാത്ര പറഞ്ഞു.

ഇരുപത്

ദിവസങ്ങൾ കടന്നുകൊണ്ടിരുന്നു. അരികത്ത് ഉണ്ണിക്കുട്ടനില്ലാതെ, മഠത്തിന്റെ അടുക്കളയോടുചേർന്നുള്ള നീണ്ടമുറിയിൽ മറ്റു ജോലിക്കാരുമൊത്ത് കിടന്നുറങ്ങുമ്പോൾ റോസിയുടെ ഹൃദയം ദുഃഖംകൊണ്ടു വീർപ്പുമുട്ടുമായിരുന്നു. സന്ധ്യമയങ്ങുമ്പോൾ ഉണ്ണിക്കുട്ടന്റെ മുഖത്തും വിഷാദം പരക്കും. അവന്റെ ഇളം മനസ്സ് അമ്മയുടെ സാന്നിദ്ധ്യത്തിനായി ദാഹിച്ചു. പക്ഷേ, മഠത്തിലെ അലംഘനീയമായ നിയമങ്ങൾക്ക് രണ്ടു പേരും വഴിപ്പെടുകയേ നിവർത്തിയുള്ളൂ.

ക്രമേണ ആ പുതിയസാഹചര്യങ്ങളുമായി പൊരുത്തപ്പെടാൻ ഉണ്ണിക്കുട്ടനു കഴിഞ്ഞു. സമയത്തിനുള്ള ആഹാരം, കൂട്ടിനു തന്നോളമുള്ള കുട്ടികൾ. തങ്ങളുടെയൊക്കെ ചുമതല വഹിച്ചിരുന്ന കാരുണ്യമയിയായ കന്യാസ്ത്രീകളുടെ സ്നേഹവാത്സല്യങ്ങൾ ഇതിനൊക്കെ പുറമേ അമ്മയെ കണ്ടുമുട്ടാനുള്ള ഭാഗ്യവും!

പക്ഷേ, വളരെനാളുകൾ കഴിഞ്ഞിട്ടും റോസിക്ക് പൂർണ്ണ മനഃശാന്തി കൈവന്നില്ല. പകലൊക്കെ അവൾക്ക് പിടിപ്പതു ജോലിയുണ്ടായിരുന്നു. ബോർഡിങ് സ്കൂളിലെ ചെറിയ കുട്ടികളുടെ ചുമതലയായിരുന്നു അവൾക്ക്! ദിനചര്യകളിൽ അവരെ സഹായിക്കുന്നത് റോസിക്ക് വളരെ രസകരമായ ഒരു കാര്യം തന്നെയായിരുന്നു. ആ പിഞ്ചുപൈതങ്ങളുടെ കൂടെ കഴിച്ചുകൂട്ടുന്ന സമയം അവൾ തികച്ചും സന്തോഷവതിയായി കാണപ്പെട്ടു. കുഞ്ഞുങ്ങളും അവളുടെ സ്നേഹസുരഭിലമായ പരിചരണവും വളരെ ഇഷ്ടപ്പെട്ടു. ഒഴിവുള്ളനേരത്ത് അടുത്തുള്ള അനാഥാലയശാലയിൽ പോയി ഉണ്ണിക്കുട്ടനെ കാണാം. പരുക്കൻ നീലനിക്കറും വെള്ള വട്ടക്കഴുത്തുള്ള കുപ്പായവുമണിഞ്ഞ് അവൻ മറ്റുകുട്ടികളുമൊത്ത് നില്ക്കുമ്പോൾ അവളുടെ മനസ്സ് നൊമ്പരപ്പെട്ടു. തന്റെ ഉണ്ണിക്കുട്ടന്റെ വിധിയിതാണോ? സ്നേഹാധിഷ്ഠിതമായ ഒരു കുടുംബാന്തരീക്ഷത്തിൽ തന്റെ മകൻ വളരണമെന്ന് എത്ര ആശിച്ചു? അവൻ പിറന്നുവീണപ്പോൾ അദ്ദേഹത്തിന്റെ ആഹ്ലാദത്തിന് അതിരില്ലായിരുന്നു. തങ്ങളുടെ പുത്രനെ പഠിപ്പിച്ച് ഒരു ഡോക്ടർ ആക്കണമെന്നതായിരുന്നു മോഹം! ഒടുവിൽ മരണം കാത്ത് ആശുപത്രിയിൽ കഴിഞ്ഞ ആ ദിവസങ്ങളിൽ അദ്ദേഹം തങ്ങളുടെ ഭാവിയെ ഓർത്ത് എത്രയധികം വേദനിച്ചു.

"എന്റെ റോസി– നിന്നെക്കാണുമ്പോഴൊക്കെ മനസ്സാക്ഷി എനിക്കൊരു സൈ്വരവും തരുന്നില്ല. ഒരു പൂമ്പാറ്റയെപ്പോലെ ഉല്ലാസമായി

കഴിയേണ്ട നീ ഇങ്ങനെ വേദന തിന്നുന്നതുകാണുമ്പോൾ എനിക്ക് സഹിക്കുന്നില്ല. നിന്റെ ഏകദേശം ഇരട്ടിപ്രായം വരുന്ന മാറാരോഗിയായ ഭർത്താവ്! അന്നെന്നെ വിവാഹം കഴിക്കാമെന്ന് നീ എന്തിനു സമ്മതിച്ചു റോസി! ഇപ്പോൾ ഉണ്ണിക്കുട്ടന്റെ ഭാരവും കൂടി നിനക്കായി! ഒരുപക്ഷേ, അന്നു ഉടൻതന്നെ നീ ഒരു മറുപടി പറയാതെ അല്പം ബുദ്ധിയായി ആലോചിച്ചിരുന്നെങ്കിൽ ഈ മഠയത്തരം കാട്ടുകയില്ലായിരുന്നു. അല്ലെങ്കിലും ഈ പൊട്ട് പതിനെട്ടുവയസ്സിൽ നിനക്ക് എന്തു കാര്യവിവരമാണുള്ളത്. ഇനിയും പറഞ്ഞിട്ട് ഒരു ഫലവുമില്ല! നിങ്ങളുടെ കാര്യമോർക്കുമ്പോൾ! റോസി! ഇനിയുമുള്ള നിന്റെ ജീവിതത്തിലെങ്കിലും സ്നേഹത്തോടെ നിന്നെ സംരക്ഷിക്കുന്ന ഒരു ഭർത്താവിനെ കണ്ടെത്താൻ കഴിഞ്ഞിരുന്നു എങ്കിൽ എന്നാശിച്ചുപോകുകയാണ്."

അതെല്ലാം കേട്ട് താൻ നിസ്സഹായയായി കണ്ണുനീർ വാർക്കുമ്പോൾ പറയും.

"മഠയി! നിന്നെ കൂടുതൽ വിഷമിപ്പിക്കാനൊന്നുമല്ല പറഞ്ഞത്! കുറച്ചുകൂടി കഴിയുമ്പോൾ നിനക്കു മനസ്സിലാകും! എന്റെ കണ്ണുകളടയുമ്പോൾ ഓർമ്മയുടെ തണൽപറ്റി ഒരുജീവിതം അത്ര എളുപ്പമല്ലെന്ന്! മനുഷ്യന്റെ നിലനില്പിന് സ്നേഹവും സൗഹൃദവും കൂടിയേ തീരൂ. റോസി!" അന്ന് അദ്ദേഹം പറഞ്ഞപ്പോൾ തനിക്കതെല്ലാം ശുദ്ധസംബന്ധം എന്നേ തോന്നിയിരുന്നുള്ളൂ. അദ്ദേഹത്തിന് എന്തെങ്കിലും വന്നുപോയാൽ തന്നെയും എന്നെന്നും ആ സ്നേഹത്തിന്റെ ഓർമ്മകൾ മാത്രം മതി തനിക്കാശ്വാസത്തിന് എന്നുകരുതി! പക്ഷേ, ഇന്ന് അദ്ദേഹം കടന്നുപോയി കഴിഞ്ഞ് ഈ വിശാലലോകത്ത് താനും ഉണ്ണിക്കുട്ടനും ഒറ്റപ്പെടുമ്പോൾ ഏകാന്തതയുടെ തീച്ചൂള എന്തെന്ന് അനുഭവപ്പെടുകയാണ്.

അങ്ങനെ രാത്രിയുടെ നിശ്ശബ്ദതയിൽ മനസ്സ് നിരാശയുടെ ഉമിത്തീയിൽ ദഹിച്ചുതുടങ്ങുമ്പോൾ വേണുവിനെപ്പറ്റി ഓർത്തുപോകും.

"റോസീ നീ കഴിഞ്ഞതൊക്കെ ഓർക്കാതിരിക്കാൻ നിന്റെ ജീവിതത്തിൽ സന്തോഷം പകരാൻ എന്നെ ഒന്നു അനുവദിക്കൂ!"

"അദ്ദേഹം എത്ര നല്ലവനാണ്! വേണുവുമായി ഇടപെട്ട ഓരോ സംഭവവും മനസ്സിന്റെ തിരശ്ശീലയിൽ തെളിഞ്ഞുവരും."

അന്ന് ഉണ്ണിക്കുട്ടൻ ആശുപത്രിയിൽ ബോധമറ്റുകിടന്നപ്പോൾ, പരിഭ്രാന്തികൊണ്ട് തന്റെ മനസ്സിന്റെ സമനിലതന്നെ ഏറക്കുറെ നശിച്ചപ്പോൾ തന്റെ വേദന പങ്കിട്ടത് അദ്ദേഹം മാത്രമായിരുന്നില്ലേ! അവന് ബോധം തെളിഞ്ഞപ്പോൾ സ്വയം ഉറക്കമിളച്ച് തന്നെ വിശ്രമിപ്പിക്കാൻ കാട്ടിയ വ്യഗ്രത! ഒടുവിൽ അവസാനമായി കണ്ടുമുട്ടിയപ്പോൾ ആ കണ്ണുകളിൽ തിളങ്ങിയ സ്നേഹത്തിന്റെ വിശുദ്ധി! പിറ്റേദിവസം ചാരിക്കിടന്ന വാതിലിനു സമീപം എത്തി. തന്നോട് എന്താണ് പറയാൻ ഉദ്ദേശിച്ചത്? ആവോ? അതൊരിക്കലും താൻ അറിയാൻ പോണില്ല.

അദ്ദേഹം തനിക്കായി നീട്ടിയ സ്നേഹത്തിന്റെ താങ്ങിനെ താൻ സ്വീകരിച്ചിരുന്നുവെങ്കിൽ– ഈ ശൂന്യത– ഈ ഏകാന്തത– തനിക്കനുഭ

വപ്പെടേണ്ടിവരുമായിരുന്നോ– തന്റെ ഉണ്ണിക്കുട്ടൻ അനാഥബാലനായി വളരേണ്ടി വരുമായിരുന്നോ– പെട്ടെന്ന് മനസ്സു തന്നത്താൻ കുറ്റപ്പെടുത്തും. എന്താണ് താനിത്ര സ്വാർത്ഥമായി ചിന്തിക്കുന്നത്? അദ്ദേഹത്തിന്റെ ശോഭനമായ ഭാവിജീവിതം എല്ലാം നശിച്ച തന്റേതുമായി കൂട്ടിയിണക്കി തനിക്ക് മനഃസുഖം നേടണമെന്നോ? ഇല്ല! ഇത്തരം ചിന്തകൾ മനസ്സിൽ കടന്നുകൂടാൻ കൂടി പാടുള്ളതല്ല! അദ്ദേഹത്തിന്റെ സ്നേഹവും അനുകമ്പയും താൻ ആശിക്കാൻ പാടുള്ളതല്ല. ജീവിതത്തിൽ വളരെ ഉയർന്ന നിലയിൽ സർവ്വ സൗഭാഗ്യങ്ങളുമായി അദ്ദേഹം സുഖിക്കണമെന്നു താൻ അകമഴിഞ്ഞു പ്രാർത്ഥിക്കും.

ഇത്തരം ശിഥിലചിന്തകൾ പലപ്പോഴും മനസ്സിന്റെ സ്വസ്ഥതയെ അലങ്കോലപ്പെടുത്തി. പല ചിന്തകളുടെ ലോകത്തു അപഥസഞ്ചാരണം നടത്തുന്ന മനസ്സിനെ ഒട്ടൊക്കെ നിയന്ത്രണത്തിൽ കൊണ്ടുവരാൻ അവൾക്ക് വളരെനാളുകൾ വേണ്ടിവന്നു.

ദിവസങ്ങൾ അനുസ്യൂതമായി കടന്നുപൊയ്ക്കൊണ്ടിരുന്നു. അപരിചിതമായ ചുറ്റുപാടുകളിൽ ഉണ്ണിക്കുട്ടൻ ഒരു കൊച്ചുമിടുക്കനായിത്തന്നെ വളർന്നു. കളികൾക്കും പാട്ടിനും എല്ലാറ്റിനും അവൻ മുൻപന്തിയിൽത്തന്നെ! റോസിയുടെ മനസ്സിലും ഒട്ടൊക്കെ ശാന്തത കൈവന്നു. കഴിഞ്ഞതൊക്കെ മറക്കുവാൻ ആവതും ശ്രമിച്ചു. ഹൃദയത്തെ വേദനിപ്പിച്ചിരുന്ന പഴയ ഓർമ്മകളുടെ നിറം മങ്ങി. എങ്കിലും എന്തുകൊണ്ടോ തന്റെ അന്ധകാരമാർന്ന ജീവിതത്തിൽ സ്നേഹത്തിന്റെ കൈത്തിരിയുമായി എത്തിയ വേണുവിന്റെ രൂപം മാത്രം തെളിവോടെതന്നെ അവശേഷിച്ചു.

പലപ്പോഴും വേണുവിനെപ്പറ്റി ഓർത്തുപോകും. അദ്ദേഹം ഇപ്പോൾ എവിടെയായിരിക്കും. തന്റെ ദുരിതപൂർണ്ണായ ജീവിതത്തിൽ ആശ്വാസവും സ്നേഹവും മാത്രം പകർന്നുതരാൻ വെമ്പിയ ആ നല്ല മനുഷ്യൻ തനിക്ക് ദുഃഖംമാത്രമേ നല്കാൻ കഴിഞ്ഞുള്ളൂ. തന്റെ വേർപാട് അദ്ദേഹത്തെ വേദനിപ്പിച്ചിരിക്കുമോ– തന്നെ കൃതഘ്നയായി കണക്കാക്കിയിരിക്കുമോ– അതോർക്കുമ്പോൾ അവളുടെ മനസ്സ് മ്ലാനമാകും! അദ്ദേഹത്തിന് ശാന്തിയും സമാധാനവും നല്കാനായി ഈശ്വരനോട് അകംനൊന്തു പ്രാർത്ഥിക്കും.

ഇരുപത്തിയൊന്ന്

ഒരു തിങ്കളാഴ്ച ദിവസമാണ്. റോസി രാവിലെ ബോർഡിങ്ങിലെ ചെറിയ കുട്ടികളെ സ്കൂളിൽ പോകുന്നതിനുമുമ്പായി കുളിപ്പിച്ചൊരുക്കിയിട്ട് താഴേക്ക് വരുമ്പോഴാണ് മദർ വിളിക്കുന്നുവെന്ന് ത്രേസ്യാ വന്നു പറഞ്ഞത്. അവൾ വേഗം മദറിന്റെ മുറിയിലേക്കുപോയി. ഒരുപക്ഷേ, ബോർഡിങ്ങിൽ പുതുതായി അഡ്മിറ്റുചെയ്ത കുട്ടിയെ പുതിയ പാർപ്പി

ടത്തേക്കു കൂട്ടികൊണ്ടുപോകാനായി വിളിപ്പിച്ചതാവും. മദറിന്റെ മുറിയുടെ നടയിൽ എത്തി അവൾ കതകിനു ചെറുതായി മുട്ടി.

"അകത്തു വരൂ."

അവൾ അകത്തേക്കു കടന്നു.

മദർ എഴുതിക്കൊണ്ടിരുന്ന പുസ്തകത്തിൽനിന്നും തല ഉയർത്തി അവളെ നോക്കി പുഞ്ചിരിച്ചിട്ടു പറഞ്ഞു.

"റോസിയെ വിളിച്ചതു ഒരു പ്രത്യേകകാര്യത്തിനാണ് കാലു Plaster ൽ ഇട്ടിരിക്കുന്ന ഒരു രോഗിയെ നോക്കാൻ ഒരാളെ വേണമെന്ന് ആവശ്യപ്പെട്ടുകൊണ്ട് നമുക്ക് ഏറ്റവും വേണ്ടപ്പെട്ട ഒരാൾ കുറച്ചു മുൻപ് വന്നിരുന്നു. മറ്റാരുമല്ല പുതുതായി നമ്മുടെ മിഷ്യൻ ആശുപത്രിയിൽ വന്ന ഡോക്ടർ തന്നെ! അദ്ദേഹത്തിന്റെ അമ്മയെ നോക്കാൻ വേണ്ടിയാണ്. അദ്ദേഹത്തിന് ഒരു കോൺഫ്രൻസിന് ഇന്നു തന്നെ Madras ന് പോകേണ്ടിയിരുന്നു. ആദ്യം ഇടപാട് ചെയ്തിരുന്ന ആൾ വന്നില്ല. അതുകൊണ്ട് അദ്ദേഹം തിരിച്ചുവരുന്നതുവരെ എങ്കിലും ഒരാളെ അയച്ചേ പറ്റൂ എന്ന് പറഞ്ഞു. അത്രയും ഉപകാരമെങ്കിലും നമ്മൾ ചെയ്തുകൊടുക്കേണ്ടതല്ലേ? ഞാൻ നോക്കിയിട്ട് റോസിയാണ് അതിനു പറ്റിയ ആൾ എന്നു തോന്നുന്നു– കുറച്ചുദിവസത്തേക്ക് കുട്ടികളുടെ കാര്യം ത്രേസ്യായോ ലില്ലിയോ നോക്കട്ടെ? റോസിക്ക് തടസ്സമൊന്നുമില്ലല്ലോ."

അവൾ ഒന്നും മിണ്ടിയില്ല. ഉണ്ണിക്കുട്ടനെ കാണാതിരിക്കേണ്ടി വരുമെന്ന് ഓർത്തപ്പോൾ വിഷമം തോന്നിയെങ്കിലും അതു പുറത്തു പറഞ്ഞില്ല.

"എന്നാൽ വൈകിട്ടുപോകാൻ തയ്യാറായിക്കോളൂ. നമ്മുടെ തോട്ടക്കാരൻ വറീതുചേട്ടൻ അദ്ദേഹത്തിന്റെ വീട്ടിൽ കൊണ്ടാക്കും."

മുറിക്കു പുറത്തുകടന്നപ്പോൾ ഉണ്ണിക്കുട്ടനെപ്പറ്റിയായിരുന്നു വിചാരം മുഴുവൻ. താൻ കുറച്ചുദിവസം അവിടെ കാണുകയില്ലെന്നറിയുമ്പോൾ അവൻ വേവലാതിപ്പെടുകയില്ലേ? തന്റെ കൂടെ പോരണമെന്ന് അവൻ ശഠിക്കുമോ? ഏതായാലും നേരത്തെ അവനോടു പറയുകയാണ് നല്ലതെന്ന് തോന്നി.

അവൾ തൊട്ടടുത്തുള്ള അനാഥമന്ദിരത്തിൽചെന്നു വെള്ളമണൽ വിരിച്ചിട്ടിരുന്ന കളിസ്ഥലത്തു കുട്ടികൾ കളികളിൽ മുഴുകിയിരിക്കയാണ്. നനവാർന്ന മണൽകൊണ്ട് കൊട്ടാരം നിർമ്മിക്കുന്ന ശ്രമത്തിലാണു ഉണ്ണിക്കുട്ടൻ. അവളെ കണ്ട ഉടൻ അവൻ അടുത്തേക്കു ഓടിയെത്തി.

"അമ്മേ ഇതുകണ്ടോ? അവൻ ആർത്തുചിരിച്ചുകൊണ്ട് പറഞ്ഞു. അവൾ വാത്സല്യത്തോടെ അവനെ തന്റെ ദേഹത്തോട് അടുപ്പിച്ചിട്ടു പറഞ്ഞു.

"മോനോട് അമ്മ ഒരു കാര്യം പറയാനാ വന്നത്. അമ്മയ്ക്കു കുറച്ചുദിവസത്തേക്ക് ഒരിടത്തു പോകണം. വയ്യാതെ കിടക്കുന്ന ഒരമ്മയെ നോക്കാനാ!"

അത്രയും പറഞ്ഞിട്ട് അവൾ, അവന്റെ പ്രതികരണമെന്തെന്നറിയു

വാനായി ആ മുഖത്തേക്കു സൂക്ഷിച്ചുനോക്കി. അത്ഭുതമെന്നേ പറയേണ്ടൂ അവന്റെ മുഖത്തു യാതൊരു ഭാവവ്യത്യാസവും ഉണ്ടായിരുന്നില്ല. അവൻ ഉത്സാഹത്തോടെ പറഞ്ഞു. "അമ്മ വരുമ്പം എനിക്കു മുട്ടായീം പന്തും കൊണ്ടുവരണേ?"

അവൾ അതിശയിച്ചുപോയി. തന്റെ മറപറ്റി കഴിഞ്ഞ പുത്രനാണ്. ഈ കഴിഞ്ഞ രണ്ടുവർഷങ്ങൾക്കകം അവന് എന്തു മാറ്റം! അഞ്ചുവയസ്സായില്ല. അതിനുമുൻപ് അമ്മയുടെ സംരക്ഷണം അവന് ആവശ്യമില്ലാതായിത്തീർന്നിരിക്കുന്നു. നിറഞ്ഞു തുടങ്ങിയ കണ്ണുകൾ ഉണ്ണിക്കുട്ടൻ കാണാതെ തുടച്ചു അവൾ പറഞ്ഞു.

"മോൻ ഒരു കുസൃതിയും കാണിക്കരുതേ! വരുമ്പോൾ എല്ലാവരും മോൻ നല്ല കുട്ടിയായിരുന്നെന്ന് പറയണം."

അവൻ ഉത്സാഹത്തോടെ തലയാട്ടി അമ്മയെ ഒന്നുകൂടി ഓർമ്മിപ്പിച്ചു.

"വരുമ്പം എനിക്കു മുട്ടായിം പന്തും മറക്കരുതേ?"

അവൻ വേഗം അമ്മയുടെ കൈകളിൽനിന്നും കുതറി ഓടി തന്റെ കൊട്ടാരത്തിന്റെ പണി പൂർത്തിയാക്കാനുള്ള ശ്രമമമായി.

കുറ്റിയിട്ടിരുന്ന ഗെയിറ്റു തുറന്നു അകത്തേക്കു കടന്നപ്പോൾ അവൾക്കു ഉള്ളിൽ ഒരു ചെറിയ വേവലാതി തോന്നാതിരുന്നില്ല. തികച്ചും അപരിചിതമായ ചുറ്റുപാടുകൾ. ഏതായാലും തനിക്ക് ഒരാഴ്ചയേ ഇവിടെ കഴിഞ്ഞുകൂടേണ്ടി വരികയുള്ളൂ എന്നോർത്തു സമാധാനിച്ചു. സന്ധ്യമയങ്ങി തുടങ്ങിയിരുന്നു. എങ്കിലും വരാന്തയിൽ ലൈറ്റ് ഇട്ടിരുന്നില്ല. ചാരിക്കിടന്ന കതകിനു മുട്ടി വറീതുചേട്ടൻ ഉറക്കെത്തിരക്കി. "ഇവിടെ ആരും ഇല്ലേ?" ആദ്യം ഒരനക്കവും കേട്ടില്ല. വീണ്ടും ഉറക്കെ ചോദിച്ചപ്പോൾ അകത്തുനിന്ന് ഒരു പരിക്ഷീണിത ശബ്ദം!

"അകത്തേക്കു കടന്നു വരൂ വാതിൽ തുറന്നുതന്നെ കിടക്കുകയാണ്!"

വറീതുചേട്ടൻ അകത്തേക്കു പ്രവേശിച്ചു. പുറകെ അവളും! ഒരടുക്കും ചിട്ടയുമില്ലാതെയിട്ടിരിക്കുന്ന സ്വീകരണമുറി. വലതുവശത്തുള്ള മുറിയിൽനിന്നും വീണ്ടും ആ ശബ്ദം!

"ഇങ്ങോട്ട് വലത്തെ മുറിയിലേക്കു പോരൂ. എനിക്കു അങ്ങോട്ടുവരാൻ ആവില്ല."

അവർ വേഗം ആ മുറിയിലേക്കു ചെന്നു. മതിലോട്ടു ചേർത്തിട്ടിരിക്കുന്ന കട്ടിലിൽ ഡോക്ടറുടെ അമ്മ ഇരിപ്പുണ്ട്. അവളെ കണ്ടയുടൻ പറഞ്ഞു.

"ആ ലൈറ്റ് ഒന്നിടൂ കുട്ടീ! ആ ഗോപാലൻ അപ്പുറത്തെങ്ങോ ആണ്. എനിക്ക് ഒരു സഹായമില്ലാതെ ഒന്നും ആവില്ല!" എന്നിട്ടു വറീതുചേട്ടനോട് ചോദിച്ചു. "മഠത്തിൽനിന്നും അയച്ച കുട്ടിയല്ലേ" അയാൾ വേഗം മദർ കൊടുത്തയച്ച കത്തു നീട്ടി അതു വായിച്ചിട്ട് അമ്മ പറഞ്ഞു. "എന്നാൽ വറീതുചേട്ടൻ പൊയ്ക്കോളൂ. വലിയ ഉപകാരമായി എന്നു

പറയണം. കുട്ടൻ വരുമ്പോൾ അങ്ങു വന്നുകണ്ടോളും!"

വറീതുചേട്ടൻ മുറിക്ക് പുറത്തു കടന്നപ്പോൾ അമ്മ അവളെ നോക്കി പുഞ്ചിരിച്ചിട്ടു പറഞ്ഞു.

"നീ വന്നത് വളരെ ആശ്വാസമായി. കുട്ടൻ കാലത്തെ പോയപ്പോൾ തുടങ്ങി മനസ്സിന് ഒരു സുഖവുമില്ലായിരുന്നു. എല്ലാറ്റിനും ഒരാളിന്റെ സഹായം കൂടിയേ തീരൂ.! പിന്നെ ഇവിടെ ഉള്ളതു ഗോപാലനാ. അവനെ കൊണ്ടു ഈ വക കാര്യങ്ങൾക്കു കൊള്ളിക്കുവാൻ പറ്റുമോ. കുളിമുറീലു ഒന്നു തെറ്റിവീണതാ. ഒരുമാസം തീരെ കിടപ്പിലായിരുന്നു. ഇപ്പോ പിന്നെ ആരെങ്കിലുമൊന്നു പിടിച്ചാൽ മുറീലൊക്കെ നടക്കാം. ഞാൻ കാരണം കുട്ടന് വന്ന ബുദ്ധിമുട്ട്! ഞാൻ ഒറ്റയ്ക്കു താമസിക്കേണ്ട ഇങ്ങ് പോരണം പോരണമെന്ന് എപ്പോഴും എഴുത്തായിരുന്നു. എന്നാ അവന്റെ പൊറുതീം കാണാം. ഇവിടമൊക്കെ ഒന്ന് ചൊവ്വേനേരെ ഇടുകേം ചെയ്യാം എന്നു കരുതി വന്നതാ. പക്ഷേ, ഗ്രഹപ്പിഴ നോക്കണേ! വന്നതിന്റെ പിറ്റേ ദിവസംതൊട്ട് ഈ കട്ടിലിലായി വാസം" അവർ ഒരു നെടുവീർപ്പോടെ സംഭാഷണം മാറ്റി അവളെപ്പറ്റി തിരക്കിത്തുടങ്ങി. "ആട്ടെ കുട്ടി നീ ആ സ്റ്റൂളിങ്ങോട്ട് വലിച്ചിട്ടിരിക്കൂ! നിന്നെപ്പറ്റിയുള്ള വിവരങ്ങൾ ഒക്കെ കേക്കട്ടെ. ഒന്നാമതായി നിന്റെ പേരെന്താണെന്നു പറഞ്ഞില്ലല്ലോ.

"റോസി."

എന്നിട്ട് അവളെ അടിമുടി നോക്കിയിട്ട് ചോദിച്ചു.

"കുട്ടി എങ്ങനെ ഈ മഠത്തിൽ വന്നുപെട്ടു. വേണ്ടപ്പെട്ടവർക്കും ആരും തന്നെയില്ലേ."

"ഇല്ല." അവൾ ഒറ്റവാക്കിൽ ഉത്തരം നല്കി. അവളുടെ മുഖത്തെ മ്ലാനഭാവം കണ്ടിട്ടാവണം പിന്നെ അവർ കൂടുതൽ ഒന്നും തിരക്കിയില്ല.

"കഷ്ടം ഓരോരുത്തരുടെ വിധി!" അവർ നെടുവീർപ്പിട്ടു.

ഒറ്റനോട്ടത്തിൽത്തന്നെ ആ മുഖം അവൾക്കു പിടിച്ചു. ഒരു അലിവുള്ള മനസ്സിന്റെ തിളക്കം അവൾ കണ്ണുകളിൽ ദർശിച്ചു. പെട്ടെന്ന് എന്തോ ഓർത്തിട്ടെന്നപോലെ അവർ പറഞ്ഞു.

"കുട്ടി അപ്പുറത്തുപോയി ഒന്നു നോക്കൂ. ആ ഗോപാലൻ അവിടെ എങ്ങാനും കാണും. ഇത്രടം വരാൻ പറയൂ. ആളുതീരെ പാവമാ. പക്ഷേ, ഒരു ബോധോം ബുദ്ധീം ഇല്ല. ഉച്ചയ്ക്കു ഊണുതന്നെ. പിന്നെ അവനെ ഇങ്ങോട്ടു കാണാനില്ല. ചിലപ്പോൾ മുറിയിൽ പൂണ്ട ഉറക്കമായിരിക്കും. കാപ്പിക്കായി രണ്ടുമൂന്നു തവണ വിളിച്ചതാ. ങ്ങേഹേ ഒരനക്കോം ഇല്ല."

"അയ്യോ അമ്മ ഇതുവരേയും കാപ്പികുടിച്ചില്ലേ? ഞാൻ വേഗം ഉണ്ടാക്കിക്കൊണ്ടു വരാം."

"നീ ബുദ്ധിമുട്ടണമെന്നില്ല. ആ ഗോപാലനോട് പറഞ്ഞാൽ മതി."

അവൾ വേഗം അടുക്കളഭാഗത്തേക്കുപോയി. അവിടെനിന്നും പുറത്തേക്കുള്ള കതകു ചാരിക്കിടപ്പുണ്ട്. അവിടെയെങ്ങും ആരെയും കാണാനില്ല. പാത്രങ്ങളെല്ലാം അഴുക്കായി ഒരു മൂലയിൽ കൂടിക്കിടപ്പുണ്ട്. അവൾ വേഗം ഒരുചരുവം എടുത്തു തേച്ചു കാപ്പിക്കുവെച്ചു. വേഗം കാപ്പിപ്പൊടി

ത്തകരവും കണ്ടുപിടിച്ചു. പത്തുമിനിട്ടുകൾക്കകം കാപ്പിയുമായി അവൾ അമ്മയുടെ അടുക്കലെത്തിയപ്പോൾ "നീ മിനക്കെടേണ്ടിയിരുന്നില്ല" എന്നു പറഞ്ഞുവെങ്കിലും അവരുടെ മുഖത്ത് ആശ്വാസവും സന്തോഷവും പ്രതിഫലിച്ചു.

അവർ കാപ്പി കുടിച്ചുകൊണ്ടിരുന്നപ്പോൾ "അമ്മച്ചി എന്നെ വിളിച്ചോ" എന്നു ചോദിച്ചുകൊണ്ട് ഗോപാലനും എത്തി.

"ഇപ്പോൾ നിന്നെ വിളിച്ചില്ല. പക്ഷേ, ഇതിനു മുമ്പ് പലതവണ വിളിച്ചു."

"അയ്യോ! ഞാൻ ഊണുകഴിഞ്ഞ് ഒന്നു കുളിച്ച് ഇത്തിരികിടന്നിട്ട് കാപ്പിയിടാമെന്നു വിചാരിച്ചതാ. അങ്ങ് ഉറങ്ങിപ്പോയി! ഇപ്പോ അടുക്കളയിൽ ലൈറ്റ് കണ്ടപ്പോഴാ എണീറ്റത്. അവൻ കുറ്റബോധത്തോടെ തല ചൊറിഞ്ഞ് അമ്മയേയും റോസിയേയും മാറി മാറി നോക്കിയിട്ട് പറഞ്ഞു.

"ഇത് കുട്ടന്റെ ഏർപ്പാടിൽ എന്നെ നോക്കാൻ വന്ന ആളാ."

റോസിയെ അമ്മ ഗോപാലനു പരിചയപ്പെടുത്തിക്കൊടുത്തു.

അവൻ റോസിയെ ആകെ ഒന്നുനോക്കി വെളുക്കെ ചിരിച്ചിട്ടു പറഞ്ഞു.

"അതേതായാലും കൊള്ളാം. ഇനി അമ്മച്ചിക്ക് ഒരു കൂട്ടായല്ലോ? കോവാലന് വലിയ വെഷമമായിരുന്നു. അങ്ങുന്നു ഇല്ല. കോവാലനാണെ ദീനക്കാരെ നോക്കി ഒരു വശോം ഇല്ല. പിന്നെ എപ്പോഴും മറവി. അമ്മച്ചിക്ക് എല്ലാം അറിയാമല്ലോ!"

"ആട്ടെ നീ വേഗം ചെന്ന് ഊണ് തയ്യാറാക്ക്."

അവനെക്കൊണ്ട് അധികം വിസ്തരിപ്പിക്കാതെ പറഞ്ഞുവിട്ടിട്ട് അമ്മ റോസിയോടായി പറഞ്ഞു.

"കേട്ടില്ലെ അവന്റെ വർത്തമാനം പത്തുനാല്പത്തഞ്ചു വയസ്സായി എന്നാ പറയുന്നത്. എന്നിട്ട് വിവരം കണ്ടോ. പക്ഷേ, വിശ്വസ്തനാ – കുട്ടൻ തിര്യയെ പൊറുതിയപ്പോൾ തുടങ്ങി ഇവനാ കൂടെ!"

അന്നുരാത്രി അമ്മയുടെ മുറിയിൽ പായ് വിരിച്ച് കിടന്നപ്പോൾ അവൾക്ക് തീരെ ഉറക്കം വന്നില്ല. വളരെനാളുകൾക്കൂടി കുട്ടിക്കാലത്തു നഷ്ടപ്പെട്ട അമ്മയെ ഓർത്തുപോയി.

രാത്രിയിൽ താൻ പാതിയുറക്കത്തിൽ മയങ്ങിത്തുടങ്ങുമ്പോൾ സ്നേഹപൂർവ്വം തന്നെ തലോടി പുതപ്പിക്കാറുള്ള അമ്മയുടെ അവ്യക്ത രൂപം! ആ നല്ലകാലത്തിനുശേഷം ഇതാ വീണ്ടും താനൊരമ്മയുടെ തണലിൽ എത്തിയിരിക്കയാണെന്നു തോന്നി.

തന്റെ കിടപ്പുകാര്യത്തിൽ അവർ എത്ര ശ്രദ്ധ പതിപ്പിക്കുന്നു!

"കുട്ടി ആ അലമാരിയുടെ പുറത്ത് പുതിയ മെത്തപ്പായും തലയിണയും വെച്ചിട്ടുണ്ട്. പിന്നെ ഗോപാലനോട് പറഞ്ഞാൽ അലക്കിയ വിരിപ്പും പുതപ്പുമൊക്കെ എടുത്തുതരും. രാത്രിയിൽ നല്ല തണുപ്പു കാണും." എന്നിട്ട് താൻ കിടന്നപ്പോൾ വീണ്ടും തിരക്കി.

"കുട്ടിക്ക് കിടപ്പു സുഖമായോ?

നാട്ടീന്ന് എനിക്കു കൂട്ടിനു വരാമെന്നു പറഞ്ഞയാൾ ഇന്നു കാല ത്താണ് വരികയില്ലെന്നുള്ള വിവരം അറീച്ചത്. അങ്ങനെയാണ് കുട്ടൻ മഠത്തീവന്ന് തിരയാൻ ഇടയായത്! പാവം പോയപ്പോൾ ഇവിടെ ആരേയും കാണാഞ്ഞതുകൊണ്ട് ഒരു സമാധാനോം കാണുകയില്ല.

അവർ ഉറക്കം കാത്തുകിടന്നപ്പോൾ ആരോടെന്നില്ലാതെ പറഞ്ഞു.

എത്ര സ്നേഹനിധിയായ അമ്മ. അവൾ ഓർത്തുപോയി. ഓരോ വർത്തമാനത്തിലും മകനോടുള്ള കരുതലും വാത്സല്യവും വഴിഞ്ഞൊ ഴുകുകയാണ്!

ഇരുപത്തിരണ്ട്

ഒന്ന്, രണ്ട്, മൂന്ന്, നാല് ദിവസങ്ങൾ ഒന്നൊന്നായി കടന്നുപോയി. വളരെ നാളത്തെ പരിചയംകൊണ്ടെന്നപോലെ അവൾ അമ്മയുമായി അടുത്തു. പുതിയ ചുറ്റുപാടുകളിൽ വളരെ ലാഘവം അനുഭവപ്പെട്ടു. അലങ്കോലമായി കിടന്ന ആ വീടും പരിസരവുമൊക്കെ അവളുടെ വിരു തുള്ള കൈകൾ അടുക്കിലും ചിട്ടയിലുമാക്കി. അവളുടെ സഹായ ത്തോടെ സ്വന്തം മുറിക്കുപുറത്തൊക്കെ നടന്നുതുടങ്ങിയ അമ്മ ആ വീട്ടി ലുള്ള മാറ്റം കണ്ട് ആഹ്ലാദം പൂണ്ടു.

"ഇപ്പോഴാണ് ഇത് ഒരു വീടായത്! എങ്ങോട്ടുനോക്കിയാലും ഒരു ചേലും ചൊവ്വും ഉണ്ട്! ഒരു പെൺകുട്ടി ഒരു വീടിന് എന്ത് ഐശ്വര്യ മാണ്! അതു പറഞ്ഞാൽ മാത്രം കുട്ടന്റെ തലയിൽ കയറുകയില്ല. എനിക്ക് വയസ്സായി അവന്റെ വീട്ടുകാര്യം അന്വേഷിക്കാൻ ഒരു ഭാര്യ എത്ര ആവശ്യമാണ്! അതു പറയുമ്പോൾ ഗോപാലന്റെ വീട്ടുഭരണമാ ണിഷ്ടമെന്നു പറയും! ഇതിനൊക്കെ എന്താ ശേഷം പറയുന്നത്." അവർ ആരോടെന്നില്ലാതെ പറഞ്ഞു.

റോസി വന്നിട്ടു ആറുദിവസങ്ങൾ കഴിഞ്ഞു. പിറ്റേദിവസം കാലത്തെ ട്രെയിനിൽ ഡോക്ടർ വരും. അപ്പോൾ അവൾക്ക് തിരിച്ചു മഠത്തിലേക്കു മടങ്ങാം. ഉണ്ണിക്കുട്ടനെ കാണാൻ തിടുക്കമുണ്ടായിരുന്നു. എങ്കിലും ഇതു ആ വീട്ടിലെ അവസാനത്തെ ദിവസമാണെന്ന് ഓർത്തപ്പോൾ മനസ്സിൽ മ്ലാനത പരന്നു. ഈ ചുരുങ്ങിയ ദിവസങ്ങൾക്കുള്ളിൽ. ആ അമ്മയുടെ ഹൃദ്യമായ പെരുമാറ്റം ഒരു സുഗന്ധലേപനം പോലെ മനസ്സിനും എന്തെ ന്നില്ലാത്ത കുളിർമ്മ നല്കി.

അവൾ കാലത്തു എണീറ്റ് കുളികഴിഞ്ഞ് തിരിച്ചെത്തിയിട്ടും അമ്മ നല്ല ഉറക്കമാണ്. മുഖത്ത് ഒരു നേരിയ മന്ദഹാസവുമുണ്ട്. മകനെ സ്വപ്നം കാണുകയാവും– അവൾ ഓർത്തു. മറ്റൊന്നും ചെയ്യാനില്ലാത്തതുകൊണ്ട് അവൾ തോട്ടത്തിലേക്കു ചെന്നു. പടർന്നുവളർന്ന ചെമ്പരത്തിയുടെ തണൽ ചുറ്റി ചുവന്നതും വെളുത്തതുമായ ലില്ലിപ്പൂക്കൾ അവൾ വേഗം ഇറുത്തെടുത്ത് എന്നിട്ട് സ്വീകരണമുറിയിലെ പൂപ്പാത്രത്തിൽ കൊണ്ടല

ങ്കരിച്ചുവെച്ചു. എന്നിട്ട് കിണറ്റുകരയിലേക്കു പോയി. വാടിത്തുടങ്ങിയ പനിനീർറോസിന്റെ ചുവടു ഒന്ന് നനയ്ക്കണം!

തിടുക്കത്തിൽ ആരോ വാതിൽതുറന്ന് അകത്തേക്കു കടന്നു. അമ്മ തലയുയർത്തി നോക്കി– അടുത്തക്ഷണം മുഖത്ത് ആശ്ചര്യവും സന്തോഷവും ഒപ്പം പ്രതിഫലിച്ചു.

"കുട്ടനോ– ഇത്രവേഗം! നാളെ വരുമെന്നല്ലേ പറഞ്ഞത്!" അവർ വേഗം കൈകുത്തി എണീക്കാൻ ബദ്ധപ്പെട്ടു. ഡോക്ടർ വേഗം അമ്മയുടെ അടുക്കലേക്കു ചെന്നു താങ്ങിപ്പിടിച്ചിരുത്തിയിട്ടു പറഞ്ഞു.

"ഒരു ദിവസം നേരത്തെ കോൺഫറൻസ് കഴിഞ്ഞു. അമ്മയെ ഈ സ്ഥിതിയിൽ കണ്ടുകൊണ്ടു പോയതുകൊണ്ട് പിന്നെ ഒട്ടും താമസിക്കാതെ പോന്നു. മഠത്തിൽനിന്നും ആരേയും അയച്ചില്ലേ അമ്മേ!"

അയാളുടെ സ്വരത്തിൽ ഉൽക്കണ്ഠ കലർന്നിരുന്നു.

"കണ്ടിട്ട് എന്തുതോന്നുന്നു. നീ നാലുപാടും ഒന്നു കണ്ണു തുറന്നു നോക്കിക്കേ! ഈ വീടും പരിസരവും ഇത്ര വെടിപ്പോടെ നീ കണ്ടിട്ടുണ്ടോ?"

അവർ ഒരു പുഞ്ചിരിയോടെ പറഞ്ഞു.

"വീടൊക്കെ എങ്ങനെയെങ്കിലും കിടക്കട്ടെ– അമ്മയെ ശരിക്കു നോക്കിയോ എന്നാണ് എനിക്കറിയേണ്ടത്!"

"ആ പെൺകുട്ടി എന്നെ ശരിക്കുനോക്കി എന്നുമാത്രം പറഞ്ഞാൽപോരാ എന്നു തോന്നുന്നു. എനിക്ക് മനസ്സിൽ തോന്നുന്നത് അങ്ങു പറയാട്ടോ കുട്ടാ. എനിക്കൊരു മരുമകൾ വന്നാൽ കൂടിയും ഇത്ര കാര്യമായിട്ട് എന്നെ നോക്കുമോ എന്ന് എനിക്കു സംശയമാ!"

ഡോക്ടർ നർമ്മരസത്തോടെ ഉറക്കെ ചിരിച്ചു.

"അപ്പോൾ ഇനി മരുമകൾ വേണമെന്നു അമ്മ പറയുകയില്ലല്ലോ. ഞാൻ മഠത്തിൽപോയി ഒന്നുതിരക്കട്ടെ. കിട്ടുമെങ്കിൽ ആ സ്ത്രീയെത്തന്നെ അമ്മയെ നോക്കാൻ ഇടപാടു ചെയ്യാം. ഏതായാലും ഇപ്പോഴാണ് എനിക്കു സമാധാനമായത്."

"ആട്ടെ അവളെ വിളിക്കട്ടെ കുട്ടാ നിനക്കു കാണണ്ടേ!"

വരട്ടെ അമ്മേ! ഞാൻ വന്നുകയറിയല്ലേ ഉള്ളൂ. കുളിയും കാപ്പിയുമൊക്കെ കഴിഞ്ഞ് പതുക്കെ കണ്ടോളാം"

ഡോക്ടർ ഒരു മൂളിപ്പാട്ടുമായി മുറിക്ക് പുറത്തുകടന്നപ്പോൾ കണ്ണുകൾ പതിഞ്ഞത് സ്വീകരണമുറിയിലെ പൂപ്പാത്രത്തിലെ ലില്ലിപ്പൂക്കളിലാണ്! സ്നിഗ്ദ്ധസുന്ദരമായ ലില്ലിപ്പൂക്കൾ! അയാൾ ഒരു നിമിഷം നോക്കിനിന്നു. എന്നിട്ട് ഒരു നെടുവീർപ്പോടെ കിണറ്റുകരയിലേക്കു നടന്നു.

പുറത്തേക്കുള്ള വാതിൽതുറന്ന് അയാൾ മുറ്റത്തേക്കു കടന്നതും സ്തംഭിച്ചുനിന്നുപോയി. പുലരിയുടെ ഇളംവെയിലേറ്റ് തിളങ്ങുന്ന സമൃദ്ധമായ ഈ ചുരുണ്ടമുടി മറ്റാരുടേതുമല്ല. അയാളുടെ ഹൃദയം അതിവേഗമിടിച്ചു. അടുത്തനിമിഷം മനസ്സ് സംശയാവൃതമായി. തന്റെ ഹൃദയത്തിന്റെ ഉള്ളറയിൽ ഒരിക്കൽ കണ്ടുമുട്ടുമെന്നുള്ള മോഹത്തിൽനിന്നും

ഉടലെടുത്തതല്ലേ ഈ തോന്നൽ! കിണറ്റുകരയിൽ പതിഞ്ഞ നേർത്ത മൃദുലമായ ആ കൈപ്പത്തികൾ! വളകളണിയാത്ത വെളുത്തുരുണ്ട കൈത്തണ്ട്! ഇല്ല, ഇല്ല! ഇതു റോസിതന്നെയാണ്. ഹൃദയത്തിലെ ഓരോ പരമാണുവും അത് ഉറക്കെ വിളിച്ചുപറയുന്നതായി തോന്നി. വികാരാവേശം കൊണ്ട് അയാൾ വീർപ്പുമുട്ടി. തരളിതമായിക്കൊണ്ടിരുന്ന മനസ്സിനെ പണിപ്പെട്ടു നിയന്ത്രിച്ചുകൊണ്ട് ശങ്കിച്ചുശങ്കിച്ച് വിളിച്ചു.

"റോസി."

അവൾ ഒരുനിമിഷം തരിച്ചുനിന്നു. ആ ശബ്ദം അവൾക്ക് സുപരിചിതമല്ലേ! ഓർമ്മകളുടെ കലവറയിൽനിന്നും ആ ശബ്ദം ഉയർന്നുവരുന്നതുപോലെ! മുകളിലെത്തിയ തൊട്ടി കരയിലേക്കു വലിച്ചെടുത്തുവെച്ചിട്ട് അവൾ ഒരു നടുക്കത്തോടെ തിരിഞ്ഞുനോക്കി.

താൻ ആരെയാണ് കാണുന്നത്! അവൾക്ക് വിശ്വസിക്കാൻ പ്രയാസം തോന്നി. വേണുവാണോ തന്റെ മുമ്പിൽ. കൈകാലുകൾ തളരുന്നതായി തോന്നി. ആകെ കുഴഞ്ഞ് താഴെ വീണുപോകുമോ എന്നു ഭയപ്പെട്ടു. അവൾ കിണറ്റിന്റെ തൂണിൽ പിടിച്ചുപോയി.

അയാൾ ശ്വാസമടക്കി വിളിച്ചു.

"റോസി."

രക്തം ശരീരം മുഴുവൻ ഇരച്ചുകയറുന്നതുപോലെ ഒരു ത്രസിപ്പ്! ഹൃദയത്തിനുള്ളിൽ മിന്നി കത്തിയിരുന്ന ഒരു നേരിയ തിരിനാളം ഞൊടിക്കുള്ളിൽ ഉദയസൂര്യന്റെ ശോഭയോടെ പ്രകാശിക്കുന്നതുപോലെ! ആ ഉറപ്പുള്ള കൈകളിലമർന്ന്, ആ വിരിമാറിൽ തലചായ്ച്ച് തന്നെ പൂർണ്ണമായി സമർപ്പിക്കാൻ ഉൽക്കടമായ അഭിവാഞ്ഛ ഒരു നിമിഷം ഉള്ളിൽ തലപൊക്കി.

അടുത്തക്ഷണത്തിൽ പരിസരബോധമുണ്ടായി. താനെന്തു മഠയത്തരമാണ് കാട്ടാൻ തുടങ്ങിയത്! എത്രമാത്രം അസ്ഥാനത്തുള്ള അഭിവാഞ്ഛയാണ് തന്റേത്! വേണുവിനെപ്പറ്റി എന്തെങ്കിലും അറിഞ്ഞിട്ടുതന്നെ വർഷങ്ങൾ കഴിഞ്ഞിരിക്കുന്നു. വേണുവിന്റെ ഹൃദയത്തിന്റെ പുറംപോക്കിലെങ്കിലും തനിക്കു സ്ഥാനമുണ്ടോ എന്നറിയില്ല. കഷ്ടം ഒരുനിമിഷത്തേക്കു എന്തൊക്കെ ആശിച്ചുപോയി. ഹൃദയത്തിൽ പൊട്ടിപ്പുറപ്പെട്ട ആനന്ദത്തിന്റെ നീരുറവ പെട്ടെന്ന് വറ്റി ഉണങ്ങിയതുപോലെ! ആ മുഖത്തേക്ക് കണ്ണുകൾ ഉയർത്താനുള്ള ധൈര്യംപോലും നശിച്ചതുപോലെ! അവൾ ആകെ കുഴഞ്ഞുതളർന്ന് തൂണോടു മുഖംചേർത്തു തലകുനിച്ചു.

വേണു രണ്ട് ചുവടുകൾ മുന്നോട്ടു നീങ്ങി. എന്താണു പറയേണ്ടത്? എവിടെ തുടങ്ങണം! വാക്കുകൾ പുറത്തുവരാതെ ഹൃദയത്തിനുള്ളിൽ തന്നെ തടഞ്ഞു കിടക്കുന്നതുപോലെ തീവ്രമായ വികാരവായ്പോടെ അയാൾ വീണ്ടും വിളിച്ചു.

"റോസീ..! ഈ ഭാഗ്യം ഞാൻ സ്വപ്നം കൂടിക്കണ്ടതല്ല. നിന്നെ എന്നെങ്കിലും കണ്ടുമുട്ടുമെന്നുള്ള ആശപോലും നശിച്ചതാണ്. അന്ന് നിന്നെ വേദനിപ്പിച്ചതിന് മാപ്പു ചോദിക്കാനുള്ള അവസരംപോലും എനിക്ക്

തരാതെ പോയ്ക്കളഞ്ഞല്ലോ. എന്നെ അത്രയ്ക്ക് വെറുത്തുപോയോ റോസി. എവിടെ ഒക്കെ അന്വേഷിച്ചു. ഒടുവിൽ മനസ്സ് തീരെ മടുത്തു. തിരുവനന്തപുരംപോലും വെറുത്തുപോയി. അങ്ങനെ ഇവിടെ എത്തിയ താണ്. എല്ലാം മറന്ന് ജീവിക്കാൻ ഒരു വിഫല ശ്രമം നടത്താൻ...!"

വാക്കുകൾ തടഞ്ഞുതടഞ്ഞ് വളരെ വിമ്മിഷ്ടത്തോടെയാണ് അയാൾ പറഞ്ഞത്!

തലകുമ്പിട്ടു നില്ക്കുന്ന അവളുടെ മുഖത്തേക്ക് ഉറ്റുനോക്കിയപ്പോൾ കവിൾത്തടത്തിൽ രണ്ടു നീർച്ചാലുകൾ. ഓമനത്വം തുളുമ്പുന്ന ചുണ്ടു കൾ, തേങ്ങലുകൾ അടക്കാൻ പണിപ്പെടുകയാണ്. അയാളുടെ ഹൃദയം വെമ്പി! വാക്കുകൾ പെട്ടെന്ന് മുട്ടിപ്പോയി! പിന്നെയും താനവളെ വേദനി പ്പിക്കുകയാണോ? മനസ്സ് വല്ലാതെ ചാഞ്ചല്യപ്പെട്ടു. ഗോപിച്ചേട്ടൻ പറ ഞ്ഞതുപോലെ അവൾ തന്നെ ഒരിക്കലും കണ്ടുമുട്ടരുതെന്നാശിച്ചിരു ന്നുവോ? ഇതെന്ത് ദുർവ്വിധി! തനിക്കീ നിമിഷങ്ങൾ എത്രയനർഘങ്ങ ളാണ്! ജീവിതസായൂജ്യം തന്നെ കൈവന്നതുപോലെ! ഈ സൗഭാഗ്യം ഒരിക്കൽ കൂടി തന്റെ കൈകളിൽനിന്നും ചോർന്നുപോകാനനുവദിക്ക യില്ല. തനിക്ക് രണ്ടിലൊന്നറിഞ്ഞേ തീരൂ. അവൾക്ക് മനഃസുഖം നല്കാൻ തനിക്കു കഴിയുകയില്ലേ! തന്റെ ഹൃദയം വെമ്പുന്ന സ്നേഹത്തിന് അവ ളുടെ കണ്ണിൽ ഒരു വിലയും കാണുകയില്ലേ?

അയാൾ ഒന്നുകൂടി അടുത്തു. ഹൃദയം ശക്തിയായി ഇടിച്ചു. ഉന്മാദ ത്തിന്റെ വാക്കോളും എത്തുന്ന അനിശ്ചിതാവസ്ഥ അടുത്തക്ഷണം അയാളുടെ വിറയാർന്ന വിരലുകൾ കണ്ണുനീരിൽ കുതിർന്ന ആ മുഖമു യർത്തി– ചുണ്ടുകൾ മന്ത്രിച്ചു.

"റോസി! എന്റെ റോസി"

അവളുടെ ഹൃദയത്തിലും ഒരു ഭൂകമ്പം തന്നെയുണ്ടായി. മനസ്സിനെ നിയന്ത്രിച്ചു നിർത്തിയിരുന്ന ബന്ധനങ്ങൾ ഒക്കെ പൊട്ടിച്ചെറിയപ്പെട്ടതു പോലെ. നാടകവേദിയിലെ തിരശ്ശീലപോലെ ഭാവിയും ഭൂതവും അക ന്നുമാറി. ആദിയും അന്തവുമില്ലാത്ത ഈ സൃഷ്ടിയുടെ പരമ്പരയിൽ വേണുവിന്റെ രൂപം മാത്രം തെളിവുള്ളതായിതോന്നി. മറ്റെല്ലാം തന്നെ അവ്യക്തതയിലേക്ക് മറയുകയാണ്.

"വേണു."

അവളുടെ ചുണ്ടുകൾ നിശ്ശബ്ദമായി ചലിച്ചു. ഒരു തേങ്ങലോടെ അവൾ ആ നീട്ടപ്പെട്ട കരവലയത്തിനുള്ളിൽ സ്വയം അർപ്പിച്ചു. അയാ ളുടെ ഉറപ്പുള്ള കരങ്ങൾ അവളെ മുറുകെ പുണർന്നു. ആ ഇരുണ്ട ചുരുണ്ട മുടിക്കുള്ളിൽ മുഖമമർത്തി അയാൾ വീണ്ടും വീണ്ടും മന്ത്രിച്ചു.

"റോസി! എന്റെ ഓമനേ! ഇനി ഞാൻ നിന്നെ വിടില്ല. ഒരിക്കലും ഒരിക്കലും!"

ജീവിതമെന്ന നദി

എന്റെ ജീവിതത്തെ ഒരു നദിയുടെ ഗതിയോട് ഉപമിക്കാനാണു തോന്നുന്നത്. തുടക്കം മുതൽ പ്രശാന്തമായ സമതലത്തിൽക്കൂടി മന്ദഗതിയിൽ ശാന്തമായി ഒഴുകിക്കൊണ്ട്, വിചാരിച്ചിരിക്കാത്ത ഒരു നിമിഷത്തിൽ, പാറക്കെട്ടുകളും, കാടുകളും വളവുകളും, തിരിവുകളും നിറഞ്ഞ വ്യതിയാനങ്ങളുടെ ഒരു ഗതി സ്വീകരിച്ച് ഒടുവിൽ ശാന്തഗംഭീരമായ തടാകത്തിന്റെ അഗാധതയിൽ ലയിച്ച് സായൂജ്യം അടയുവാൻ ഭാഗ്യം സിദ്ധിച്ച ഒരു നദിയോട്–

ഒന്ന്

“ദേവൂ! നിനക്ക് മെഡിക്കൽ കോളേജിൽ അഡ്മിഷൻ കിട്ടിയിരിക്കുന്നു.”

എന്നു വിളിച്ചുപറഞ്ഞുകൊണ്ട് ചേട്ടൻ പത്രം കൈയിൽ തന്നപ്പോൾ സന്തോഷത്തിന് അതിരില്ലായിരുന്നു. എന്റെ ജീവിതത്തിലെ ഏറ്റവും വലിയ അഭിലാഷം നിറവേറ്റപ്പെടാൻ പോകയാണ് – പല പ്രതിബന്ധങ്ങളെയും കവച്ചുവെച്ചുകൊണ്ട്!

മെഡിക്കൽ കോളേജിൽ അപേക്ഷിക്കുവാൻ അനുവാദം ചോദിച്ചപ്പോൾത്തന്നെ അച്ഛൻ എതിർപ്പു പറഞ്ഞതാണ്.

“ദേവൂ ഈ കുടുംബത്തിൽനിന്നും പെണ്ണുങ്ങൾ ആരുംതന്നെ ജോലിക്കു പോയിട്ടില്ല. അതിന്റെ ആവശ്യവും വന്നിട്ടില്ല. പിന്നെ ഗോപിക്കും ഒരു ഡോക്ടർ ഭാര്യയെ പിടിക്കുമോ എന്ന് എനിക്കു സംശയമാണ്. ഏതായാലും അവന്റെ അഭിപ്രായം അറിയാതെ ഞാൻ അനു

വാദം തരികയില്ല."

നിരാശയിൽ ആണ്ട എന്നെ ചേട്ടൻ സമാധാനിപ്പിച്ചു.

"നോക്കൂ, അങ്ങിനെ മനസ്സുമടുക്കാതെ–! അച്ഛനെപ്പോലെയുള്ള പഴഞ്ചൻ അഭിപ്രായങ്ങൾ അമ്മായിക്കും ഗോപിക്കും കാണുകില്ല. എഴുതി ച്ചോദിക്കുമ്പോൾ അറിയാമല്ലോ."

"അമ്മ അമ്മായിക്ക് അയച്ച കത്തിന്റെ മറുപടി വന്നപ്പോൾ ആശ്വാസമായി.

"ദേവുവിനെ പഠിപ്പിക്കുന്നതിൽ ഞങ്ങൾക്ക് എല്ലാവർക്കും പ്രത്യേകിച്ച് ഗോപിക്കും സന്തോഷമാണുള്ളത്. അവൻ എഞ്ചിനീയറിങ് പാസായി ജോലിയാകുന്നയിടംവരെ ദേവു വീട്ടിൽ ഇരുന്നു മുഷിയണ്ടല്ലോ. അവൾ തെരഞ്ഞെടുത്ത പഠിത്തത്തിന്റെ മഹിമ ഞങ്ങൾ മനസ്സിലാകുന്നു. അവൾക്കു സർവ്വമംഗളങ്ങളും!!"

പിന്നെ എല്ലാം തിടുക്കത്തിലാണു നടന്നത്. ആപ്ലിക്കേഷൻ ഫാറം വാങ്ങിക്കലും അയക്കലും മെമ്മോയുടെ വരവും ഒക്കെ എളുപ്പത്തിൽ കഴിഞ്ഞു. ഇന്റർവ്യൂവിന് ഇനിയും രണ്ടു ദിവസങ്ങൾ മാത്രം! എല്ലാ ഒരുക്കങ്ങൾക്കുംകൂടി വെറും രണ്ടു ദിവസങ്ങൾ! ജീവിതത്തിൽ ആദ്യമായി വീടുവിട്ടു താമസിക്കാൻ പോകയാണ്.

എന്നെ അയക്കാനുള്ള തിരക്കിട്ട ഒരുക്കങ്ങൾക്കിടയിൽ അമ്മ ഒരു കാര്യം മാത്രം പലപ്രാവശ്യം ഊന്നിപ്പറഞ്ഞു.

"ദേവു നിന്റെ ആഗ്രഹം സാധിച്ചതിൽ എനിക്ക് സന്തോഷമുണ്ട്. പക്ഷേ, ഒരു ഡോക്ടർ ആയിക്കഴിയുമ്പോൾ നീ ജീവിതത്തിൽ വളരെയൊക്കെ നേടി എന്ന് ഞാൻ കരുതുകയില്ല. നിന്നെ ഒരു നല്ല കുടുംബിനിയായി കാണുവാനാണ് ഞാൻ കൂടുതൽ ആഗ്രഹിച്ചത് – ഗോപിക്ക് എന്തുകൊണ്ടും യോജിച്ച ഭാര്യ."

ഗോപിച്ചേട്ടന്റെ ഭാര്യ! ആ ആശയവുമായി പൊരുത്തപ്പെടാൻ ഒരിക്കലും എനിക്കു കഴിഞ്ഞിട്ടില്ല. ഗോപിച്ചേട്ടൻ അച്ഛന്റെ സഹോദരിയുടെ മകനാണ്. കുട്ടിക്കാലം മുതൽ ഞങ്ങൾ ഒന്നിച്ചു കളിച്ചുവളർന്നവരാണ്. എല്ലാ വേനലവധിക്കും അവർ ബോംബെയിൽനിന്നും നാട്ടിൽ എത്തും. അമ്മൂമ്മ മരിച്ചതിൽപ്പിന്നെ അവർ വരുമ്പോഴെല്ലാം ഞങ്ങളുടെ വീട്ടിലാണു താമസിക്കാറുള്ളത്. ഗോപിച്ചേട്ടനു താഴെ രണ്ടു കുട്ടികളാണ് – രവിയും മോഹനനും–! അമ്മായിയും മക്കളും വന്നാൽ പിന്നെ എന്തുരസമാണ്. കളികളും വഴക്കുകളുമായി ദിവസങ്ങൾ നീങ്ങുന്നതറിയില്ല. അവർ പോയിക്കഴിഞ്ഞാൽ വീട് ഉറങ്ങിയതുപോലെ!– പിന്നെ അടുത്ത അവധിക്കായി കൊതിച്ചു കഴിയും. ഞാൻ സിക്സ്തിൽ കയറിയ അവധിക്കാണ് ഗോപിച്ചേട്ടൻ അവസാനമായി വന്നത്. അത്തവണ എപ്പോഴത്തെയുംപോലെ ഞങ്ങളോടൊത്തു കളിക്കാൻ വന്നില്ല. പുതുതായി ഒരു ചെറിയ മീശ വെച്ചിട്ടുണ്ട്. കോളേജുകുമാരനായിരിക്കുന്നു. എപ്പോഴും വായനയുമായി പൂമുഖത്ത് ഇരിപ്പാണ്. എനിക്കും ചേട്ടനുമായി പണ്ട

ത്തെപ്പോലെ അടുക്കാൻ സാധിച്ചില്ല. ചേട്ടന്റെ നേരെ ചെല്ലാൻ ഒരു സങ്കോചം! എങ്കിലും ചേട്ടൻ എന്നോട് ഇത്ര അകന്നു പെരുമാറുന്നതിൽ സംശയം തോന്നി. അമ്മായി അമ്മയോടു പറയുന്നതു കേട്ടു.

“പിള്ളേരുടെ പ്രകൃതത്തിൽ വന്ന മാറ്റം! ചേട്ടനുമായി തല്ലുപിടിച്ചു നടന്ന പെണ്ണാണ്. ഇപ്പോൾ നേരെ ഒന്നു മിണ്ടാൻ പോലും മടി.”

അവധികഴിഞ്ഞ് അവർ മടങ്ങുന്നതിന്റെ തലേദിവസമാണ്. സന്ധ്യക്ക് പൂജാമുറിയിൽ വിളക്കുവെച്ചു തിരിഞ്ഞതും നോക്കിയത് ചേട്ടന്റെ മുഖത്തേക്കാണ്. ആ മുഖം ചുമന്നു തുടുത്തിരുന്നു. എന്തോ അമളി പറ്റിയതുപോലെ–!

“ദേവു നിന്നോട് ഒന്നുരണ്ടു കാര്യങ്ങൾ പറയണമെന്നുണ്ടായിരുന്നു. ഇപ്പോഴാണ് അവസരം കിട്ടിയത്. എനിക്ക് എഞ്ചിനീയറിങ് കോളേജിൽ അഡ്മിഷൻ കിട്ടിയെന്ന് അച്ഛന്റെ എഴുത്തുവന്നു. ഇനിയും എല്ലാ അവധിക്കും ഇതുപോലെ വരാൻ കഴിയുമെന്നു തോന്നുന്നില്ല.”

ഒരു മൗനത്തിനുശേഷമാണ് പിന്നെ തുടർന്നത്.

“നാം അന്യോന്യം നിശ്ചയിക്കപ്പെട്ടിട്ടുള്ളവരാണെന്ന് നീ മറക്കയില്ലെന്നു വിശ്വസിക്കുന്നു. ദേവൂ! ഈ കഴിഞ്ഞ വർഷത്തിൽ നീ എത്ര സുന്ദരിയായി വളർന്നുകഴിഞ്ഞിരിക്കുന്നു. നീ നിന്നെ എനിക്കായിത്തന്നെ സൂക്ഷിക്കുമെന്നു കരുതട്ടെ.!”

വിക്കിവിക്കി അത്രയും പറഞ്ഞൊപ്പിച്ചിട്ട് ചേട്ടൻ തിരിഞ്ഞുനടന്നു. ഞാൻ ആകെ അന്ധാളിച്ചുപോയി. ഈ ഗോപിച്ചേട്ടൻ എന്തൊക്കെയാണു പറഞ്ഞുപിടിപ്പിച്ചത്! ഞാൻ എങ്ങിനെ സൂക്ഷിക്കണമെന്നാണ്! അരിവെപ്പുകാരി കാളുവമ്മയിൽനിന്നും കേട്ടിരുന്നു, വലുതാകുമ്പോൾ ഗോപിച്ചേട്ടൻ എന്നെ വിവാഹം കഴിക്കുമെന്ന്. പക്ഷേ, വിവാഹത്തെപ്പറ്റി എന്തെങ്കിലും ചിന്തിക്കാനോ ഗ്രഹിക്കാനോ ഉള്ള മാനസികവളർച്ച എത്തിയിട്ടില്ലാത്ത ആ പ്രായത്തിൽ ഗോപിച്ചേട്ടന്റെ ഈ വർത്തമാനം കേട്ടപ്പോൾ പെട്ടെന്നു കരച്ചിലാണു വന്നത്. ഗോപിച്ചേട്ടൻ എങ്കിലും എന്നോടു ഇതു പറയേണ്ടിയില്ലായിരുന്നു. അവധി മുഴുവൻ വലിയ ഗൗരവത്തിൽ ഇരുന്നിട്ട് പോകാൻ നേരത്ത്, ഓർക്കാപ്പുറത്ത് ഇത്തരമൊരു പ്രസ്താവനയും!

പിറ്റേദിവസം അമ്മായിയും മക്കളും പോയി. അതുകഴിഞ്ഞ് വർഷങ്ങൾ മൂന്നു കഴിഞ്ഞിരിക്കുന്നു. പക്ഷേ, പിന്നീടുള്ള അവധികളിൽ ഗോപിച്ചേട്ടൻ വരികയുണ്ടായില്ല. സ്റ്റഡിടൂറുകളും ടൂർണ്ണമെന്റുകളുമായി ബോംബെയിൽത്തന്നെ കഴിയേണ്ടിവന്നു. അമ്മായിയുടെ എഴുത്തുകളിൽ ഗോപിച്ചേട്ടന്റെ പ്രത്യേകാന്വേഷണങ്ങൾ ഉണ്ടായിരുന്നു. എങ്കിലും പണ്ടത്തെപ്പോലെ വിശേഷങ്ങൾ നിറഞ്ഞ എഴുത്തുകൾ ഗോപിച്ചേട്ടൻ അയച്ചിരുന്നില്ല. എന്തോ അന്നത്തെ ദിവസത്തിനുശേഷം ഞങ്ങളുടെ മദ്ധ്യത്തിൽ ഒരു കനത്ത ഭിത്തി ഉയർന്നതുപോലെ!

രണ്ട്

മെഡിക്കൽ കോളേജിലേക്കു പോകാനുള്ള ദിവസം സമാഗതമായി, പോകുന്നതിനു മുൻപായി അച്ഛൻ അടുക്കൽ വിളിച്ചു.

"ദേവൂ, നിന്നോട് ചില സംഗതികൾ പറയാനുണ്ട്. ഞാൻ പറയുന്നത് എപ്പോഴും നിന്റെ ഓർമ്മയിൽ കാണണമെന്നും ആഗ്രഹിക്കുന്നു. ഇതേവരെ കഴിഞ്ഞതിൽനിന്നും തികച്ചും വ്യത്യസ്തമായ ഒരന്തരീക്ഷത്തിലാണ് ഇനിയുമുള്ള നിന്റെ ജീവിതം. ഇത്രയുംകാലം അച്ഛന്റെയും അമ്മയുടെയും തണലിൽ ജീവിതത്തിന്റെ യാതൊരു സങ്കീർണ്ണതയും അറിയാതെ വളർന്നു. ഇനിയും വ്യത്യസ്തങ്ങളായ കുടുംബങ്ങളിൽ വ്യത്യസ്തങ്ങളായ ചുറ്റുപാടുകളിൽ വളർന്നുവന്ന ആണുങ്ങളും പെണ്ണുങ്ങളുമായി കഴിയേണ്ടവളാണ്. ആ പുതിയ അന്തരീക്ഷത്തിൽ അപരിചിതരുടെ ആ പുതിയ ലോകത്തിൽ നീ നമ്മുടെ കുടുംബത്തിന്റെ അന്തസ്സ് മറന്ന് ഒന്നും പ്രവർത്തിക്കയില്ലെന്ന് ഞാൻ ആശിക്കുന്നു. അത്രമാത്രമേ എനിക്ക് ഉറപ്പിച്ചു പറയാനുള്ളൂ."

അച്ഛനെ തല ഉയർത്തി നോക്കാൻ എനിക്ക് ധൈര്യം വന്നില്ല. ഭാവിജീവിതത്തെപ്പറ്റി ഏതോ അജ്ഞാതഭീതി എന്നെ ആവരണം ചെയ്തതുപോലെ! അമ്മ വാത്സല്യപൂർവ്വം കൈ തോളത്തുവെച്ചപ്പോൾ കണ്ണുകൾ നിറഞ്ഞൊഴുകി. മിണ്ടാൻപോലും ശക്തി നശിച്ചിരുന്നു. പിന്നെ അധികം നിന്നില്ല. ചേട്ടനോടൊപ്പം വേഗം നടന്നു.

ട്രെയിനിൽ കയറിയപ്പോൾ മനസ്സിന് ആകെ ഒരു വല്ലായ്മ–

അച്ഛൻ പറഞ്ഞതുപോലെ മെഡിക്കൽ കോളേജിൽ പോകേണ്ട ആവശ്യം എന്താണ്? ഈ സംരംഭം വേണ്ടില്ലായിരുന്നു. അമ്മയെക്കാണാതെ എങ്ങിനെയാണ് ഓരോ ദിവസവും തള്ളിനീക്കുക! ഇത്രയും കാലം ആരെങ്കിലും കറുത്ത് ഒരു വാക്ക് ഉച്ചരിച്ചാൽ, ഒരു പൊട്ടിച്ചിരിക്കുള്ള തമാശ കേട്ടാൽ അവയെല്ലാം അമ്മയുമായി പങ്കുവെച്ചില്ലെങ്കിൽ ഉറക്കംവരാത്ത ഞാൻ, ഇനിയും മാസങ്ങളോളം എഴുത്തുകളിൽക്കൂടി വാർത്തകൾ കൈമാറിക്കൊണ്ട് എങ്ങിനെ കഴിച്ചുകൂട്ടും. മനസ്സിൽ എന്തൊക്കെ ചിന്തകളാണ് കടന്നുകൂടുന്നത്. തിരുവനന്തപുരത്ത് എത്തിയപ്പോൾ ഒരു യുഗം കഴിഞ്ഞതുപോലെ–!

ടാക്സി രാജപാതയിലൂടെ നീങ്ങുകയാണ്. ഞങ്ങളുടെ ചെറിയ ടൗണിനെക്കാൾ എന്തു തിരക്കു നിറഞ്ഞതാണ് ഈ രാജധാനി! ഇത്ര വലിയ പട്ടണം ഞാൻ ആദ്യമായി കാണുകയാണ്, ചരിത്രത്തിൽ കുട്ടിക്കാലത്ത് പഠിച്ചു പുത്തൻകച്ചേരിയും മാധവരായരുടെ പ്രതിമയും ഒക്കെ കൺമുന്നിലൂടെ കടന്നുപോയി. ഇടയ്ക്കിടയ്ക്ക് ഓരോ കൂറ്റൻ കെട്ടിടങ്ങൾ ചൂണ്ടിക്കാണിച്ചുകൊണ്ടുള്ള ചേട്ടന്റെ വിശദീകരണങ്ങളും. നഗരം പിന്നീട് ഉള്ളൂർ എത്തിയപ്പോൾ ഒരു നാട്ടിൻപുറത്തിന്റെ പ്രതീതിയാണ് ഉണ്ടായത്. ഒന്ന് രണ്ട് ചെറിയ കുന്നുകളിലും അതിന്റെ താഴ്‌വരകളിലു

മായി പടർന്നു പന്തലിച്ചുകിടക്കുന്ന കോളേജ് കാമ്പസ് മനസ്സിന് ആകെ ഒരു ഉന്മേഷം തോന്നിയെങ്കിലും ഹോസ്റ്റലിന്റെ പടിക്കൽ കാർ നിന്ന പ്പോൾ ഞാൻ ആകെ പകച്ചുപോയി. ഒരു കൂറ്റൻ ഇരുനിലകെട്ടിടം. ഇതിന്റെ ഏത് കോണിലാണാവോ എന്റെ സാമ്രാജ്യം! പൂമുഖത്തിന് പുറകിലായി പൂന്തോട്ടത്തിന് നേരെ ജനലുള്ള എന്റെ കൊച്ചുമുറി ഞാൻ ഓർത്തുപോയി. ഉണർന്ന് എണീക്കുമ്പോൾ പൂവണിഞ്ഞ റോസാച്ചെടി കളാണ് കണി കാണുക.

ഇന്റർവ്യൂ കഴിഞ്ഞ് ഹോസ്റ്റലിൽ കൊണ്ടാക്കിയിട്ട്, ചേട്ടൻ പിരിഞ്ഞ പ്പോൾ കണ്ണുകൾ നിറഞ്ഞുപോയി. എന്തുചെയ്യണമെന്നറിയാതെ കുഴ ങ്ങിനിന്ന എന്റെ അടുക്കൽ പുഞ്ചിരിയുമായി ഒരു കുട്ടി എത്തി.

"ഇവിടെ പരിചയക്കാർ ആരും ഇല്ലേ? ഏതു മുറിയാണ് അലോട്ട് ചെയ്തിരിക്കുന്നത്? ഹോംസിക്കായി തോന്നുന്നുണ്ടോ? സാരമില്ല. രണ്ടു ദിവസത്തിനകം വിഷമം ഒക്കെ മാറും– വരൂ റൂം ഞാൻ കാണിച്ചുതരാം."

ആ കുട്ടി വളരെ ലോഹ്യത്തിൽ എന്റെ വിവരങ്ങൾ ഒക്കെ തിരക്കി യെടുത്തു– വളരെ നാളത്തെ പരിചയം ഉള്ളതുപോലെയുള്ള പെരുമാറ്റം! ഏതായാലും മനസ്സിന് ഒരു തണുപ്പ് അനുഭവപ്പെട്ടു. മുറിയിൽക്കൊണ്ട് എത്തിച്ച ശേഷം സ്വയം പരിചയപ്പെടുത്തി.

"നോക്കൂ എന്റെ പേര് – സൂസൻ, സൂസൻ മാത്യു. മൂന്നാം വർഷ ക്കാരിയാണ്– അടുത്ത മുറിയാണ് എന്റേത്. എന്തെങ്കിലും ആവശ്യമു ണ്ടെങ്കിൽ വിളിച്ചോളൂ."

വളരെ ആശ്വാസം തോന്നി. അത്യാവശ്യങ്ങൾ അറിയിക്കാൻ ഒരാ ളായല്ലോ. വാതിൽ തുറന്ന് മറ്റൊരു കുട്ടി അകത്തേക്കു കടന്നു.

"രാധേ! ഇതാ നിന്റെ റൂം മേറ്റ്"

സൂസൻ മാത്യു പുതുതായി വന്ന രാധയ്ക്ക് എന്നെ പരിചയപ്പെടു ത്തി.

"സൂസന്റെ പഴയ പരിചയക്കാരിയായിരിക്കും ഇല്ലേ"

ഒരു പരിഷ്കാര പുഞ്ചിരിയോടെ രാധ ചോദിച്ചു

"ആ, ഒരു വിധത്തിൽ നിന്നെക്കാൾ കുറേ മിനിറ്റുകളുടെ പരിചയ ക്കൂടുതൽ എനിക്കുണ്ട്.'

പെട്ടെന്ന് വാച്ചിൽ നോക്കിയിട്ട്–

"അയ്യോ നേരം വളരെയായല്ലോ– എനിക്ക് നാളെ ടെസ്റ്റ് പേപ്പർ ഉണ്ട്. പോകട്ടെ."

നടയിൽ എത്തിയപ്പോൾ തിരിഞ്ഞുനിന്ന് ചോദിച്ചു. "ഒരു കാര്യം ചോദിക്കാൻ വിട്ടുപോയി. പേരെന്താണ്?"

ഞാൻ പറഞ്ഞു, "ദേവയാനീ"

"എളുപ്പം മറക്കാത്ത പേര്! ഇല്ലേ രാധേ."

സൂസൻ ചിരിച്ചുകൊണ്ട് മുറിവിട്ടുപോയി. സൂസൻ മാത്യുവിന്റെ പെരുമാറ്റത്തിൽ ഹൃദ്യത അനുഭവപ്പെട്ടു.

വന്നപാടേ രാധ ഓവർകോട്ട് കസേരയിൽ വലിച്ചെറിഞ്ഞു– സ്റ്റെത്ത് മേശപ്പുറത്തും– എന്നിട്ട് കസേരയിൽ ഇരുന്ന് മേശപ്പുറത്ത് കാൽ കയറ്റി വെച്ചു. തലമുടി കെട്ടിൽനിന്നും പിന്നുകൾ ഓരോന്നായി ഊരി മേശപ്പുറത്ത് നിക്ഷേപിച്ചു. പിന്നെ എന്റെ നേരെ തിരിഞ്ഞു സംഭാഷണത്തിനുള്ള ആരംഭമായി.

"ഹോ, ഈ ഓവർകോട്ടും മാറ്റും തലമുടി കെട്ടും അഴിക്കുമ്പോൾത്തന്നെ എന്തൊരു സുഖമാണ്! ദേവയാനിയെ കണ്ടിട്ട് നാട്ടിൻപുറത്തുള്ള ഏതോ കോളേജിൽനിന്നും വന്നതാണെന്നും തോന്നുന്നു. അല്ല, ഞാൻ മനസ്സിൽ തോന്നിയത് പറഞ്ഞതുകൊണ്ട് മുഷിച്ചിൽ ഒന്നും ഇല്ലല്ലോ! ഈ നാട്ടിൻപുറത്തുനിന്നും വരുന്ന കുട്ടികൾക്ക് ഈ കോളേജ് ജീവിതവും ഹോസ്റ്റൽ ജീവിതവുമായി പൊരുത്തപ്പെടാൻ കുറച്ചു ദിവസങ്ങൾ വേണ്ടിവരും. അതുകഴിഞ്ഞ് ഇങ്ങിനെയല്ലാതെ ഒരുജീവിതം ഓർക്കാൻകൂടി കഴിയുകയില്ല. പക്ഷേ, എന്റെ കാര്യം തികച്ചും വ്യത്യസ്തമായിരുന്നു. മദ്രാസ് ക്വീൻ മേരീസ് കോളേജിലായിരുന്നു ഞാൻ പഠിച്ചത്. ഇവിടെ ബോയിസും ഗേൾസും തമ്മിലുള്ള പെരുമാറ്റം തീരെ അപരിഷ്കൃതമെന്നേ എനിക്കു പറയാനുള്ളൂ. രണ്ടുപേർ തമ്മിൽ വർത്തമാനം പറഞ്ഞ് കോളേജുവരെ നടന്നാൽ, ലൈബ്രറിയിൽ ഒന്നിച്ചിരുന്നു വായിച്ചാൽ അതൊക്കെ ഒരു സംസാരവിഷയമാകും. അതുകൂടാതെ പെരുമാറാനുള്ള ചങ്കൂറ്റം അധികംപേർക്കും ഇല്ലതാനും – ഹോ, ഈ കോളേജിൽ വന്നല്ലോ എന്ന് ഞാൻ എപ്പോഴും റിഗ്രറ്റ് ചെയ്യുന്നു."

അല്പനേരത്തെ മൗനത്തിനുശേഷം വീണ്ടും തുടർന്നു.

"ആട്ടെ ദേവയാനി റാഗിങ്ങിനെപ്പറ്റി കേട്ടിട്ടുണ്ടോ? ഓ, ഇവിടെ പറയത്തക്ക റാഗിങ് ഒന്നും ഇല്ല. കോളേജ് തന്നെ വെറും ശിശുവല്ലെ. തുടങ്ങിയിട്ട് ഇതു മൂന്നാമത്തെ വർഷമല്ലെ ആയുള്ളൂ. മദ്രാസ് മെഡിക്കൽസിൽ ആയിരുന്നു എങ്കിൽ കോളേജ് തുറക്കുന്ന ആദ്യത്തെയാഴ്ച. സീനിയേഴ്സിനു തമാശകളുടെ ഒരു കൊയ്ത്തുകാലവും പാവപ്പെട്ട ജൂനിയേഴ്സിനു എന്നും ഓർക്കുന്ന കയ്പേറിയ അനുഭവങ്ങളുടെ നീണ്ട പരമ്പരയും! ആട്ടെ ദേവയാനി മിക്സഡ് കോളേജിലാണോ പഠിച്ചത്?"

അങ്ങിനെ രാധയുടെ വാഗ്ധോരണി എന്നോടുള്ള ഒരു ചോദ്യത്തിൽ അവസാനിച്ചു. 'അല്ല' എന്നു മറുപടി പറഞ്ഞപ്പോൾ എന്റെ മനസ്സ് മിക്സഡ് കോളേജിന്റെ രൂപം വിഭാവനം ചെയ്യുകയായിരുന്നു. ഇതുവരെ അറിഞ്ഞിട്ടില്ലാത്ത പുതിയ അനുഭവം തന്നെയായിരിക്കും അത്.

മൂന്ന്

രാത്രിയിൽ തീരെ ഉറക്കം വന്നില്ല. വീട്ടിൽനിന്നും പിരിഞ്ഞു താമസിക്കുന്ന ആദ്യത്തെ രാത്രി! നേരം വെളുത്തപ്പോൾ തുടങ്ങി സീനിയർ സ്റ്റുഡൻസ് ഉല്ലാസത്തിമിർപ്പോടെ നടക്കുകയാണ്. കോളേജിൽ എങ്ങിനെ

പോകണമെന്നും ക്ലാസുകളിൽ എങ്ങനെ പെരുമാറണമെന്നുമൊക്കെ പറഞ്ഞുതരുന്ന ബഹളമാണ്. കാപ്പികുടി കഴിഞ്ഞപ്പോൾ ഹോസ്റ്റൽ സെക്രട്ടറി മേശപ്പുറത്തുകൊട്ടി ആ ഡൈനിങ് ഹോളിലെ ആരാവാരം ഒന്നു കുറച്ചിട്ട് എല്ലാം ഒന്നാം വർഷക്കാരും എഴുന്നേല്ക്കാൻ ആവശ്യപ്പെട്ടു വലിയ ഗൗരവഭാവത്തോടെ അവർ പറഞ്ഞു.

“പുതുതായി വന്ന ഞങ്ങളുടെ അനിയത്തിമാർക്ക് ഇവിടത്തെ പഴമക്കാർ എന്ന നിലയിൽ ഞങ്ങൾ പുതിയ ജീവിതത്തിനുവേണ്ട ചില നിർദ്ദേശങ്ങൾ തരികയാണ്. നിങ്ങൾ ഇപ്പോൾ നേരെ അനാട്ടമി ഹോളിലേക്കാണല്ലോ പോകുന്നത്. കോളേജിന്റെ രണ്ടാമത്തെ നിലയിലേക്കു കയറി ഇടതുവശം തിരിയുക. ആദ്യം കാണുന്ന വിശാലമായ ഹാളിൽ മനുഷ്യശരീരങ്ങൾ നിങ്ങളെ കാത്തുകിടക്കുന്നുണ്ട്. ങാ– പിന്നെ അവിടെ പോകുമ്പോൾ എല്ലാവരും തലമുടി കെട്ടിവയ്ക്കുകയും ഓവർകോട്ട് ധരിക്കുകയും വേണം. പ്രൊഫസറുടെ ശകാരത്തിൽനിന്നു രക്ഷപ്പെടണമെന്നുള്ളവർ ഗ്രേസ് അനാറ്റമി എന്ന തടിയൻ പുസ്തകവും മനുഷ്യശരീരത്തിന്റെ ചുരുങ്ങിയത്, രണ്ടുമൂന്നു അസ്ഥികളും ക്ലാസിൽ കൊണ്ടുപോകേണ്ടതാണ്.”

സീനിയേഴ്സിന്റെ ഇടയിൽ അമർത്തിയ പൊട്ടിച്ചിരികൾ ഉയർന്നു. ഭാഗ്യവതികളാണവർ! കോളേജിലെ ‘ആദ്യദിവസം’ എന്ന ദുർദ്ദിനത്തെ അവർ എന്നേ പിന്നിട്ടു കഴിഞ്ഞിരിക്കുന്നു. ഇനിയും ഞങ്ങളെ മുതലെടുക്കാമല്ലോ. മനസ്സിൽ ആകെ ഒരു വേവലാതി! ആ കുട്ടിയുടെ നിർദ്ദേശങ്ങൾ ഞങ്ങൾ പൂർണ്ണമായും അനുസരിക്കണോ! പെട്ടെന്ന് അവർ മേശയിൽ തട്ടിക്കൊണ്ട് വീണ്ടും പറഞ്ഞു.

“ഗ്രേസ് അനാറ്റമി, ഓവർകോട്ട്, ബോണസ് ഇതൊക്കെ സപ്ലൈ ചെയ്യുന്ന കാര്യം ഞങ്ങൾ ഏറ്റിരിക്കുന്നു. പിന്നെ തലമുടി കെട്ടുന്ന കാര്യത്തിലും സഹകരണം വാഗ്ദാനം ചെയ്യുന്നു.”

നിമിഷത്തിനുള്ളിൽ സീനിയേഴ്സ് ഒറ്റപ്പെട്ടുനിന്ന ഞങ്ങളുടെ അടുക്കൽ എത്തി ഓരോരുത്തരെയായി അവരുടെ മുറികളിലേക്കു കൊണ്ടുപോയിത്തുടങ്ങി. കോളേജിൽ പോകാനുള്ള തയ്യാറെടുപ്പിലേക്കായി തലേ ദിവസം പരിചയപ്പെട്ട സൂസൻ മാത്യു എന്റെ തോളത്തു കൈവച്ചു

“ദേവയാനിയെ ഞാൻ ഒരു മെഡിക്കോ ആക്കാം. എന്താ സമ്മതമല്ലേ!”

എന്തു മറുപടി പറയാനാണ്? തികഞ്ഞ അനുസരണയോടെ സൂസനു പുറകെ നടന്നു. തലമുടിയും കെട്ടി. ഓവർകോട്ടും അണിയിച്ച് കൈകളിൽ രണ്ടു ഭയങ്കര അസ്തികളും ഏല്പിച്ചു. ഇടയ്ക്കിടെ പണിപ്പെട്ട് ചിരിയടക്കുന്നുമുണ്ട്. എന്റെ മുഖത്തെ ദൈന്യഭാവം കണ്ടിട്ടാവണം തോളത്തു തട്ടിയിട്ടു പറഞ്ഞു.

“ഇത്രയധികം വിഷമിക്കാനെന്തിരിക്കുന്നു. ഭാവിയിലെ കർമ്മധീരനായ ഒരു ഡോക്ടർ ഇന്നു ജന്മം കൊള്ളുകയാണ്. അതിനൊത്ത ഗൗര

വത്തോടും അന്തസ്സോടും വേണം ഇന്നു കോളേജിൽ പോകാൻ."

മണി എട്ടു കഴിഞ്ഞു. പേടിച്ചരണ്ട മാൻപേടകളെപ്പോലെ പുതിയ കുട്ടികളുടെ സംഘം ഹോസ്റ്റൽ വളപ്പുവിട്ടു മുന്നോട്ടു നീങ്ങി- ആർത്തുരസിച്ച് സീനിയേഴ്സ് ഞങ്ങൾക്ക് അകമ്പടിയായും. കോളേജ് പോർട്ടിക്കോവിൽ എത്തിയപ്പോൾ ആൺകുട്ടികൾ ഞങ്ങളെ ആർപ്പു വിളികളും കൂവലുകളുമായി സ്വീകരിച്ചു. അങ്ങിനെ വളരെ ഒച്ചപ്പാടുകളുടെയും പൊട്ടിച്ചിരികളുടെയും മദ്ധ്യത്തിലൂടെ ഞങ്ങൾ അനാറ്റമി ഹാളിലേക്ക് ആനയിക്കപ്പെട്ടു. അവിടെ കണ്ട ദൃശ്യം. ഹോ അത് മനസ്സിൽ അറപ്പിന്റെയും ആശ്ചര്യത്തിന്റെയും ഒരു കോളിളക്കംതന്നെ സൃഷ്ടിച്ചു. കറുത്ത് വിറങ്ങലിച്ച മനുഷ്യശരീരങ്ങൾ ആയുസ്സിൽ ആദ്യമായി കാണുകയാണ്. ഫോർമാലിന്റെ മനംമടുപ്പിക്കുന്ന ദുർഗ്ഗന്ധവും. ഈ രണ്ടുപേരായി ഞങ്ങൾ ഓരോ മേശയുടെയും മുൻപിൽ ഇരുന്നു. എന്റെ മുൻപിൽ കാണുന്ന ഈ ശരീരം ഞാൻ കീറിമുറിക്കാനുള്ളതാണ്. ഓർത്തപ്പോൾ മേലാകെ മരവിച്ചുപോയി. വരാന്തയിൽ ആർപ്പുവിളികളും പൊട്ടിച്ചിരികളും തുടരുകയാണ്. പെട്ടെന്ന് ഒരു നിശ്ശബ്ദത! വാതുക്കൽ നിന്ന് ആരോ വിളിച്ചുപറഞ്ഞു.

"ദാ സാറു വരുന്നു."

ഞങ്ങൾ മിക്കവരുംതന്നെ വാതില്ക്കലേക്കു തിരിഞ്ഞുനോക്കി. കറുത്ത പാന്റും ഓവർകോട്ടും കൂളിങ് ഗ്ലാസും കൈയിൽ ഒരു തടിച്ച പുസ്തകവുമായി അതാ പ്രൊഫസർ ഞങ്ങളുടെ മദ്ധ്യത്തിലേക്കു നടന്നുവരികയാണ്. പ്രൊഫസർ. ഇത്ര ചെറുപ്പമോ? ഞാൻ അതിശയിച്ചുപോയി. എന്തോ അല്പം കഷണ്ടിയും കുടവയറും ഒക്കെയുള്ള ഒരു മദ്ധ്യവയസ്കനെയാണ് ഞാൻ പ്രതീക്ഷിച്ചത്. എല്ലാവരും എണീറ്റു. ചിലർ തൊഴുതു. സുസ്മേരവദനനായി അദ്ദേഹം പ്രസംഗപീഠത്തിൽ കയറി ഒന്നുരണ്ടുവാചകത്തിൽ ഒരു സ്വാഗതപ്രസംഗം നടത്തി. പിന്നെ കൂളിങ് ഗ്ലാസ് കൈയിൽ എടുത്തിട്ട് നമ്പർ വൺ തുടങ്ങി സ്വയം പരിചയപ്പെടുത്താൻ ആവശ്യപ്പെട്ടു. അനാറ്റമി ഹോളിന്റെ വീണ്ടും ബഹളവും കൂക്കുവിളികളും! പ്രൊഫസറിനെ ഇവർ തീരെ വകവയ്ക്കുന്നില്ലല്ലോ എന്ന് ഞാനോർത്തുപോയി. പെട്ടെന്ന് വെളിയിൽ നിശ്ശബ്ദത പരന്നു. പലരും ഓടിമാറുന്ന ശബ്ദം ആരോ വിളിച്ചു പറഞ്ഞു.

"എടോ! സാറു വരുന്നുണ്ട്."

അതു കേൾക്കാത്ത താമസം, ഞങ്ങളുടെ പ്രൊഫസർ ഒരു ഇളിഞ്ഞ ചിരിയോടെ പ്രസംഗപീഠത്തിൽനിന്നും ചാടി ഇറങ്ങി വെളിയിലേക്ക് ഒരു പാച്ചിൽ! ഞങ്ങൾ ആകെ അമ്പരന്നുപോയി. ഇവിടെ എന്തൊക്കെയാണ് സംഭവിക്കുന്നത്! തിരിഞ്ഞുനോക്കിയപ്പോൾ കണ്ടത് സാക്ഷാൽ പ്രൊഫസറിനെയാണ്. അക്കാര്യം അദ്ദേഹത്തിന്റെ പ്രായത്തിൽനിന്നും മുഖഭാവത്തിൽനിന്നും ഞങ്ങൾക്ക് ഉറപ്പു വന്നു. എല്ലാവരും ബഹുമാനപുരസ്സരം

എണീറ്റു. അദ്ദേഹം ഞങ്ങളെ ആകമാനം സൂക്ഷിച്ചു നോക്കിയിട്ട് ചിരിച്ചുകൊണ്ട് പറഞ്ഞു.

"എന്താ ഇപ്പോൾ ഇവിടെ ഒരു ആൾമാറാട്ടം നടന്നു ഇല്ലേ. ആരു കണ്ടു നിങ്ങളിൽ ചിലരെയെങ്കിലും വിഡ്ഢിയാക്കിയ ആ ചെറുപ്പക്കാരൻ നാളെ ഒരു പ്രൊഫസർ ആകുകയില്ലെന്ന്."

പെൺകുട്ടികളുടെ വശത്തേക്കു നോക്കിയിട്ട് അദ്ദേഹം പറഞ്ഞു.

"നിങ്ങൾ ഗ്രേസ് അനാറ്റമിയും ബോണസും ഒക്കെയായി ഇന്നു തന്നെ ശരിക്കു പഠിത്തം തുടങ്ങാൻ തയ്യാറായാണല്ലോ വന്നിരിക്കുന്നത്. പക്ഷേ, ഇന്ന് നിങ്ങളെ എനിക്കു നിരാശപ്പെടുത്തേണ്ടിയിരിക്കുന്നു. സാധാരണയായി ആദ്യദിവസം നിങ്ങളുമായി പരിചയപ്പെടാനാണ് ഞാൻ വിനിയോഗിക്കുന്നത്. എന്താ നിങ്ങളും എന്റെ കൂടെ യോജിക്കുന്നില്ലേ?"

ആൺകുട്ടികൾ ഞങ്ങളുടെ വശത്തേക്കുനോക്കി അടക്കിച്ചിരിക്കുകയാണ്. ഗ്രേസ് അനാറ്റമിയും ബോൺസും ഞങ്ങളെ നോക്കി പരിഹസിക്കുന്നതുപോലെ! ഞങ്ങളെ വിഡ്ഢിവേഷം കെട്ടിച്ച സീനിയേഴ്സിനോട് നേരിയ അമർഷം തോന്നാതിരുന്നില്ല.

ക്ലാസു വിട്ടു പടിക്കെട്ടുകൾ ഇറങ്ങി താഴെ വന്നപ്പോഴേക്കും മുകളിൽനിന്നും ഹോസുകൾ വഴി ഞങ്ങളുടെ നേരെ വെള്ളം ചീറിപ്പാഞ്ഞു. ഇതൊക്കെ റാഗിങ്ങിൽ ഉൾപ്പെടുന്നതാണോ? മിക്കവാറും നനഞ്ഞുകുളിച്ച് ഒരു കണക്കിൽ ഹോസ്റ്റലിൽ എത്തിയപ്പോഴാണ് ശ്വാസം നേരെ വീണത്.

സംഭവബഹുലമായ ആദ്യദിവസം! രാത്രി മണി പതിനൊന്നു കഴിഞ്ഞിട്ടും ഉറക്കത്തിന്റെ വിസ്മൃതിയിൽ ആഴുവാൻ കൂട്ടാക്കാത്ത മനസ്സു പലവിധ ചിന്തകളുമായി ഉഴലുകയാണ്. ആരോ കട്ടിലിന്റെ അടുക്കലേക്കു വരുന്നുണ്ട്– സൂസൻ മാത്യു– വേഗം എണീറ്റിരുന്നു.

"ദേവയാനി ഉറങ്ങിയോ എന്നറിയാൻ വന്നതാണ്. പാവം കുട്ടി! ഇന്നത്തെ വിചിത്രാനുഭവങ്ങൾ കാരണം ഈ പഠിത്തത്തിനു വരേണ്ടിയില്ലായിരുന്നു എന്നുകൂടി തോന്നിപ്പോകുന്നു ഇല്ലേ! ഭാഗ്യത്തിന് ഞങ്ങൾ ഈ കോളേജിലെ ആദ്യത്തെ ബാച്ചായിരുന്നതുകൊണ്ട് ഞങ്ങളെ വിഡ്ഢിവേഷം കെട്ടിക്കാനും കോപ്രായം കാട്ടാനും സീനിയേഴ്സ് എന്ന ഒരു കൂട്ടരേയില്ലായിരുന്നു. പക്ഷേ, ഇത്തരം അനുഭവങ്ങൾ നമ്മുടെ ചിന്താഗതിയെ ഒരു പരുവപ്പെടുത്തിയെടുക്കാൻ സഹായിക്കുമെന്നാണ് എനിക്കു തോന്നുന്നത്. റാഗിങ്ങിന്റെ ഉദ്ദേശവും അതാണല്ലോ. വീട്ടിൽ ഓമനിച്ചു വളർത്തപ്പെട്ടവരാണു മിക്കവരും! ഉറക്കെ ഒന്നു തുമ്മിയാൽ കരയും. അങ്ങനെയുള്ളവർ ഒരാഴ്ചത്തെ റാഗിങ് കഴിയുമ്പോൾ സങ്കോചവും പരിഭ്രാന്തിയും ഒക്കെ വിട്ടുമാറി മനോധൈര്യവും ആത്മവിശ്വാസവുമുള്ള 'മെഡിക്കോ'വായി മാറും. ആട്ടെ വേഗം കണ്ണടച്ചു ഉറങ്ങാൻ ശ്രമിക്കൂ റ്റാറ്റാ."

നാല്

ആ ആഴ്ച മുഴുവനും പുതിയ അനുഭവങ്ങളുടെ പരമ്പര തന്നെയായിരുന്നു. പലർക്കും പല വിഡ്ഢിവേഷങ്ങൾ കെട്ടേണ്ടിവന്നു. ഹോസ്റ്റലിലെ അനുഭവവും അതുതന്നെയായിരുന്നു. കാലത്തു കുളി ആരംഭിച്ച് സോപ്പുപെട്ടി തുറക്കുമ്പോഴായിരിക്കും ആരോ സോപ്പു കടത്തിക്കളഞ്ഞ വസ്തുത മനസ്സിലാകുന്നത്. പിന്നെ തലയിലും മുഖത്തും എണ്ണയുമായി കുളിച്ചുകയറുകയേ നിവൃത്തിയുള്ളൂ. തലയിണ, തോർത്ത്, ടൂത്ത്പേസ്റ്റ്, ബ്രഷ് ഇതൊക്കെ അപ്രത്യക്ഷമായിക്കൊണ്ടിരുന്നു. ഉണ്ണാനിരിക്കുമ്പോഴായിരിക്കും ട്രങ്ക് കോൾ ഉണ്ടെന്ന് ആരെങ്കിലും വന്നുപറയുക. വെപ്രാളംപിടിച്ച് ഫോൺ റൂമിൽ ചെല്ലുമ്പോഴാണ് നമുക്ക് അമളി പറ്റിയത് മനസ്സിലാകുന്നത്. അങ്ങിനെ പോകുന്നു അന്നത്തെ അനുഭവങ്ങൾ! ഏതായാലും ഒന്നു പറയാം. ആദ്യമാദ്യം ഈ പറ്റിപ്പുകളിൽ അനുഭവപ്പെട്ട ജാള്യത, നിസ്സഹായത, അമ്പരപ്പ്, അമർഷം ഇതൊക്കെത്തന്നെ ആ ആഴ്ച അവസാനമായപ്പോഴേക്കും മിക്കവാറും മാറി എന്നുതന്നെ പറയാം. ഒരിക്കലും അനുഭവപ്പെട്ടിട്ടില്ലാത്ത ധൈര്യവും തന്റേടവും മനസ്സ് നേടിക്കഴിഞ്ഞു.

മാസം ഒന്നു കഴിഞ്ഞിരിക്കുന്നു. പുതിയ ചുറ്റുപാടുകളുമായി ഒരുവിധം പൊരുത്തപ്പെട്ടിരുന്നു. പണ്ടത്തെപ്പോലെ വീടിനെപ്പറ്റിയുള്ള ചിന്തകൾ മനസ്സിനെ മദിക്കാറില്ല. ഒന്നാമതായി ഇരുന്നു ചിന്തിക്കാനുള്ള സമയം എവിടെ! കാലത്ത് എട്ടരയ്ക്ക് മുമ്പ് കോളേജിൽ പോകാൻ തയ്യാറാവണം. അല്പം താമസിച്ചുപോയാൽ വാൻ കിട്ടുകയില്ല. പിന്നെ തനിയെ നടക്കേണ്ടിവരും. കോളേജിൽ എത്തിയാൽ ഉച്ചവരെ അനാറ്റമി ഹോളിലാണ്. ദിവസങ്ങൾ കഴിയുംതോറും ശവശരീരങ്ങളോടുള്ള അറപ്പു പോയിട്ട് അതിനെപ്പറ്റി കൂടുതൽ ഗ്രഹിക്കാനുള്ള ആഗ്രഹം മുമ്പിട്ടുവന്നു. ഹോസ്റ്റൽ ജീവിതം ഇപ്പോൾ രസകരമെന്നുതന്നെ പറയാം. സ്വല്പം മോഡേൺ എന്നതൊഴിച്ചാൽ റൂംമേറ്റ്സ് രാധ ഒരു രസികത്തിതന്നെയാണ്. സന്ധ്യക്കു കുളിയും കഴിഞ്ഞു മുറിയിൽ വന്നാൽ പിന്നെ വാർഡിലെ വിശേഷങ്ങൾ, ഹൗസ് സർജൻസിന്റെ തമാശകൾ, പലരുടെയും പ്രേമകഥകൾ– അങ്ങിനെ വാതോരാതെ ഓരോന്നിനെയുംപറ്റി പറഞ്ഞുകൊണ്ടിരിക്കും.

“ദേവു, എന്താ മിണ്ടാത്തത്. അനാറ്റമിയിൽ പുതുതായിവന്ന ഡോ. ബാലകൃഷ്ണൻ എങ്ങിനെയുണ്ട്. മദ്രാസിൽനിന്നും വന്നതാണ്. പഠിത്തം പൊതുവേ ഇഷ്ടമാണോ.”

അങ്ങനെ ചില്ലറ ചോദ്യങ്ങൾ ഇടയ്ക്കിടെ എന്നോടു ചോദിക്കുമെങ്കിലും അവയുടെ ഉത്തരങ്ങൾ കേൾക്കാൻ അവൾ മിനക്കെടാറില്ല. അടുത്ത നിമിഷം പറയും.

"നോക്കൂ. നമ്മൾ വെറും ഗോസിപ്പുകൊണ്ട് അരമണിക്കൂർ വെറുതെ കളഞ്ഞു."

പിന്നെ പുസ്തകം നിവർത്തി പഠിത്തവും ആരംഭിക്കും. എന്നാൽ സൂസൻ മാത്യുവുമായി ഞാൻ വളരെ അടുത്തിരുന്നു. എന്നും പഠിത്തമൊക്കെ കഴിഞ്ഞു കിടക്കുന്നതിനു മുമ്പായി സൂസൻ എന്റെ മുറിയിൽ വരും. അന്നത്തെ വിശേഷങ്ങൾ, മനസ്സിന്റെ ചെറിയ ചെറിയ വിഷമങ്ങൾ, സന്തോഷങ്ങൾ - ഒക്കെ കൈമാറും. ജീവിതത്തിൽ ആദ്യമായി ആത്മാർത്ഥതയുള്ള സുഹൃത്തിന്റെ വില എന്തെന്ന് ഞാൻ അറിയുകയായിരുന്നു.

അന്ന് ഒരു തിങ്കളാഴ്ചയായിരുന്നു. കാലത്ത് അനാറ്റമി ടെക്സ്റ്റുണ്ട്. മെഡിക്കൽ കോളേജിൽ പ്രവേശിച്ച ശേഷം ആദ്യമുള്ള ടെസ്റ്റ് പേപ്പറാണ്. ഈ പരീക്ഷയുടെ ഫലത്തെ വളരെ ആശ്രയിച്ചിരിക്കും പ്രൊഫസർ ഞങ്ങളെപ്പറ്റി രൂപീകരിക്കുന്ന അഭിപ്രായം? എല്ലാം നേരെ പഠിച്ചിട്ടുണ്ടായിരുന്നു. എങ്കിലും കോളേജിൽ പോകുന്നതിനുമുൻപ് ഒരാവർത്തികൂടി വായിക്കാൻ തീരുമാനിച്ചു. പഠിത്തം മതിയാക്കി താഴെ വന്നപ്പോഴാണ് വാൻ പോയവിവരം അറിഞ്ഞത്. ആകെ പരിഭ്രമം. ഇനിയും കോളേജിലേക്കു നടക്കേണ്ടിയിരിക്കുന്നു. ഇതുവരെ തനിയെ എങ്ങും പോയിട്ടില്ല. ഹോക്കിഫീൽഡിൽ കൂടി കയറിപ്പോയാൽ വേഗം കോളേജ് റോഡിൽ എത്താം. ഞാൻ ധൃതിപിടിച്ചുനടന്നു. ആരെങ്കിലും എന്നെപ്പോലെ താമസിച്ചുവരുന്നുണ്ടോ. ധൃതിയിൽ നടന്നതുകൊണ്ടുതന്നെ തിരിഞ്ഞുനോക്കി. ഓർക്കാപ്പുറത്താണ് അതു സംഭവിച്ചത്. കൈയിൽനിന്നും പുസ്തകങ്ങൾ തട്ടിത്തെറിപ്പിക്കപ്പെട്ടു. മുമ്പോട്ട് ശക്തിയായി ആഞ്ഞുപോയെങ്കിലും മൂക്കുകുത്തി വീഴാത്തതു ഭാഗ്യമായി. മുന്നോട്ടു നടന്നുകൊണ്ടു പിന്നോക്കം തിരിഞ്ഞുനോക്കിയ എന്നെ ചതിച്ചത് റോഡിന്റെ അരികുവിട്ട് ഉള്ളിലേക്കു നീങ്ങിനിന്ന കമ്പിത്തൂണാണ്. എനിക്കുപറ്റിയ അമളി വല്ലവരും കണ്ടോ? തല ഉയർത്തിനോക്കിയപ്പോൾ എതിരെ സൈക്കിളിൽ വന്ന ചെറുപ്പക്കാരൻ അടുത്തെത്തി, സൈക്കിൾ നിർത്തി ഇറങ്ങിക്കഴിഞ്ഞു! പൊട്ടിപ്പുറപ്പെട്ട ചിരി അടക്കിക്കൊണ്ട് താഴെ ചിതറിക്കിടക്കുന്ന പുസ്തകങ്ങൾ എടുത്തുകൊണ്ടു പറഞ്ഞു.

"നടന്നുകൊണ്ടു തിരിഞ്ഞുനോക്കുന്നത് എന്തബദ്ധമാണ്. പുറകിൽ വല്ലവരും ഉണ്ടോ എന്നറിയണമെങ്കിൽ നിന്നുതിരിഞ്ഞുനോക്കണം. ജൂനിയറാണല്ലേ? പേരെന്താണ്?"

പുസ്തകങ്ങൾ എന്റെ നേരെ നീട്ടിയിട്ടു ചോദിച്ചു. എനിക്കാണെങ്കിൽ നാവു വരണ്ടതുപോലെ. ഉത്തരം പറയാതെ പുസ്തകത്തിനു കൈനീട്ടി.

"പേരു പറയാത്തതുകൊണ്ട് ഒന്നു നോക്കിക്കൊള്ളട്ടെ."

പുസ്തകത്തിന്റെ ആദ്യത്തെ താൾ മറിച്ചുനോക്കി പതുക്കെ വായിച്ചു.

"ദേവയാനി"

"ആട്ടെ വേഗം ചെല്ലൂ. ബെല്ലടിക്കാൻ അഞ്ചു മിനിറ്റുമാത്രം"

അയാൾ സൈക്കിളിൽ കയറി. പിന്നീടുള്ള എന്റെ നടത്തം ഒരുവിധത്തിൽ ഓട്ടമായിരുന്നു.

ഭാഗ്യത്തിന് സാറുവരുന്നതിനു മുമ്പ് ക്ലാസിൽ എത്തി. അടുത്തിരുന്ന ലില്ലി പറഞ്ഞു.

"വാനിൽ കാണാത്തതുകൊണ്ട് ദേവയാനി പരീക്ഷ പ്രമാണിച്ച് കള്ളപ്പനിയായി കിടക്കുകയാണെന്നു കരുതി."

ഏതായാലും കൈമുട്ടിലെ തൊലിപോയ കാര്യം ആരും അറിഞ്ഞില്ല.

അന്നുരാത്രി പഠിത്തമൊക്കെ കഴിഞ്ഞു സൂസനുമായി വിശേഷങ്ങൾ പറഞ്ഞപ്പോൾ വഴിക്ക് പറ്റിയ അബദ്ധം പറയാൻ തോന്നിയില്ല. ഒളിക്കാനൊന്നും ഉണ്ടായിരുന്നില്ല എങ്കിലും പറയാനൊരു ജാള്യത!

അഞ്ച്

ആദ്യത്തെ ഒന്നുരണ്ടാഴ്ചകൾക്കുശേഷം ആറിത്തണുത്ത കോളേജിലെ അന്തരീക്ഷം ഇലക്ഷൻ പ്രമാണിച്ച് ചൂടായിത്തുടങ്ങിയിട്ടുണ്ട്. ഇനിയും ഒരാഴ്ചയേ ഉള്ളൂ ഇലക്ഷന്. സീനിയേഴ്സ് ഒക്കെ വളരെ വാശിയോടും വീറോടും വോട്ടുപിടുത്തബഹളമാണ്. ജൂനിയേഴ്സ് പ്രത്യേകിച്ചു പെൺകുട്ടികൾ തികച്ചും നിരുത്സാഹമായിരുന്നു. കാരണം സ്ഥാനാർത്ഥികളെ കണ്ടുപരിചയമോ, അവരുടെ കഴിവുകളെപ്പറ്റി എന്തെങ്കിലും അറിവോ ഞങ്ങൾക്കില്ലായിരുന്നു. മിക്കവാറും ദിവസങ്ങൾ ആൺകുട്ടികൾ ഹോസ്റ്റലിൽ വരാറുണ്ട്. സീനിയേഴ്സിൽ പലരുമായി ഇലക്ഷനെപ്പറ്റി ചർച്ചകൾ നടത്താറുണ്ട്. അന്നു വൈകിട്ട് ദേവയാനിക്കു വിസിറ്റർ ഉണ്ടെന്നു പയ്യൻ പറഞ്ഞപ്പോൾ ഞാൻ അമ്പരന്നുപോയി. വീട്ടിൽനിന്നും ആരെങ്കിലും വരുന്നുണ്ടെങ്കിൽ എഴുതുമായിരുന്നു. പിന്നെ ഈ തിരുവനന്തപുരത്ത് എനിക്ക് പരിചയക്കാർ ആരുംതന്നെയില്ല. ശങ്കിച്ചാണ് പോർട്ടിക്കോവിൽ ചെന്നത്. ഒരുപക്ഷേ ആളെ തെറ്റിപ്പറഞ്ഞതാണോ? പക്ഷേ, ചുണ്ടത്തു ചിരിയുമായി നിന്ന ആ ചെറുപ്പക്കാരനെ കണ്ടപ്പോൾ ഞാനയാളെ തിരിച്ചറിഞ്ഞു. അന്ന് പുസ്തകം പെറുക്കിത്തന്നയാൾ! എന്തിനാണാവോ വിളിച്ചത്? ഇലക്ഷൻ കാര്യം പറയുവാനായിരിക്കും. ഞാൻ ഊഹിച്ചു. അടുത്തെത്തുന്നതിനു മുമ്പ് അയാൾ കൈയിലേക്കു നോക്കി ചോദിച്ചു.

"മുട്ടിലെ തൊലി ശരിയായോ?"

അറിയാതെ കൈമുട്ടു തടവിപ്പോയി ഞാൻ.

"വിളിച്ചതിൽ മുഷിച്ചിൽ തോന്നരുതേ! ഇലക്ഷന്റെ കാര്യം പറയാനാണ്. നോക്കൂ ഫസ്റ്റ് ഇയേഴ്സിൽ എനിക്ക് മിസ് ദേവയാനിയെ മാത്രമേ പരിചയമുള്ളൂ.'

പെട്ടെന്ന് നെറ്റിച്ചുളിക്കി സൂക്ഷിച്ചുനോക്കിയിട്ടു പറഞ്ഞു.

"അല്ലാ, ദേവയാനിയുടെ നോട്ടം കണ്ടിട്ട് എന്നെ ഒട്ടും മനസ്സിലായില്ലെന്നു തോന്നുന്നു. പിന്നെ, എന്നെ എന്നാൽ പരിചയപ്പെടുത്തിത്തരട്ടെ."

ആ കണ്ണുകൾ ചിരിക്കുന്നതായി തോന്നി. ഉയർന്നുവന്ന ചിരി കൈത്തലംകൊണ്ട് പൊത്തിപ്പോയി ഞാൻ!

"എന്താ ഒന്നും മിണ്ടാത്തത്. പുരുഷന്മാരോട് പൊതുവേയോ അതോ എന്നോട് പ്രത്യേകമായോ വല്ല വിരോധവുമുണ്ടോ?"

പിന്നെയും ചിരി തുടരുകയാണ്. കളിയാക്കുന്ന ആ നോട്ടത്തിൽ നിന്നും ഓടി മാറിയാലോ എന്നു തോന്നി.

"ആ ഇനിയും ഇലക്ഷൻ കാര്യം പറയട്ടെ. ആർട്സ് ക്ലബ് സെക്രട്ടറിഷിപ്പിനുള്ള ഞങ്ങളുടെ സ്ഥാനാർത്ഥി പ്രതാപചന്ദ്രനാണ്. പൊതുവേ മെഡിക്കോസ് കലകളിൽ പുറകോട്ടാണെന്ന് പരക്കെ ഒരു ധാരണയുണ്ട്. അത് ഏറക്കുറെ ശരിയാണുതാനും! പക്ഷേ, ആ പൊതുജനാഭിപ്രായത്തെ നമുക്കു തിരുത്തിയെഴുതേണ്ടിയിരിക്കുന്നു. അതിലേക്കായി നിങ്ങളുടെ വിലയേറിയ വോട്ടുകൾ പ്രതാപചന്ദ്രന് നല്കി കോളേജിന് സൽപ്പേരു നേടുക."

തികച്ചും ഗൗരവമായ മുഖഭാവത്തോടെ ആരംഭിച്ച ആ പ്രചാരണ പ്രസംഗം നിർത്തിയിട്ട് പെട്ടെന്നു സ്വരം താഴ്ത്തി ചോദിച്ചു.

"മിസ് ദേവയാനിയുടെ വിലയേറിയ വോട്ട് ഞങ്ങളുടെ സ്ഥാനാർത്ഥിക്കു തരുമെന്നു വിശ്വസിക്കട്ടെ."

ആ കണ്ണുകളിൽ കുസൃതി കളിയാടി. തരാമെന്നുപറഞ്ഞപ്പോൾ വിക്കിപ്പോയി. പെട്ടെന്നു ചിരിച്ചുകൊണ്ട് കൈകൾ കൂപ്പി പറഞ്ഞു.

"ഒരു സ്വകാര്യംകൂടി പറഞ്ഞുകൊള്ളട്ടെ. എന്നെ സംബന്ധിച്ചിടത്തോളം ഈ കഴിഞ്ഞ നിമിഷങ്ങൾ വളരെ ഹൃദ്യമായി തോന്നി."

അയാൾ വരാന്തയിൽ ഇറങ്ങുന്നതിനുമുമ്പ് ഞാൻ മുറിയിൽ എത്തിക്കഴിഞ്ഞ്. മനസ്സിന്റെ ശാന്തതയ്ക്ക് ഇളക്കം തട്ടിയതുപോലെ - ഒരു സഹപാഠി അയാളുടെ പാർട്ടിക്ക് വോട്ടുകൊടുക്കാൻ അഭ്യർത്ഥിച്ചു. കൊടുക്കാമെന്നും പറഞ്ഞു. ഇതിൽ അസാധാരണമായി ഒന്നുമില്ലെന്ന് ബുദ്ധി ഉറപ്പിച്ചു പറയുകയാണ്. പക്ഷേ, ഹൃദയത്തിന്റെ അടിത്തട്ടിൽ ചിരിക്കുന്ന രണ്ടു കണ്ണുകൾ തെളിഞ്ഞുവരുന്നു... രാത്രിയിൽ പതിവുപോലെ സൂസൻ വർത്തമാനത്തിന് എത്തിയപ്പോൾ ഇത്രമാത്രം പറഞ്ഞു.

"നിങ്ങളുടെ ക്ലാസിലെ ഒരു കുട്ടി വോട്ട് ആവശ്യപ്പെട്ട് ഇവിടെ വന്നിരുന്നു."

ആൾ ആരാണെന്നു അറിഞ്ഞുകൂടാ എന്നു പറഞ്ഞപ്പോൾ സൂസൻ പറയുകയാണ്.

"ആൾ ആരാണെന്നു പറഞ്ഞതുമില്ല. ചോദിച്ചതുമില്ല. ദേവൂന്റെ കാര്യം തമാശ തന്നെ."

ദിവസങ്ങൾ നീങ്ങി. ഇലക്ഷൻ കഴിഞ്ഞു. ഞാൻ വോട്ടു ചെയ്തവരിൽ ചിലർ തോറ്റു. ചിലർ ജയിച്ചു. പക്ഷേ, ആർട്സ്ക്ലബ് സെക്രട്ടറിയായി പ്രതാപചന്ദ്രൻ തെരഞ്ഞെടുത്തപ്പോൾ ഒരു സംതൃപ്തി അനുഭവപ്പെട്ടു. ക്ലാസുകളിൽ ജയിച്ച പാർട്ടിക്കാർ മിഠായി വിതരണം ചെയ്തു. ഇലക്ഷൻ വിജയത്തെപ്പറ്റി വാതുകെട്ടി തോറ്റവർ കാന്റീനിൽ കാപ്പി സൽക്കാരങ്ങളും നടത്തി. അന്നു പഠിത്തമൊന്നും നടന്നില്ല. ഞങ്ങൾ നേരത്തെ ഹോസ്റ്റലിൽ വന്നപ്പോൾ തന്നെ ഡൈനിങ് ഹാളിലെ അന്തരീക്ഷം ശബ്ദമുഖരിതമായിക്കഴിഞ്ഞിരുന്നു. സന്തോഷപ്രകടനങ്ങളും ഭാവിയെപ്പറ്റിയുള്ള ചർച്ചകളും ഒക്കെ നടക്കുകയാണ്. എല്ലാം കഴിഞ്ഞ് മുറിയിൽ എത്തിയപ്പോൾ സൂസൻ കൈയിൽ ഒരു ചെറിയ പൊതി തന്നിട്ട് ഒരു കള്ളനോട്ടത്തോടെ പറഞ്ഞു.

“പ്രതാപചന്ദ്രൻ ജയിച്ചതിന്റെ സ്വീറ്റ്സ് ആണ്. ആര് തന്നയച്ചതാണെന്ന് അറിയാമോ?”

ജയിച്ച പാർട്ടിക്കാർ ആയിരിക്കുമെന്നു പറഞ്ഞപ്പോൾ സൂസൻ ഒരു കുസൃതി ചിരിയോടെ പറഞ്ഞു.

“ആളാരായാലും നിനക്ക് അറിയേണ്ടാത്തതുകൊണ്ട് ഇപ്പം പറയുന്നില്ല.”

പൊതിയഴിച്ചപ്പോൾ ഒരു വലിയ കാഡ്ബറിസ്ലാബ്! പുറം കൂടു നീക്കിയപ്പോൾ ഒരു തുണ്ടു താഴെ വീണു.

“ഞങ്ങളുടെ സ്ഥാനാർത്ഥിക്കു ലഭിച്ച ഏറ്റവും വിലയേറിയ വോട്ടിന് നന്ദി.”

വളരെ നേരം കഴിഞ്ഞു. തോട്ടത്തിലെ വാകമരച്ചുവട്ടിൽ ഇരുന്ന് കാഡ്ബറി തിന്നപ്പോൾ സൂസൻ പറഞ്ഞു.

“ഇത് തന്നയച്ച ആൾ നിനക്കു മാത്രം എന്താണ് കാഡ്ബറി എന്നു ചോദിച്ചപ്പോൾ ഏറ്റവും പണിപ്പെട്ടു കിട്ടിയ വോട്ടായിരുന്നു നിന്റേത് എന്നായിരുന്നു മറുപടി തന്നത്.”

ആറ്

ഒരു ടേം കഴിയാറായിരിക്കുന്നു. കോളേജ് അടയ്ക്കാൻ ഏതാനും ദിവസങ്ങൾ മാത്രം! മൂന്നുമാസങ്ങൾ എത്രവേഗം കഴിഞ്ഞിരിക്കുന്നു. ദിവസങ്ങൾ യുഗങ്ങൾപോലെ അനുഭവപ്പെട്ട ആദ്യത്തെ ആഴ്ചകളും കണ്ണടച്ചു തുറക്കുന്ന വേഗതയിൽ കടന്നുപോയ പിന്നീടുള്ള ദിവസങ്ങളും! ചേട്ടൻ ജോലി കിട്ടി മദ്രാസിൽ പോയതുകൊണ്ട് അച്ഛൻ തന്നെ എന്നെ കൂട്ടിക്കൊണ്ടുപോകാൻ വരുമെന്നെഴുതിയെങ്കിലും തൃശൂർവരെ കൂട്ടുണ്ടായിരുന്നുകൊണ്ട് തനിയെ പോകാമെന്നു തീരുമാനിച്ചു. അമ്മയെക്കണ്ട് വിശേഷങ്ങൾ കൈമാറാൻ ഹൃദയം വെമ്പുന്നുണ്ടായിരുന്നുവെങ്കിലും പത്തുദിവസത്തേക്ക് ഈ പരിസരങ്ങൾ വിട്ടുപിരിയാൻ ഒരു നേരിയ

വേദന. പക്ഷേ, വീട്ടിൽ എത്തിയപ്പോൾ ഹൃദയം ഉത്സാഹഭരിതമായി. ഓണത്തിന്റെ ഒരുക്കങ്ങളാണിവിടെ! അമ്മായിയും രവിയും മോഹനനും എത്തിയിട്ടുണ്ട്. ഗോപിച്ചേട്ടനു മാത്രം അവധിയില്ലാത്തതുകൊണ്ട് വരാൻ പറ്റിയില്ല. എന്നെ കണ്ടയുടൻ അമ്മായി പറഞ്ഞു.

"ദേവു. നീ ആകെ ആളു മാറിക്കാണുമെന്നാണ് ഞാൻ കരുതിയത് – ഉടുപ്പിലും നടപ്പിലും ഒക്കെ—! പക്ഷേ, നീ പണ്ടത്തെപ്പോലെതന്നെയുണ്ട് – പട്ടിണിപ്പരിഷ്കാരം തീണ്ടാതെ! വാസ്തവത്തിൽ നിന്നെ ഒന്ന് കാണാൻ മാത്രമാണ് ഈ ചെറിയ അവധിക്ക് ഇത്രയും മെനക്കെട്ടുവരാൻ തുനിഞ്ഞത്."

എല്ലാവരിൽനിന്നും സ്നേഹമസൃണമായ പെരുമാറ്റങ്ങൾ. അമ്മയാണെങ്കിൽ എന്റെ ആഗ്രഹങ്ങൾ ഒക്കെ അറിഞ്ഞു സാധിച്ചുതരാനുള്ള ശ്രമമാണ്. രവിക്കും മോഹനനും ഇപ്പോൾ ദേവുചേച്ചിയെ കുറച്ചു ബഹുമാനമാണ്.

"ദേവീചേച്ചിക്ക് ശവം കീറിമുറിക്കാൻ അറപ്പാവുകയില്ലേ? കൈകൾക്ക് ഇപ്പോഴും നാറ്റമുണ്ടോ? എന്നാണ് കുത്തിവെക്കാൻ പഠിക്കുന്നത്? വയറുകീറി ഓപ്പറേഷൻ ചെയ്യുന്നതു കണ്ടിട്ടുണ്ടോ?"

അവരുടെ സംശയങ്ങൾ അതൊക്കെയാണ്. അച്ഛൻ മാത്രം പഠിത്തകാര്യങ്ങൾ തിരക്കി. കൂട്ടത്തിൽ ഒരുതാക്കീതും.

"നിന്റെ ശ്രദ്ധ മുഴുവൻ പഠിത്തത്തിൽ തന്നെയായിരിക്കും എന്നു കരുതുന്നു."

എത്രവേഗം അവധി കഴിഞ്ഞിരിക്കുന്നു. നാളെക്കാലത്തു തിരുവനന്തപുരത്തേക്കു തിരിക്കേണ്ടിയിരിക്കുന്നു. അമ്മായിയും മറ്റും രണ്ടു ദിവസങ്ങൾ കഴിഞ്ഞുപോകും. രാത്രി ഞാൻ കിടന്നതേയുള്ളൂ. അമ്മയും അച്ഛനും അമ്മായിയും പൂമുഖത്ത് വർത്തമാനം കഴിഞ്ഞിട്ടില്ല. അമ്മായി പറയുകയാണ്

"ദേവൂനെ മെഡിസിനു വിട്ടതിൽ ഗോപിക്കു സന്തോഷമേയുള്ളൂ. പക്ഷേ, നീണ്ട അഞ്ചുവർഷങ്ങൾ! അതിനിടയ്ക്കു കുട്ടികളുടെ ചിന്താഗതിക്കു മാറ്റംവരാതിരുന്നെങ്കിൽ!"

അച്ഛൻ ദൃഢസ്വരത്തിൽ മറുപടി പറഞ്ഞു.

"ദേവു എന്റെ മകളാണ്. എത്രതന്നെ വർഷങ്ങൾ കഴിഞ്ഞിരുന്നാലും എന്റെ ഹിതത്തിനപ്പുറം അവൾ ഒന്നും ചെയ്യുകയില്ല."

"ഗോപിയുടെ കാര്യത്തിൽ എനിക്കു സംശയമില്ല. ദേവു കഴിഞ്ഞല്ലാതെ അവന്റെ ഹൃദയത്തിൽ എനിക്കുപോലും സ്ഥാനമില്ല. അത് ഞാൻ നല്ലവണ്ണം മനസ്സിലാക്കിയിട്ടുണ്ട്."

അമ്മായിയും അതേ ദൃഢതയോടെ മറുപടി പറഞ്ഞു. പുതപ്പിനുള്ളിൽ ഞാൻ നടുങ്ങിപ്പോയി. എന്റെ ഭാവിയെപ്പറ്റി അച്ഛൻ ഉറച്ച തീരുമാനം തന്നെ എടുത്തുകഴിഞ്ഞിരിക്കുന്നു.

അവധി കഴിഞ്ഞു ഹോസ്റ്റലിൽ എല്ലാവരും എത്തിയിട്ടുണ്ട്. ആകെ

ക്കൂടെ ഉത്സാഹം നിറഞ്ഞ ദിവസം! എല്ലാവർക്കും വളരെ ന്യൂസുകൾ കൈമാറാനുണ്ട്. സൂസന്റെ ചേച്ചിയുടെ വിവാഹം കഴിഞ്ഞു. രാധയ്ക്കാണെങ്കിൽ മദ്രാസിൽനിന്നും വരാൻ തീരെ മനസ്സില്ലായിരുന്നു. അവധിക്ക് അമ്മാവന്റെ വീട്ടിലാണു പോകുന്നത്. അച്ഛനും അമ്മയും സിംഗപ്പൂരിലാണ്. മദ്രാസിൽ എന്തു രസമാണ്. എന്തു പരിഷ്കാരമാണ്! അമ്മാവന്റെ മകനോടൊത്ത് സിനിമയും ബീച്ചും പാർട്ടികളുമായി സമയം പോക്കാം. ആ വർണ്ണശബളമായ ജീവിതവുമായി തട്ടിച്ചുനോക്കുമ്പോൾ അവൾക്ക് ഈ കോളേജ് അന്തരീക്ഷം വിരസമായി തോന്നിയതിൽ അത്ഭുതമില്ല.

കോളേജ് തുറന്ന് അന്നുതന്നെ പഠിത്തവും ശരിക്ക് ആരംഭിച്ചു. തികച്ചും ഏകാഗ്രതയോടെ പഠിക്കാൻ തന്നെ ഞാൻ തീരുമാനമെടുത്തു. എന്റെ ആഗ്രഹത്തെ മാത്രം മുൻനിർത്തി ഇവിടേക്കയച്ച അച്ഛന് ഒരിക്കലും മനസ്താപം വരുത്തിക്കൂടാ! എങ്കിലും രാത്രിയിൽ പതിവു പോലെ സൂസനുമായുള്ള സൊള്ളലിന് മുടക്കം വരുത്തിയില്ല. ഹാ! വാർഡിലെ പഠിത്തം എത്ര രസകരമാണ്. എന്നും സൂസന് പുതുമ നിറഞ്ഞ വിശേഷങ്ങൾ കാണും. ടി സി എം എം സ്കോളർഷിപ്പു കിട്ടി സ്റ്റേറ്റിൽ പോയി മടങ്ങിയ പ്രൊഫസറിന്റെ അമേരിക്കൻ വിശേഷങ്ങൾ. പുതുതായി വന്ന സർജറി ട്യൂട്ടറിനു വിലാസിനിയോടുള്ള നിശ്ശബ്ദ പ്രേമം! ലെക്ചർ ചെയ്യുന്ന പ്രൊഫസറിന്റെ കൺവെട്ടിച്ചുകൊണ്ട് കുട്ടികൾ തമ്മിലുള്ള സൈറ്റടി! അങ്ങനെ എന്തെല്ലാം!

ഏഴ്

ഒരവധി ദിവസം – ഉച്ചകഴിഞ്ഞ് ഫിസിയോളജി റെക്കോർഡ് ക്ലാസിൽ കൊണ്ടുവെച്ചിട്ട് തിരിച്ചുവരികയാണ്. പെട്ടെന്ന് ഒരു സൈക്കിൾ പുറകിൽ നിർത്തിയ ശബ്ദം! “മിസ് ദേവയാനി” ആ വിളി കേട്ടപ്പോൾത്തന്നെ ആളു മനസ്സിലായി! ഇനിയും എന്തൊക്കെയാണാവോ പറയാൻ പോകുന്നത്!

“നോക്കൂ ഈ നട്ടുച്ചയ്ക്ക് കുടയില്ലാതെ വെളിയിൽ ഇറങ്ങാമോ, ഈ വെളുത്തുതുടുത്ത കവിളുകൾ കരിവാളിച്ചു പോകയില്ലേ. പറയുന്നതുകൊണ്ട് പിണക്കം തോന്നരുതേ! പെൺകുട്ടികൾ സൗന്ദര്യം സൂക്ഷിക്കണം. കാരണം എന്നെപ്പോലെയുള്ളവർക്ക് നിങ്ങളുടെ ദർശനം തന്നെ എത്ര ആനന്ദം തരുന്നു.”

തെല്ലിട നിർത്തിയിട്ട് പറഞ്ഞു.

“പോകാൻ വരട്ടെ. കണ്ടിട്ട് എത്ര നാളുകളായി! കണ്ടുമുട്ടാമെന്നാശിച്ച് ഈ പരിസരങ്ങളിൽ പലപ്പോഴും ചുറ്റിത്തിരിഞ്ഞിട്ടുണ്ട്. ഫലം നിരാശാജനം! പക്ഷേ, ഓർക്കാപ്പുറത്തുള്ള ഈ കണ്ടുമുട്ടൽ ഉച്ചവെയിലത്ത് ഇളം കരിക്കിൻവെള്ളം കിട്ടിയതുപോലെ! എന്താ ഉപമ കൊള്ളാമോ.”

അറിയാതെ പുഞ്ചിരിച്ചുപോയി. പെട്ടെന്ന് കൈകൾ കൂപ്പി സൈക്കി

ളിൽ കയറി. എന്റെ കാലുകൾക്ക് ആകെ തളർച്ച ബാധിച്ചതുപോലെ. മനസ്സിലാകെ വല്ലായ്മ. ഒരു സഹവിദ്യാർത്ഥി അല്പം തമാശ പറഞ്ഞതിൽ ഇത്ര പരിഭവമെന്തിന് എന്നു മനസ്സു പറഞ്ഞെങ്കിലും അകാരണമായ വിമ്മിഷ്ടം അന്നുരാത്രി സൂസനോട് ഇത്രമാത്രം പറഞ്ഞു.

"നിങ്ങളുടെ ക്ലാസിലെ ഇലക്ഷൻ പ്രചാരണക്കാരൻ ഇന്നുച്ചയ്ക്ക് അസ്ഥാനത്തൊരു കുശലപ്രശ്നവും കളിയാക്കലും."

"ഏയ് ദേവു അയാളുടെ പെരുമാറ്റത്തിൽ വിഷമിക്കാനൊന്നുമില്ല. ആൾ പൊതുവെ എല്ലാവരോടും കുറച്ചധികം ലോഹ്യത്തിലാണ്. പക്ഷേ, നിരുപദ്രവിയാണ്."

വളരെ ദിവസങ്ങൾക്കുശേഷം വഴിയിൽ കണ്ടുമുട്ടിയപ്പോൾ പറഞ്ഞു.

"എങ്കിലും ഞാനൊരു ബോറനാണെന്ന് സൂസനോടു പറഞ്ഞതിൽ സങ്കടമുണ്ട്. അന്ന് എന്നോടുതന്നെ ചോദിക്കാമായിരുന്നില്ലേ 'വഴിയിൽ കാണുന്ന പെൺകുട്ടികളെ തടഞ്ഞുനിർത്തി വർത്തമാനം പറയാൻ താനാരാണെന്ന്' ഞാൻ സന്തോഷത്തോടെ മറുപടി തരുമായിരുന്നല്ലോ. ഹേ ശ്രീമതി, ഞാൻ ഒരു എളിയ സൗന്ദര്യാരാധകൻ. സുന്ദരികളായ പെൺകുട്ടികളെ കാണാൻ ഇഷ്ടപ്പെടുന്നു. അവർ പുഞ്ചിരിക്കുമ്പോഴും – എല്ലാംതന്നെ."

എല്ലാം കുനിഞ്ഞുനിന്ന് ഞാൻ കേട്ടുകൊണ്ടിരുന്നു. തല ഉയർത്തി നോക്കിയപ്പോൾ ആ മുഖത്ത് പുഞ്ചിരി മങ്ങിയിരുന്നു.

"ദേവയാനിയെ മേലിൽ ശല്യപ്പെടുത്തുകയില്ലെന്ന് വാക്കു തരട്ടെ– അഡ്യൂ!"

നടന്നകന്നപ്പോൾ ഇനിയും വഴിയിൽ വർത്തമാനത്തിനൊരുങ്ങുകയില്ലെന്ന് ആശ്വസിച്ചു. എങ്കിലും നാളുകൾ കഴിയുന്തോറും ഔചിത്യബോധത്തെ കവച്ചുവെച്ചുകൊണ്ട് കണ്ണുകൾ കോളേജ് പരിസരങ്ങളിൽ ആ പ്രസന്ന മുഖം തിരഞ്ഞു.

ക്രിസ്തുമസ് അവധി തുടങ്ങുന്നതിന്റെ തലേദിവസം അപരിചിതമായ കയ്പടയിൽ എനിക്ക് ഒരെഴുത്ത്! ഒരു വലിയ ലറ്റർപേപ്പറിൽ ഇത്രമാത്രം കുറിച്ചിരുന്നു.

"ഈ കത്ത് എഴുതാൻ സ്വാതന്ത്ര്യം എടുത്തതിൽ ക്ഷമിക്കണേ! അന്നു തമ്മിൽ കണ്ടുപിരിഞ്ഞതിൽ പിന്നെ ദേവയാനിയുടെ ഇഷ്ടം മാനിച്ചു കൺമുമ്പിൽ പ്രത്യക്ഷപ്പെടാതെ ഇത്രയും കാലം കർശനമായി ഒഴിഞ്ഞുനിന്നതിൽ എന്നെ അനുമോദിക്കാൻ തോന്നുന്നില്ലേ? വാസ്തവത്തിൽ ആഗ്രഹങ്ങൾ അടക്കാൻ എനിക്കു കിട്ടിയ ഈ പുതിയ കഴിവിൽ ഞാൻതന്നെ അതിശയിച്ചുപോകയാണ്. ആട്ടെ! ദേവയാനിക്ക് ഇപ്പോൾ എന്നെപ്പറ്റിയുള്ള അഭിപ്രായം എങ്ങിനെ? ആ ചുണ്ടുകളിൽ പുഞ്ചിരി വിടരുകയാണോ? അതോ ആ പൂങ്കവിളുകൾ കോപംകൊണ്ട് ചുമക്കുകയാണോ?"

എന്ന് അജ്ഞാതനാമാവ്. വായിച്ചുകഴിഞ്ഞപ്പോൾ പുഞ്ചിരി വിടർന്നുമില്ല. കവിളുകൾ കോപം കൊണ്ടു തുടുത്തുമില്ല. ഹൃദയത്തിന്റെ അഗാധതയിൽ ഒരു നേരിയ വിങ്ങൾ മാത്രം അനുഭവപ്പെട്ടു. കണ്ടിട്ടു വളരെ നാളുകൾ ആയെങ്കിലും കുസൃതി നിറഞ്ഞ രണ്ടു കണ്ണുകൾ മനസ്സിൽ കൂടുതൽ തെളിയുന്നതായി തോന്നി.

എട്ട്

ക്രിസ്തുമസ് അവധി കഴിഞ്ഞു കുറച്ചു ദിവസങ്ങൾ കഴിഞ്ഞപ്പോൾ കോളേജ് ദിനാഘോഷങ്ങൾ ആരംഭിക്കുകയായി. രണ്ടു ദിവസത്തെ പരിപാടികളാണുള്ളത്. ആദ്യത്തെ ദിവസം സ്പോർട്സ് ഡേ! അന്ന് കുട്ടികളുടെ കായികമത്സരങ്ങളെ തുടർന്ന് ഫാൻസി ഡ്രസു മത്സരവും കാപ്പി സൽക്കാരവും! പിറ്റേ ദിവസമാണ് കോളേജ് ഡേ. അന്നാണ് കലാപരിപാടികളും സമ്മാനദാനങ്ങളും.

സ്റ്റേഡിയത്തിന്റെ പടിഞ്ഞാറുഭാഗത്ത് മാന്യാതിഥികൾക്കായുള്ള പന്തൽ ഉയർത്തപ്പെട്ടു. വെള്ളമണൽ വിരിച്ചു. അങ്ങിനെ സ്പോർട്സ് ഡേ സമാഗതമായി. കാലത്തു എട്ടുമണിക്ക് പ്രിൻസിപ്പാൾ പതാക ഉയർത്തിയതോടെ കായികമത്സരങ്ങൾ തുടങ്ങുകയായി. ഉച്ചതിരിഞ്ഞതോടെ ബഹുമാനപ്പെട്ട അതിഥികൾ എത്തിക്കഴിഞ്ഞു. കടുംനിറത്തിലുള്ള കളങ്ങളും പൂക്കളും നിറഞ്ഞ സ്ലാക്കുകൾ കൂളിങ് ഗ്ലാസുകളും ക്യാമറയുമായി ചുറ്റിക്കറങ്ങുന്ന ആൺകുട്ടികളും- ചിത്രശലഭങ്ങളെപ്പോലെ ഉടുത്തൊരുങ്ങിയ പെൺകുട്ടികളും! ആകെപ്പാടെ നിറപ്പകിട്ടും ഉന്മേഷവും നിറഞ്ഞ ഒരു ദൃശ്യമായിത്തീർന്നു ആ സ്റ്റേഡിയം. പെൺകുട്ടികൾ മത്സരത്തിൽ ഒരുചെറിയ പങ്കുവഹിച്ചതേയുള്ളൂവെങ്കിലും അതിൽ സൂസൻ കൂടുതൽ പോയിന്റുകൾ നേടിയതിൽ എനിക്ക് വലിയ ചാരിതാർത്ഥ്യം തോന്നി. സന്ധ്യമയങ്ങിയതോടെ കായിക പരിപാടികൾ കഴിഞ്ഞ് ഞങ്ങൾ പുൽത്തകിടിയിൽ പാർട്ടിക്കായി ഒരുക്കിയിരുന്ന മേശകളുടെ സമീപത്തേക്കു നീങ്ങി. സൂസനു സമ്മാനം വാങ്ങാനുണ്ടായിരുന്നതു കൊണ്ട് എന്റെയടുക്കൽ ഇരിക്കാൻ പറ്റിയില്ല. ഞങ്ങൾ ചില ഒന്നാം വർഷക്കാർ ഇരുന്ന മേശയ്ക്കു ചുറ്റും കുറച്ച് ആൺകുട്ടികളും സ്ഥലം പിടിച്ചു. സ്വതന്ത്രമായ സംസാരത്തിന് അവരുടെ സാന്നിദ്ധ്യം തടസ്സമായിരുന്നുവെങ്കിലും ആ ആഹ്ലാദം നിറഞ്ഞ അന്തരീക്ഷത്തിൽ അതുമൊരു രസമായിത്തോന്നി. ഒരു സീനിയർ വിദ്യാർത്ഥിയുടെ അഭിപ്രായപ്രകാരം സ്വയം പരിചയപ്പെടുത്തൽ നടത്തിയിട്ട് ഞങ്ങൾ കാപ്പികുടി ആരംഭിച്ചു. പെട്ടെന്ന് ഉച്ചഭാഷിണിയിൽക്കൂടി ഒരു ശബ്ദം മുഴങ്ങി.

“നിങ്ങളുടെ ശ്രദ്ധയ്ക്ക്! ഏതാനും നിമിഷങ്ങൾക്കുള്ളിൽ ഫാൻസി ഡ്രസ് മത്സരങ്ങൾ ആരംഭിക്കുകയാണ് സമുദായത്തിലെ വിവിധ വിഭാഗങ്ങളുടെ പ്രതിനിധികൾ ഇതാ നിങ്ങളുടെ മുമ്പിൽ എത്തിക്കഴിഞ്ഞു.”

മൈക്ക് നിശ്ശബ്ദമാകുന്നതിനുമുമ്പുതന്നെ മുഖ്യാതിഥിയുടെ മേശയ്ക്കു മുമ്പിൽ കീറിപ്പറിഞ്ഞ വേഷങ്ങളും ചോരയൊലിക്കുന്ന വ്രണങ്ങളുമായി പിച്ചപ്പാളയും ഏന്തി സമുദായത്തിന്റെ പുഴുക്കുത്തായ പിച്ചക്കാരൻ! അയാളുടെ നീട്ടിപ്പിടിച്ച പിച്ചപ്പാളയിൽ പൈസകൾ, ഓറഞ്ചുകൾ ഇതൊക്കെ വീണുകൊണ്ടിരുന്നു. തുടർച്ചയായുള്ള കൈയടികൾക്കിടയിലൂടെ അയാൾ കടന്നുപോയി. അടുത്തതായി ഒര ഗോസായിയുടെ വരവാണ്. വെളുത്തു നരച്ച താടിയും തോളുവരെ എത്തുന്ന ജഡപിടിച്ച മുടിയും നെറ്റിയിൽ ഭസ്മക്കുറിയും കാഷായ വസ്ത്രവും കമണ്ഡലുവും! ഭക്തിയിലാണ്ടു പകുതിയടഞ്ഞ കണ്ണുകളുമായി ഹരേറാം ജപിച്ചുകൊണ്ട് അയാൾ വരികയാണ്. പാത്തോളജി പ്രൊഫസറുടെ മേശയ്ക്കരികിൽ എത്തിയപ്പോൾ അയാൾ നിന്നു. അദ്ദേഹത്തിന്റെ മുഖത്തു നോക്കിയിട്ട് പറഞ്ഞു.

"മുഖലക്ഷണം നോക്കി ഭാവി പറയാം. അങ്ങേക്ക് ഒരുകുഞ്ഞിക്കാൽ കാണാനുള്ള ഭാഗ്യമെത്തിയിരിക്കുന്നു."

പെൻഷനു അധികം നാളുകൾ ഇല്ലാത്തയാളും അഞ്ചു മക്കളുടെ പിതാവുമായ അദ്ദേഹം ആ പ്രവചനം തികച്ചും നർമ്മബോധത്തോടെ സ്വീകരിച്ചു എന്ന് അദ്ദേഹത്തിന്റെ ഹൃദ്യമായ പൊട്ടിച്ചിരി പ്രഖ്യാപിച്ചു. നിരീശ്വരവാദിയും എസ് എ റ്റി ഹോസ്പിറ്റലിലെ ആർ എം ഒ ഡോ. രാധയുടെ കമിതാവുമായ ഡോ. വാര്യരോട് പറയുകയാണ്.

"അങ്ങയുടെ മുഖത്ത് ഈശ്വരചിന്തയുടെ കുറവു കാണുന്നു. പ്രണയസാഫല്യം ലഭിക്കണമെങ്കിൽ മുടങ്ങാതെ ഒരു മാസത്തേക്ക് പത്മനാഭസ്വാമി കോവിലിൽ പോയി കുളിച്ചു തൊഴണം."

എല്ലാ ഭാഗത്തുനിന്നും പൊട്ടിച്ചിരികൾ ഉയരുകയാണ്. ഇതാ ഗോസായി ഞങ്ങളുടെ മേശയിൽ എത്തിക്കഴിഞ്ഞു. പെട്ടെന്ന് എന്റെ അടുക്കൽ നിന്നിട്ടു പറഞ്ഞു:

"കുഞ്ഞേ മുഖമൊന്നുയർത്തൂ. ലക്ഷണം പറയട്ടെ. ആ ഈയിടെ ഒരു പുതിയ പരിചയക്കാരനെ കിട്ടിയിട്ടുണ്ടോ? ആ പാവത്തിനെ കാണുമ്പോൾ മുഖം കറുപ്പിക്കരുതെ. വെറും നിരുപദ്രവിയാണ്."

ഭക്തിനിർഭരമായ ആ കണ്ണുകളിൽ കുസൃതി കളിയാടി. പെട്ടെന്ന് ഞാൻ ആളെത്തിരിച്ചറിഞ്ഞു. എന്റെ മുഖത്തു പരന്ന ജാള്യത. ആ ബഹളത്തിനിടയിൽ ആരും ശ്രദ്ധിച്ചുകാണുകയില്ല.

ഇന്ന് കോളേജ് ഡേയാണ്. ഉച്ചതിരിഞ്ഞയുടൻ കോളേജ് വളപ്പിൽ കുട്ടികൾ കൂടിത്തുടങ്ങി. ആ പുൽത്തകിടിയിൽ കലാസുന്ദരമായ ഒരു പൂപ്പന്തൽ ഉയർന്നുകഴിഞ്ഞിരുന്നു. ഉച്ചഭാഷിണിയിലൂടെ പുതിയ സിനിമാഗാനങ്ങൾ അന്തരീക്ഷത്തിൽ അലയടിക്കുകയാണ്. പുൽത്തകിടിൽ തണൽ പരന്നു. അദ്ധ്യക്ഷൻ എത്തിക്കഴിഞ്ഞു. കലാപരിപാടികൾ കാണാൻ കാത്തിരുന്ന ഞങ്ങൾക്ക് പ്രസംഗങ്ങൾ മുഷിപ്പനായി തോന്നിയതിൽ അതിശയിക്കാനില്ല. കലാപരിപാടികൾ തുടങ്ങിയപ്പോൾ ആകാ

ശത്തിൽ അന്തിത്തുടിപ്പ് ഇരുണ്ടുതുടങ്ങിയിരുന്നു. ഫെബ്രുവരി മാസത്തെ കുളിർമ്മ നിറഞ്ഞ കാറ്റ്! മാനത്തിന്റെ പടിഞ്ഞാറെ കോണിൽ ഒരു നേർത്ത വിളറിയ അമ്പിളിക്കല- സൂസനുമായി ആ നിറഞ്ഞ സദസ്സിൽനിന്നും ഒഴിഞ്ഞുമാറി പാലമരച്ചുവട്ടിൽനിന്ന് ആ കലാപരിപാടികൾ വീക്ഷിച്ചപ്പോൾ എന്റെ ഹൃദയത്തിന്റെ പശ്ചാത്തലം ആനന്ദനിർഭരമായിരുന്നു. തീരാവേദനയിൽ കഴിയുന്ന ഈ ചിറകുമുളയ്ക്കാത്ത ഡോക്ടറന്മാരുടെ കലാപരമായ കഴിവുകളുടെ ഒരു ഉജ്ജ്വലപ്രകടനം തന്നെയാണെന്നു പറയാം ഇന്നത്തെ പരിപാടികൾ!

"ഇതാ ഇന്നത്തെ പരിപാടികളുടെ അവസാനത്തെ ഇനത്തിൽ നാം എത്തിയിരിക്കുന്നു. നിങ്ങളുടെ മുൻപിൽ നമ്മുടെ ഗാനഗന്ധർവ്വനായ രാമൻ ഫിലിപ്പ്."

കർട്ടൻ ഉയർന്നു. സൂസൻ എന്റെ കൈ പതുക്കെ ഒന്നമർത്തി. അതാ സുസ്മേരവദനനായി അജ്ഞാതാത്മാവ്! ഹൃദയത്തിൽ ഒരു ഞെട്ടൽ രാജൻ ഫിലിപ്പ്! അതാ വളരെ താഴ്ന്നുതുടങ്ങിയ ആ ഘനഗംഭീരമായ ശബ്ദം ഉയർന്നും താണും ഒരു നാദനിർത്സരിപോലെ നിശ്ശബ്ദസദസ്സിൽ പരന്നൊഴുകുകയാണ്. ശ്രോതാക്കൾ സംഗീതത്തിന്റെ മാന്ത്രിക മേഖലയിലേക്കുയരുകയാണ്. ആ ഗാനത്തിലുടനീളം ഏകാന്തതയിൽ നൊമ്പരപ്പെടുന്ന ഒരു മനുഷ്യാത്മാവിന്റെ രോദനം വിതുമ്പി നിന്നു. ചുറ്റും ഒരു മനുഷ്യാസമുദ്രം തന്നെയുണ്ടായിരുന്നെങ്കിലും ആ ഗാനത്തിന്റെ കല്ലോലങ്ങളിൽപ്പെട്ട് ഹൃദയം ഏതോ ശൂന്യമായ തീരത്ത് എത്തിയതുപോലെ.

"പാട്ട് അസലായിട്ടുണ്ടില്ലേ?"

സൂസൻ തിരിഞ്ഞുചോദിച്ചപ്പോൾ മറുപടി പറയാൻ നാവനങ്ങിയില്ല- മനസ്സ് ആ ഗാനത്തിന്റെ മാസ്മരിക ശക്തിയിൽനിന്നും വിമുക്തമായിരുന്നില്ല.

"ഇപ്പോൾ നിന്റെ അജ്ഞാതനാമാവ് ആരാണെന്ന് മനസ്സിലായില്ലേ? കഴിവുണ്ടെങ്കിലും ചുരുക്കമേ പാടാറുള്ളൂ. പ്രചോദനം ലഭിക്കാതെ പാട്ട് വരികയില്ലെന്ന് പറയും."

ജനഗണമന പാടിത്തീർന്നപ്പോഴും എന്റെ ഹൃദയത്തിന് ശാന്തത കൈവന്നില്ല.

ഒൻപത്

വേനൽ അവധിക്ക് ഏതാനും ആഴ്ചകൾ മാത്രം. പരീക്ഷ വളരെ അടുത്ത് എത്തിയിരിക്കുന്നു. പഠിത്തത്തിനു വേണ്ട ഏകാഗ്രത നഷ്ടപ്പെട്ടതുപോലെ. ബുദ്ധിയുടെ എല്ലാ നിയന്ത്രണങ്ങളെയും അവഗണിച്ചുകൊണ്ട് രാജൻ ഫിലിപ്പിന്റെ രൂപവും മനസ്സിൽ തെളിഞ്ഞുവന്നു. അന്യജാതിയിൽ പോയിട്ട് സ്വജാതിയിൽപോലും ഒരു പുരുഷനെ സ്മരിക്കാൻ

അവകാശമില്ലാത്ത ഞാൻ ഹൃദയത്തിന്റെ ഈ അപഥസഞ്ചാരണം നിർത്തേണ്ടിയിരിക്കുന്നു. വളരെ ശ്രമിച്ചിട്ടും ചിലപ്പോൾ ഞാൻ അതിന് അശക്തയായിത്തീരുകയാണ്.

കോളേജ് അടച്ച ദിവസം. മിക്കവരും പാളയത്ത് ഷോപ്പിങ്ങിന് ഇറങ്ങിയിരിക്കുകയാണ്. കൂട്ടത്തിൽ സൂസനും. എന്തുകൊണ്ടോ എനിക്ക് എങ്ങും പോകണമെന്നു തോന്നിയില്ല. ഹോസ്റ്റലിന്റെ മുൻപിലത്തെ വാകമരച്ചുവട്ടിൽ ഇരിക്കുകയായിരുന്നു ഞാൻ, അലസമായ ചിന്തകളോടെ! ഈ അവധിക്ക് ഗോപിച്ചേട്ടൻ വരുമെന്നാണ് അമ്മായി പറഞ്ഞിരുന്നത്- ഗോപിച്ചേട്ടനെ ഓർത്തപ്പോൾ മൂന്നുവർഷം മുൻപ് വന്നുപോയപ്പോൾ അവസാനം പറഞ്ഞ വാക്കുകളാണ് മനസ്സിൽ തെളിഞ്ഞുവന്നത്. അന്ന് അതിന്റെ അർത്ഥം നേരെ ഗ്രഹിക്കാൻ കഴിഞ്ഞില്ലെങ്കിലും ഇന്ന് അതേ ചോദ്യം ആവർത്തിക്കപ്പെടുകയാണെങ്കിൽ എന്തായിരിക്കും എന്റെ മറുപടി. എന്തോ അതിനെപ്പറ്റി ആലോചിച്ചപ്പോൾ മനസ്സിന് ഒരു പതറിച്ച!

"ദേവയാനി!"

ഞാൻ ഞെട്ടിത്തിരിഞ്ഞു നോക്കിപ്പോയി. ചിരിച്ചുകൊണ്ട് രാജൻ ഫിലിപ്പു പുറകിൽ നില്ക്കയാണ്.

"സ്വപ്നത്തിൽനിന്നും ഉണർത്തിയതിന് മാപ്പ്. തികച്ചും അപ്രതീക്ഷിതമായാണ് ഇന്ന് കണ്ടുമുട്ടിയത്. സൂസനെ ഒരുകാര്യത്തിന് കാണാൻ വന്നതാണ്. ബ്ലീച്ചടിച്ചു തിരിച്ചുപോയപ്പോൾ വാകമരച്ചുവട്ടിൽ ചിന്താവിഷ്ടയായ ഈ സീതയെക്കണ്ട് ഇങ്ങോട്ടു പോന്നതാണ്. പിന്നെ കണ്ടിട്ട് വളരെ നാളുകളായല്ലോ. ഇവിടെനിന്ന് അഞ്ചുമിനിട്ടു കുശലപ്രശ്നം ചെയ്തുകൊള്ളട്ടെ. ഗോസായി പറഞ്ഞത് ഓർമ്മയുണ്ടോ?"

കണ്ണുകൾ ഇറുക്കി ചിരിച്ചുകൊണ്ട് തുടർന്നു.

"പലപ്പോഴും വന്നു കണ്ടുകളയട്ടോ എന്ന് തോന്നിയതാണ്. പക്ഷേ, എന്നെക്കാണുമ്പോൾ ദേവയാനിയുടെ മുഖത്ത് പരക്കുന്ന നിസ്സഹായതയും എന്നെ ദയവായി വിട്ടേക്കൂ എന്ന് കെഞ്ചുന്ന മുഖഭാവവും ഓർക്കുമ്പോൾ ഞാൻ ആ ആഗ്രഹത്തെ ഒതുക്കി നിർത്തും. ഞാൻ പറഞ്ഞത് നേരല്ലേ."

ആ മുഖത്ത് വേദന നിഴലിച്ചിരുന്നോ? മറുപടി പറയാൻ ഞാൻ ശ്രമിച്ചില്ല. കാരണം എന്തുപറയണമെന്ന് എനിക്കു തന്നെ രൂപമുണ്ടായിരുന്നില്ല. അല്പനേരത്തെ മൗനത്തിനുശേഷം തുടർന്നു.

"പിന്നെ ദേവയാനി എന്നെ ഒരു സുഹൃത്തായി കരുതുമെന്ന് ആശിക്കുന്നു. അതിൽ വലിയ കുഴപ്പം ഒന്നും ഇല്ലല്ലോ- പെൺകുട്ടികളോട് നിലയറിഞ്ഞ് പെരുമാറാൻ കഴിവുള്ള ഒരാളാണ് ഞാനെന്നാണ് എന്റെ വിനീതമായ അഭിപ്രായം. ആട്ടെ ദേവയാനി എന്റെ അഭിപ്രായത്തോട് യോജിക്കുന്നുവെങ്കിൽ ഒന്നു പുഞ്ചിരിക്കുകയേ വേണ്ടൂ! ഇല്ലെങ്കിൽ ആ മുഖം കലുഷമാക്കി പറയൂ. 'രാജൻ ഫിലിപ്പേ നിങ്ങളെകാണാൻ ഞാൻ ഇഷ്ടപ്പെടുന്നില്ല. ഈ നിമിഷം കൺമുമ്പിൽനിന്നും മാറിക്കൊള്ളൂ എന്ന്."

വിചിത്രമായ ഒരു ചുറ്റുപാടിൽ അകപ്പെട്ടതുപോലെ– ഇത്തരം പരിതസ്ഥിതിയിൽ എങ്ങിനെയാണ് പെരുമാറേണ്ടത്. ആലോചിച്ചു പറയാനും പ്രവർത്തിക്കാനുമുള്ള കഴിവ് നശിച്ചിരുന്നു– ഞാൻ ഹൃദയം തുറന്ന് ചിരിച്ചുപോയി.

രാജൻ ഫിലിപ്പിന്റെ മുഖം മഴതോർന്ന പ്രഭാതംപോലെ പ്രസന്നമായി. വെളുക്കെ ചിരിച്ചുകൊണ്ട് പറഞ്ഞു.

"ഹോ കുറേദിവസങ്ങളായുള്ള തലവേദന നീങ്ങിയിരിക്കുന്നു. പെൺകുട്ടികൾ എന്നോട് അകാരണമായ ഗൗരവം വെച്ചുപുലർത്തുന്നത് ഞാൻ തീരെ ഇഷ്ടപ്പെടുന്നില്ല. ഇപ്പോൾ ആ ഭാരം തീർന്നു. പോകട്ടെ കൂട്ടുകാരീ! പരീക്ഷയിൽ സർവ്വമംഗളങ്ങളും."

രാജൻ ഫിലിപ്പ് നടന്നകന്നു.

ഹൃദയം വിവിധ വികാരങ്ങൾക്ക് അടിമപ്പെടുകയാണ്. അങ്ങിനെ കോളേജിൽ ഒരു വർഷം കഴിഞ്ഞപ്പോൾ ഒരു പുതിയ കൂട്ടുകാരനെ ലഭിച്ചിരിക്കുന്നു. കൂട്ടുകാരൻ! ഒരു പുതിയ ബന്ധത്തിന്റെ തുടക്കം. ഒരു സ്ത്രീയുടെ ജീവിതത്തിൽ തുടർന്നുകൊണ്ടുപോകാൻ വൈഷമ്യമേറിയ ബന്ധം! ഇത് വേണ്ടായിരുന്നോ – ഒരുപക്ഷേ, ഞാൻ മുഷിച്ചിൽ കാണിച്ചിരുന്നു എങ്കിൽ! ഒരു ദുർബ്ബല നിമിഷത്തിൽ അടിച്ചേല്പിക്കപ്പെട്ട സുഹൃദ് ബന്ധമാണോ ഇത്? വാസ്തവത്തിൽ എന്റെ ഹൃദയവും രാജൻ ഫിലിപ്പിന്റെ സാമീപ്യത്തിനായി വാഞ്ഛിച്ചിരുന്നില്ലേ? ആ ചോദ്യത്തിന് തുറന്ന മനഃസാക്ഷിയോടെ ഇല്ല എന്ന് മറുപടി പറയാൻ എനിക്ക് സാധിക്കുമോ? കൂടുതലായി ചിന്തിക്കാൻ ഞാൻ അശക്തയായിരുന്നു.

"ദേവൂ, നീ ഇവിടെ തപസ്സു ചെയ്യുകയാണോ?"

സൂസന്റെ വിളികേട്ടാണ് ചിന്തകളിൽനിന്നും ഉണർന്നത്.

"ദേവൂ! ദൂരെനിന്നു നോക്കിയപ്പോഴേ മനസ്സിലായി നീ എന്തോ മധുരിക്കുന്ന വേദനയിൽ മുഴുകിയിരിക്കയാണെന്ന്. എന്താണാവോ അതിനുള്ള കാരണം."

ഒരു കുസൃതിച്ചിരിയോടെ സൂസൻ അടുത്തെത്തി. മധുരിക്കുന്ന വേദന! ശരിയാണ് വേദനകൊണ്ടു പൊതിഞ്ഞ ഒരു തേൻതുള്ളി ലഭിച്ചിരിക്കുന്നു. രാത്രിയിൽ എന്റെ ഭാവപ്പകർച്ചയ്ക്കു കാരണം പറയാൻ സൂസൻ എത്രതന്നെ നിർബ്ബന്ധിച്ചിട്ടും എനിക്കൊന്നും മിണ്ടാൻ കഴിഞ്ഞില്ല.

പത്ത്

തൃശ്ശൂർ ബസ് സ്റ്റാൻഡിൽ ഇറങ്ങിയപ്പോൾ ചിരിച്ചുകൊണ്ടു നില്ക്കുന്ന ഗോപിച്ചേട്ടനെയാണു കണ്ടത്. ആകെ ആളുമാറിയിരിക്കുന്നു. മീശ കുരുത്തുതുടങ്ങിയിരുന്ന അന്നത്തെ നേർത്ത പൊക്കംകൂടിയ പയ്യൻ തലയെടുപ്പും നെഞ്ചുവിരിവുമുള്ള ഒരു പുരുഷനായി മാറിയിരുന്നു.

"ഡോക്ടർ സാഹിബിനു നമസ്തേ. എന്നെ തീരെ പ്രതീക്ഷിച്ചില്ല ഇല്ലേ. ഹാ നിന്നെ ഒന്ന് അമ്പരപ്പിക്കാമെന്നു കരുതിയാണ്. അവധി കിട്ടിയ അന്നുതന്നെ നാട്ടിലേക്കു തിരിച്ചത്."

ഗോപിച്ചേട്ടൻ വാതോരാതെ വിശേഷങ്ങൾ പറയുകയാണ്. വർഷങ്ങൾ എന്തു മാറ്റം വരുത്തിയിരിക്കുന്നു. പെരുമാറ്റത്തിൽ എന്തു പക്വത. ഈ കൂടിക്കാഴ്ച പലവിധ ആശങ്കകളോടെ ഞാൻ നോക്കിയിരുന്ന സംഭവമായിരുന്നു. ഗോപിച്ചേട്ടൻ കഴിഞ്ഞതവണ വന്നുപോയപ്പോൾ പറഞ്ഞ വാക്കുകൾ എന്തുകൊണ്ടോ ഇന്നും ദഹിക്കാതെ എന്റെ മനസ്സിൽ തികട്ടി തികട്ടി കിടക്കുകയാണ്. ഞങ്ങൾക്കിടയിൽ നിർവ്വചിക്കാനാവാത്ത ഒരു വിടവ്! പക്ഷേ, എന്റെ ഭയമെല്ലാം ദൂരെ അകറ്റാൻ പര്യാപ്തമായിരുന്നു. ഗോപിച്ചേട്ടന്റെ ഹൃദയം തുറന്ന പെരുമാറ്റം.

ഗോപിച്ചേട്ടൻ ഉള്ളതുകൊണ്ട് ദിവസങ്ങൾ മുഷിവൊന്നും കൂടാതെ നീങ്ങി. ബോംബെയിലെ കോളേജ് ജീവിതത്തെപ്പറ്റി കേട്ടപ്പോൾ അതിശയം തോന്നി. അവിടെ ആൺകുട്ടികളും പെൺകുട്ടികളും എത്ര സ്വാതന്ത്ര്യത്തോടെയാണ് പെരുമാറുന്നത്. എത്ര ഗേൾഫ്രണ്ട് വേണമെങ്കിലും കിട്ടും. പക്ഷേ, അതിൽ കൂടുതൽ അവരോട് അടുക്കാൻ ഒരിക്കലും കഴിയില്ല.

"ആട്ടെ നിനക്ക് എത്ര ബോയ് ഫ്രണ്ട്സ് ഉണ്ട്?"

ഗോപിച്ചേട്ടൻ ഒരു ദിവസം ചോദിച്ചു.

"ഞങ്ങൾ ഫ്രൻഡ്സ് ആകത്തക്കവണ്ണം ആൺകുട്ടികളുമായി ഇടപഴകാറില്ല."

എന്നു മറുപടി പറഞ്ഞപ്പോൾ രണ്ടു കണ്ണുകൾ പരിഭവത്തോടെ മനസ്സിൽ ചോദിക്കുന്നതുപോലെ തോന്നി. "അപ്പോൾ ഞാനോ?"

ഒരു ടൂർണമെന്റിൽ പങ്കെടുക്കേണ്ടിയിരുന്നതുകൊണ്ട് ഒരാഴ്ച കഴിഞ്ഞപ്പോൾത്തന്നെ ഗോപിച്ചേട്ടനു പോകേണ്ടിവന്നു. പോകുന്നതിന്റെ തലേദിവസം രാത്രി പതിവില്ലാതെ എന്റെ മുറിയിൽ വന്നു.

"ദേവൂനോട് തനിയെ കുറച്ചു സംസാരിക്കാനുണ്ടായിരുന്നു. അതാണ് അമ്മാവനും മറ്റും ഉറക്കമായപ്പോൾ ഇങ്ങോട്ടുവന്നത്."

ഗോപിച്ചേട്ടൻ കസേര വലിച്ചിട്ട് മേശപ്പുറത്ത് കൈമുട്ടുകൾ ഊന്നി തെല്ലിട മൗനമായിരുന്നു.

"ദേവു അന്ന് പൂജാമുറിയിൽവെച്ചു പറഞ്ഞതോർമ്മയുണ്ടോ? അന്ന് നിന്റെ മുഖത്തെ ഭാവപ്പകർച്ച കണ്ടപ്പോൾ അങ്ങിനെ പറയേണ്ടതില്ലായിരുന്നു എന്നു തോന്നി. കുട്ടിത്തം വിട്ടുമാറാത്ത നിനക്ക് എന്റെ വികാരപ്രകടനം മനസ്സിലാക്കാൻ കഴിയാത്തതിൽ അത്ഭുതമില്ല. എന്തുകൊണ്ടോ അതുവരെ എന്റെ പുറകെ കളിച്ചുനടന്ന മെലിഞ്ഞ പെണ്ണ് ഇതൾ വിടർന്ന താമരമൊട്ടുപോലെ സുന്ദരിയായി കണ്ടപ്പോൾ ആരെങ്കിലും നിന്നെ തട്ടിയെടുത്താലോ എന്നൊരു തോന്നൽ. ആ പേടികൊണ്ട് അത്രയും പറഞ്ഞുപോയതാണ് (പക്ഷേ, ആ ബാല്യകാലം നാം എന്നേ

പിന്നിട്ടിരിക്കുന്നു) വാസ്തവത്തിൽ കഴിഞ്ഞയാഴ്ച മുഴുവൻ നിന്നോടു ഇടപഴകിയപ്പോൾ എനിക്കു തീർച്ച വന്നു– ഞൊടിയിടയ്ക്കുള്ളിൽ കരയുകയും പൊട്ടിച്ചിരിക്കുകയും ചെയ്തിരുന്ന എന്റെ ദേവു പാകതയുള്ള ഒരു യുവതിയായി മാറിക്കഴിഞ്ഞെന്ന്. ഇല്ലെങ്കിൽ ഇന്നു ഞാൻ നിന്റെയടുക്കൽ വരുമായിരുന്നില്ല.

ഹൃദയം അതിവേഗമിടിച്ചു. ഇനിയും ഗോപിച്ചേട്ടൻ എന്താണു പറയാൻ ഭാവിക്കുന്നത്.

"ദേവൂന്റെ പഠിത്തം പൂർത്തിയാകുമ്പോൾ നമ്മുടെ വിവാഹം നടക്കുമെന്നറിയാമല്ലോ. പക്ഷേ, നിനക്കു അറിഞ്ഞുകൂടാത്ത ഒരു കാര്യം കൂടി അറിയിക്കാൻ ഞാൻ ആഗ്രഹിക്കുന്നു. ദേവൂ... നിന്നെ ഞാൻ സ്നേഹിക്കുന്നു.. എന്റെ ഭാവിവധുവായിട്ടല്ല... ഹൃദയം കവർന്ന കാമുകിയായിട്ട്. പരിഷ്കാരത്തിന്റെ മാതൃകകളായ എന്റെ സഹപാഠിനികളുടെ മദ്ധ്യത്തിൽ പൂജാമുറിയിലെ നെയ്യ്ത്തിരിപോലെ ശാലീനയായ നിന്റെ മുഖം മനസ്സിൽ തെളിഞ്ഞുവരും. ദേവൂ. ഒരിക്കൽ നിനക്ക് എന്നോടും ഈ വികാരം തോന്നുമെന്ന് ആശിക്കട്ടെ."

എന്റെ മുഖത്ത് നോട്ടം ഉറപ്പിച്ച് ഗോപിച്ചേട്ടൻ പറയുകയാണ്. ആ കണ്ണുകൾ വികാരവിവശങ്ങളായിരുന്നു. ആ നോട്ടം താങ്ങാനാവാതെ മുഖം കുനിച്ചുപോയി. കതകുചാരി ഗോപിച്ചേട്ടൻ പുറത്തുകടന്നപ്പോഴാണ് തല ഉയർത്തിയത്.

'ഗോപിച്ചേട്ടൻ എന്നെ പ്രേമിക്കുകയാണ്' – ഹൃദയം ആഹ്ലാദം കൊണ്ട് മതിമറക്കേണ്ട സന്ദർഭമാണ്. പക്ഷേ, ഹൃദയത്തിൽ ഒരു അസ്വതന്ത്രതയാണ് അനുഭവപ്പെട്ടത്.

കോളേജ് തുറന്നു തിരിച്ചെത്തിയപ്പോൾ ചില പുതിയ തീരുമാനങ്ങൾ എടുത്തിരുന്നു. ഒന്നാമതായി രാജൻ ഫിലിപ്പുമായി ഒരു സമ്പർക്കവും പാടില്ല. പഠിത്തത്തിൽ വളരെ നിഷ്ഠ ഉണ്ടായിരിക്കണം. ലൈബ്രറിയിൽ പോക്ക് ഒഴിവാക്കേണ്ടിയിരിക്കുന്നു. കാരണം രാജൻ ഫിലിപ്പിനെ അപ്പോഴാണു കണ്ടുമുട്ടാറുള്ളത്.

കോളേജിലാകെ ഉന്മേഷഭരിതമായ അന്തരീക്ഷം! ഹോസ്റ്റലിൽ എത്തിയാലുടൻ പുതിയ കുട്ടികളെ റാഗ് ചെയ്യാനുള്ള പരിപാടികൾ ആസൂത്രണം ചെയ്യുകയാണ് ഞങ്ങളുടെ തൊഴിൽ! അതിശയമെന്നേ പറയേണ്ടൂ. റാഗിങ്ങിന്റെ കയ്പ് അനുഭവിച്ച ഞങ്ങൾക്ക് ഇന്ന് അതേപ്പറ്റി ഓർക്കുമ്പോൾ തമാശയാണു തോന്നുന്നത്.

കോളേജ് തുറന്ന് ഒരാഴ്ച കഴിഞ്ഞിരിക്കുന്നു. ഇത്രയും ദിവസങ്ങൾ രാജൻ ഫിലിപ്പിനെ കാണാതെ കഴിഞ്ഞിരിക്കുന്നു. കോളേജിൽ ഒഴിച്ച് മറ്റെങ്ങും പോകാറില്ല. എന്റെ തീരുമാനങ്ങളിൽ ഞാൻ വിജയിച്ചിരിക്കുന്നു എന്നു പറയാമെങ്കിലും ഒന്നു കാണാനുള്ള ആശ മനസ്സിൽ മുന്നിട്ടു നിന്നു. ഒരിക്കലും ഒതുങ്ങാത്ത ഒടിവുള്ള മുടിയും– പുഞ്ചിരിക്കുന്ന കണ്ണുകളും! ഇല്ല ഓർമ്മയിൽനിന്നും തുടച്ചു മാറ്റേണ്ടതാണാമുഖം.

പതിനൊന്ന്

അന്ന് കോളേജിൽനിന്നു വന്നപ്പോൾ തീരെ സുഖം തോന്നിയില്ല. വയറ്റിൽ ആകെ ഒരു വേദന. മനംപുരട്ടുന്നതുപോലെ. നിമിഷം തോറും വേദന കൂടുകയാണ്– അടിവയറ്റിൽ വലതുവശത്ത് ഒരു വിങ്ങൽ. കാപ്പി കുടിക്കാൻ വേണ്ടി താഴെ പോകാൻ കഴിഞ്ഞില്ല. വന്നപാടെ കട്ടിലിൽ കിടന്നതാണ്.

"ദേവു! ഇതാ."

കാപ്പി കുടികഴിഞ്ഞു മുറിയിലെത്തിയ രാധ ഒരു എഴുത്തു നീട്ടിക്കൊണ്ടു പറഞ്ഞു. പൊട്ടിക്കുന്നതിനുമുമ്പ് ആരുടേതെന്നു മനസ്സിലായി. ഒരു വലിയ ലെറ്റർ പേപ്പറിൽ ഇത്രമാത്രം എഴുതിയിരുന്നു.

"കുറച്ചു നാളുകളായി ഒന്നു കാണാനായി ഈ പരിസരങ്ങളിൽ ചുറ്റി നടന്നു മടുത്തു. എന്റെ ഓർമ്മ കുറച്ചു ദിവസങ്ങൾക്കു മുമ്പ് ഒരു സന്ധ്യ നേരത്ത് നമ്മൾ കൂട്ടുകാരായാണ് പിരിഞ്ഞതെന്നാണ്. പക്ഷേ, അകാരണമായ ഈ അകല്ച്ച എന്നിൽ സംശയങ്ങൾ ഉണർത്തുന്നു. കൂട്ടുകാരി ഇണക്കമോ, പിണക്കമോ? അറിയേണ്ടത് അത്യാവശ്യമാണ്. സൂസനുമായി കോളേജ് വളപ്പിൽ ഇന്ന് ഒന്നുവരുമോ – വെറുതെ ഒന്നു കാണാൻ മാത്രം."

കത്തുമടക്കി മെത്തയ്ക്കടിയിൽവെച്ചു ഒന്നു കാണാൻ ഹൃദയം വെമ്പി – ഇല്ല എന്റെ തീരുമാനത്തിൽ ഉറച്ചു തന്നെ നില്ക്കണം.

വേദന കൂടിക്കൂടി വരികയാണ്. സൂസൻ എന്നെ താഴെ കാണാത്തതുകൊണ്ട് തിരക്കി എത്തി. ഈശ്വരാ! എന്തൊരു വേദന ഇവിടെ വന്ന ശേഷം ഒരു ജലദോഷം പോലും ഇതുവരെ വന്നില്ല. ഇപ്പോഴിതാ. താങ്ങാനാവാത്ത ചുളുചുളുപ്പൻ വേദന! സൂസന്റെ മുഖത്ത് അസ്വസ്ഥത പരന്നു.

"ഇനിയും അപ്പൻഡിസൈറ്റിസ് വല്ലതുമാണോ? വലത്തുഭാഗത്തുള്ള ഈ വേദന കണ്ടിട്ട് അങ്ങനെ തോന്നുന്നു."

സൂസൻ സംശയം പ്രകടിപ്പിച്ചു. മനസ്സിൽ ഭീതി നിറഞ്ഞു. എന്താണ് എനിക്കു സംഭവിക്കാൻ പോകുന്നത്. കുറച്ചുകൂടെ സഹിച്ചുനോക്കാമെന്ന് എന്റെ അഭിപ്രായത്തെ അവഗണിച്ചുകൊണ്ട് സൂസൻ വാർഡനെ വിളിക്കാൻ പോയി. രാത്രി എട്ടുമണി കഴിഞ്ഞിരിക്കുന്നു. വാർഡൻ ഡോ. പാറുക്കുട്ടിയും സൂസന്റെ സംശയത്തെ സ്ഥിരീകരിച്ചു. ഉടൻതന്നെ ഹോസ്പിറ്റലിൽ കൊണ്ടുപോകണമെന്നായി. ആകെ വിയർത്തുപോയി. ഇനിയും അവിടെ എന്തൊക്കെയാണോ ചെയ്യാൻ പോകുന്നത്. കൂടുതലായി ഒന്നും ചിന്തിക്കാൻ കഴിഞ്ഞില്ല. സൂസൻ താങ്ങിപ്പിടിച്ചു കാറിൽ കയറ്റിയപ്പോൾ വയറ്റിന്റെ വലതുഭാഗത്തു രൂക്ഷമായ വേദന അനുഭവപ്പെടുകയായിരുന്നു.

ആശുപത്രിയിൽ പ്രൊഫസർ ജേക്കബ് പരിശോധനയ്ക്കായി ടേബിളിൽ കിടത്തിയപ്പോൾ ഹൃദയത്തിൽ ഒരാളിക്കത്തൽ പോലെ! അദ്ദേഹം വയറ്റിൽ ആഞ്ഞു കുത്തി പരിശോധിച്ചപ്പോൾ. പണിപ്പെട്ട് അടക്കിയിട്ടും 'അയ്യോ' എന്നു വിളിച്ചു പോയി. അദ്ദേഹം ചിരിച്ചുകൊണ്ടു പറഞ്ഞു.

"ഭാവിയിൽ വലിയ വലിയ ഓപ്പറേഷൻസ് ഒക്കെ ചെയ്യേണ്ടയാളല്ലേ– ധൈര്യം വേണ്ടെ."

"ആട്ടെ. കുട്ടി ഒരു മെഡിക്കൽ സ്റ്റുഡന്റ് ആണല്ലോ– എന്താണ സുഖം ഒന്നു പറഞ്ഞു മനസ്സിലാക്കാം. അപ്പെൻഡിക്സ് കുറച്ചു വീങ്ങിയിട്ടുണ്ട്. കുറച്ചു ഇൻടെസ്റ്റൈനൽ ഒബ്സ്ട്രക്ഷനും ഉള്ളതായി തോന്നുന്നു. അത്രതന്നെ– പക്ഷേ, ഉടൻ ഓപ്പറേഷൻ നടത്തിയില്ലെങ്കിൽ അവ കുഴപ്പം സൃഷ്ടിക്കും. ഒരു ചെറിയ ഓപ്പറേഷൻ മതി. ആട്ടെ വീട് അടുത്താണോ– വിവരം അറിയിക്കാൻ."

"അല്ല" എന്നു മറുപടി പറഞ്ഞപ്പോൾ കണ്ണുകൾ നിറഞ്ഞൊഴുകി.

"ആഹാ കരയുകയാണോ! വിഷമിക്കാനൊന്നുമില്ല. ഒരു നിസ്സാര ഓപ്പറേഷന്! പിന്നെ ഇവിടത്തെ ഓരോ സ്റ്റാഫും നിങ്ങളുടെ ബന്ധുക്കളായി കണക്കാക്കിയാൽ മതി. ഈ ആശുപത്രി നിങ്ങളുടെ തറവാടു പോലെതന്നെയല്ലെ. വീട് അടുത്തായിരുന്നു എങ്കിൽ അവിടെനിന്നും ആരെങ്കിലും വരുന്നതുവരെ വെയിറ്റു ചെയ്യാമായിരുന്നു. മൂന്നു നാലു മണിക്കൂറിനകമെങ്കിലും ഓപ്പറേഷൻ ചെയ്യേണ്ടിയിരിക്കുന്നു. ഇനി എല്ലാം കഴിഞ്ഞിട്ട് വീട്ടിൽ വിവരം അറിയിക്കാം. അതല്ലേ നല്ലത്. ദൂരെയിരിക്കുന്നവരെ വെറുതെ വിഷമിപ്പിക്കണ്ടല്ലോ."

അദ്ദേഹത്തിന്റെ ശബ്ദം എന്റെ ചെവികളിൽ മുഴങ്ങുകയാണ്.

ഈശ്വരാ! എന്താണ് ഞാൻ പറയേണ്ടത്. എന്തു തീരുമാനമെടുക്കണം. അല്ലെങ്കിലും ഒരു തീരുമാനമല്ലെ എടുക്കേണ്ടതായുള്ളൂ. പ്രൊഫസറിന്റെ അഭിപ്രായത്തോടു പൂർണ്ണമായും സഹകരിക്കുക. എങ്ങിനെയെങ്കിലും ഈ വേദനയിൽനിന്നും മോചനം നേടേണ്ടിയിരിക്കുന്നു. പെട്ടെന്ന് ഞാൻ മുഖമുയർത്തി പ്രൊഫസറിന്റെ കണ്ണുകളിലേക്കു നോക്കി. അദ്ദേഹം പുഞ്ചിരിച്ചുകൊണ്ടു പറഞ്ഞു.

"യു ആർ എ ബ്രേവ് ഗേൾ! ഡോൺഡ് വറി വിവിൽ ടേക്ക് കെയർ ഓഫ് യൂ."

അടുത്തുനിന്ന സൂസൻ എന്റെ കൈയിലമർത്തി.

"ദേവൂ നിനക്ക് ഞാനില്ലേ."

എന്ന് ആ കണ്ണുകൾ മന്ത്രിച്ചു. ഡോക്ടർ പാറുക്കുട്ടി തോളത്തു തട്ടിക്കൊണ്ട് പറഞ്ഞു.

"ദേവു ഒട്ടും വിഷമിക്കേണ്ട. ഇവിടെ ചെയ്യുന്ന ഏറ്റവും നിസ്സാര ഓപ്പറേഷൻ ഇതാണെന്നു പറയാം. ഒരു പത്തു ദിവസത്തിനകം എല്ലാം കഴിഞ്ഞു വീട്ടിൽ പോകാം."

എല്ലാവരും ആശ്വസിപ്പിക്കാനുള്ള ശ്രമമാണ്. പ്രൊഫസർ സിസ്റ്ററിനെ വിളിച്ചു. അനന്തര നടപടികൾക്കുള്ള നിർദ്ദേശങ്ങൾ കൊടുത്തു. ജനറൽ വാർഡിന്റെ തൊട്ടടുത്തുള്ള സ്റ്റുഡന്റ്സ് റൂമിലേക്ക് ഞാൻ മാറ്റപ്പെട്ടു. ചെറിയ മുറി. മൂന്നു ബെഡ്ഡുകൾ മാത്രം! ഒന്നിലും ആളില്ല. ഓപ്പറേഷനു മുമ്പുള്ള പ്രിപ്പറേഷൻ ഒക്കെ വേഗം കഴിഞ്ഞു. സിസ്റ്ററിന്റെ പുഞ്ചിരിക്കുന്ന മുഖം ലേശം ആശ്വാസം നല്കി. തിയേറ്ററിലേക്കു കൊണ്ടുപോകുന്നതിനുമുമ്പ് ഒരു മയക്കുഗുളിക തന്നു. മിനിട്ടുകൾ കഴിഞ്ഞു ബുദ്ധിക്കാകെ മാന്ദ്യം സംഭവിച്ചതുപോലെ – ചിന്തകൾ പതറുകയാണ്. തിയേറ്ററിലേക്കു കൊണ്ടുപോകാൻ ട്രോളിയിൽ കിടത്തിയപ്പോൾ സൂസൻ അരികത്തുണ്ടായിരുന്നു.

“ദേവു ഓപ്പറേഷൻ സമയത്ത് കൂടെ നില്ക്കാൻ പ്രൊഫസർ അനുവദിച്ചു. നിനക്ക് ഒരു മോറൽ സപ്പോർട്ടിനുവേണ്ടി.”

ട്രോളി നീങ്ങി. വീതികുറഞ്ഞ ഓപ്പറേഷൻ ടേബിളിൽ കയറ്റി കണ്ണുകൾ ബന്ധിച്ചപ്പോൾ സൂസന്റെ കൈയിൽ മുറുകെ പിടിച്ചു. സൂസൻ പെട്ടന്നു മുഖം കുനിച്ചു പറഞ്ഞു.

“ദേവൂ നിനക്കായി പ്രാർത്ഥിക്കയാണ്. ദൈവം നിന്റെ കൂടെയുണ്ട്.”

അവസാനമായി കേട്ടതാണ്. മാസ്ക് വെക്കപ്പെട്ടു. ഈതറന്റെ ദുർഗ്ഗന്ധം മൂക്കിനുള്ളിൽ തുളച്ചുകയറി. വല്ലാതെ ശ്വാസം മുട്ടുന്നതുപോലെ.. കൈകാലുകൾ നിർജ്ജീവമാകയാണ്. അതോടൊപ്പം പുറത്തേക്കു കടക്കാനാവാതെ നെഞ്ചിനുള്ളിൽ ശ്വാസം വീർപ്പുമുട്ടുകയാണ്. ഈശ്വരാ! എന്തൊരുൽക്കടമായ ശ്വാസംമുട്ടൽ! ഞാൻ ഏതോ അഗാധതയിലേക്കു താഴുകയാണ്. എങ്ങും ഇരുട്ടു പരക്കുകയാണ്. കനത്തയിരുട്ട്. ഞാൻ ഉയരുകയാണ്. എങ്ങോട്ട്? ഒരുപക്ഷേ, മരണത്തിന്റെ ഭീകരമായ താഴ്‌വരയിൽ കൂടിയുള്ള എത്തും പിടിയുമില്ലാത്ത യാത്രയായിരിക്കും എന്റേത്. വെളിച്ചത്തിന്റെ ഒരു നേരിയ കിരണത്തിനായി കണ്ണുകൾ കൊതിക്കുകയാണ്. അതാ! കൂരിരുട്ടിനെ തുളച്ചുകൊണ്ട് പ്രകാശത്തിന്റെ കുത്തുകൾ – അവ വികസിച്ചു മഞ്ഞളിഞ്ഞ വൃത്തങ്ങളായി അന്ധകാരത്തിൽ വ്യാപിക്കയാണ്. അന്ധകാരം നീങ്ങിയിട്ടും ഒന്നും തന്നെ കാണാൻ സാധിക്കുന്നില്ല. കേൾക്കാനോ – എന്തൊ അവ്യക്തശബ്ദങ്ങൾ, ഈശ്വരാ! ഞാൻ എവിടെയാണ്. ജീവിച്ചിരിക്കുന്നോ, അതോ മരിച്ചു കഴിഞ്ഞോ ആവോ? കൂടുതലായി ചിന്തിക്കാൻ കഴിയുന്നില്ല. എല്ലാം വീണ്ടും ഇരുളിൽ ആണ്ടുകഴിഞ്ഞു. – ഓർമ്മശക്തി പരിപൂർണ്ണമായി നശിച്ചതുപോലെ– വീണ്ടും അവ്യക്തശബ്ദങ്ങൾ. കണ്ണുകൾ തുറന്നിരുന്നെങ്കിൽ. കൺപോളകൾ എത്ര കനം തോന്നുന്നു. പണിപ്പെട്ടു വിടർത്തിയിട്ടും തുറക്കാൻ പറ്റുന്നില്ല. നാവ് വരണ്ടിരിക്കുന്നു. വയറ്റിൽ നേരിയ ചുളുചുളുപ്പ്! ഇല്ല. ഞാൻ മരിച്ചിട്ടില്ല. എങ്കിൽ വേദനിക്കുമായിരുന്നില്ലല്ലോ. ഞാൻ എവിടെയാണെന്നു ചോദിക്കാൻ കഴിഞ്ഞിരുന്നു എങ്കിൽ. പെട്ടെന്ന് മൃദുവായ ഒരു ശബ്ദം.

"ദേവു ഓപ്പറേഷനൊക്കെ കഴിഞ്ഞിരിക്കുന്നു. ഇനിയും വിഷമിക്കാനൊന്നുമില്ല."

ആവൂ അപ്പോൾ ഓപ്പറേഷൻ കഴിഞ്ഞിരിക്കുന്നു. മെല്ലെ കണ്ണുകൾ തുറന്നുനോക്കി. സൂസന്റെ അവ്യക്തരൂപം ഇല്ല. അതു മങ്ങിക്കഴിഞ്ഞു. ഇതാ വീണ്ടും തെളിഞ്ഞുവരികയാണ്. "സൂസൻ വെള്ളം."

വളരെ പണിപ്പെട്ടാണ് അത്രയും പറഞ്ഞത്. പെട്ടെന്ന് സൂസൻ കുനിഞ്ഞു പറഞ്ഞു:

"ദേവു വെള്ളം കുടിക്കാൻ വരട്ടെ. ഛർദ്ദിച്ചേക്കും. ഇപ്പോൾ ഈ ഐസുകഷണം വായിലിട്ടുതരാം."

ഹാ ഈ തണുപ്പും നനവും എന്റെ വരണ്ട നാവിനും ചുണ്ടുകൾക്കും എത്ര വിലപ്പെട്ടതാണ്. വയറ്റിൽ വീണ്ടും വിങ്ങൾ അനുഭവപ്പെടുകാണ്. സൂസൻ വീണ്ടും കുനിഞ്ഞു ചെവിയിൽ മന്ത്രിച്ചു.

"ഇപ്പോൾ പന്ത്രണ്ടുമണി കഴിഞ്ഞിരിക്കുന്നു അടുത്തുതന്നെ നിനക്ക് ഒരു പെത്തഡീൻ തരും. പിന്നെ സുഖമായുറങ്ങാം. വേദനയും അറിയുകയില്ല."

ഒരു പുഞ്ചിരിയോടെ സിസ്റ്റർ ഇന്ദിര മുറിയിൽ കയറി വന്നു. ഗ്ലൂക്കോസ് ഡ്രിപ്പിന്റെ ക്ലാംബ് അയച്ചു. ഉടൻ തന്നെ പെത്തഡീൻ ഇൻജെക്ഷനും തന്നു.

ഇതാ വീണ്ടും അബോധാവസ്ഥയിലേക്കു നീങ്ങുകയാണ്. അകാരണമായ ഭീതി, സൂസന്റെ കൈയിൽ മറുകെ പിടിച്ചിട്ടു പറഞ്ഞു.

"ഞാൻ മയങ്ങിക്കഴിഞ്ഞാലും അടുത്തുണ്ടായിരിക്കണേ."

"നീ സമാധാനമായി ഉറങ്ങിക്കൊള്ളൂ. ഞാൻ എങ്ങും പോകുകയില്ല."

സൂസൻ എന്റെ കൈയിൽ അമർത്തി ഉറപ്പു നല്കി.

അത്രമാത്രമേ കേട്ടുള്ളൂ. വീണ്ടും മയങ്ങാൻ തുടങ്ങുകയാണ്. പക്ഷേ, ഈതറിന്റെ രൂക്ഷഗന്ധം മൂക്കിനുള്ളിൽ തുളച്ചു കയറിയപ്പോൾ അനുഭവപ്പെട്ട പരിഭ്രാന്തി ഇപ്പോഴുണ്ടായിരുന്നില്ല. നിമിഷങ്ങൾക്കുള്ളിൽ പ്രശാന്തമായ സുഖനിദ്രയിൽ അമർന്നുകഴിഞ്ഞിരുന്നു.

പന്ത്രണ്ട്

വളരെനേരം കഴിഞ്ഞാണ് ഉറക്കമുണർന്നത്. എന്തൊക്കെയോ അവ്യക്തസ്വപ്നങ്ങൾ കണ്ടിരിക്കുന്നു. വിഷാദമൂകമായ അമ്മയുടെ രൂപം- ഉൽക്കണ്ഠ നിറഞ്ഞ സൂസന്റെ മുഖം! പക്ഷേ, മനസ്സിൽ ഏറ്റവും മിഴിവോടെ തങ്ങിയത് രാജന്റെ കുസൃതി നിറഞ്ഞ കണ്ണുകൾ ആയിരുന്നു! പാവം! ഇന്നലെ വൈകുന്നേരം എന്നെത്തിരക്കി കോളേജ് വളപ്പിൽ അലഞ്ഞോ ആവോ? എന്തെല്ലാം ശിഥില ചിന്തകളാണ് മനസ്സിൽ ചിതറി

നടക്കുന്നത്. ഉറക്കത്തിലും ഉണർവ്വിലും കൂടി നീങ്ങിക്കൊണ്ടിരുന്ന എന്നെ മെല്ലെ ഉണർത്തിയിട്ട് സൂസൻ പറഞ്ഞു.

"ദേവൂ! നീ നല്ല ഉറക്കം പാസാക്കിയില്ലെ. മണി ആറു കഴിഞ്ഞിരിക്കുന്നു. നിന്റെ ഡ്രിപ്പ് ഒക്കെ തീർന്നു. അച്ഛന് ഇന്നലെത്തന്നെ കമ്പി അയച്ചിട്ടുണ്ട്. നാളെ എത്താതിരിക്കില്ല. ആട്ടെ ഞാൻ ഹോസ്റ്റൽവരെ പോയിട്ട് ഇരുട്ടുന്നതിനുമുമ്പ് ഇവിടത്തെ താമസത്തിന് ഒരു ബാഗുമൊക്കെ തയ്യാറാക്കി ഇതാ വന്നേക്കാം. എല്ലാം കൂടി അരമണിക്കൂർ. എന്താ നീ സമ്മതിച്ചോ?"

കഷ്ടം ഇന്നലെ രാത്രി തുടങ്ങി എന്റെ അടുക്കൽനിന്നു മാറാതെ ഉറക്കമുണർന്നുനിന്ന സൂസനെപ്പറ്റി അപ്പോൾ മാത്രമാണോർത്തത്! പാവം എനിക്കു വേണ്ടി എത്രമാത്രം ബുദ്ധിമുട്ടി 'സൂസൻ' എന്റെ നന്ദി നിറഞ്ഞ ഹൃദയം കൃതജ്ഞത പ്രകടിപ്പിക്കാൻ വാക്കുകൾ കിട്ടാതെ വിഷമിച്ചു.

"സിസ്റ്ററിനെ ഞാൻ എല്ലാം പറഞ്ഞേല്പിച്ചിട്ടുണ്ട്. ഇതാ ഈ കാളിങ് ബെല്ലടിച്ചാൽ മതി സിസ്റ്ററ് ഉടനെയിങ്ങെത്തും."

കാളിങ് ബെൽ കട്ടിലിന്റെ അടുത്തുള്ള സ്റ്റൂളിൽ വെച്ചിട്ട് സൂസൻ പോകാൻ തുടങ്ങിയപ്പോൾ ഞാൻ പറഞ്ഞു.

"സൂസൻ പോയി കുറച്ചു വിശ്രമിച്ചിട്ടു വന്നാൽ മതി. രാത്രി മുഴുവൻ ഉണർന്നിരുന്നതല്ലേ– ഞാനും ഒന്നുകൂടി ഉറങ്ങാൻ ശ്രമിക്കാം."

സൂസനെ സമാധാനത്തോടെ യാത്രയാക്കി.

പക്ഷേ, അവൾ മുറിവിട്ടപ്പോൾ അവ്യക്തമായ ദുഃഖം ഹൃദയത്തിൽ ഇരമ്പിക്കയറി. ഇപ്പോൾ അമ്മ അടുത്തുണ്ടായിരുന്നുവെങ്കിൽ–! അമ്മയെപ്പറ്റി ഓർത്തപ്പോൾത്തന്നെ അടഞ്ഞിരുന്ന കണ്ണുകൾ നിറഞ്ഞൊഴുകി. ഉറ്റവരാരുമില്ലാതെ മൈലുകൾക്കപ്പുറം ഈ കൂറ്റൻ ആശുപത്രിയുടെ മൂന്നാമത്തെ നിലയിലെ ഒരു ഒഴിഞ്ഞ മുറിയിൽ ഏകാകിയായി, നിരാലംബയായികിടക്കയാണ്. സ്വയം സഹതാപം ചിറപൊട്ടിയൊഴുകുകയാണ്. ഏറ്റവും മൃദുവായ ഒരു കരസ്പർശം– കവിൾത്തടത്തിൽനിന്ന് ആരോ കണ്ണുനീർ ഒപ്പിയോ? ഞൊടിക്കുള്ളിൽ കണ്ണുതുറന്നു. രാജന്റെ ഉൽക്കണ്ഠ നിറഞ്ഞ കണ്ണുകൾ എന്നെ ഉറ്റുനോക്കുകയാണ്.

"ദേവൂ," വികാരനിർഭരമായ വിളി–

"കരയാതിരിക്കുക– എല്ലാം ഭംഗിയായി കഴിഞ്ഞല്ലോ. ഇനിയും ഒരാഴ്ചത്തെ കഷ്ടപ്പാട് അത്രതന്നെ."

എന്നെ ആശ്വസിപ്പിക്കാൻ ശ്രമിച്ചെങ്കിലും ആ കണ്ണുകളിൽ വേദന തങ്ങിയിരുന്നു.

"ഇന്നും പതിവുപോലെ ഹോസ്പിറ്റലിൽ വന്നപ്പോഴാണ് ഈ വിവരം അറിഞ്ഞത്. പ്രായമായതിൽ പിന്നെ ജീവിതത്തിൽ ഇത്രയ്ക്കു മനഃപ്രയാസം ഒരിക്കലും വന്നിട്ടില്ല. അപ്പോൾ തുടങ്ങി ഇവിടെയുണ്ടായിരുന്നു. തനിയെ ഒന്നു കാണാൻ വേണ്ടി സൂസൻ പോകാനിരിക്കയാ

യിരുന്നു. ഞാനിനി പോകട്ടെ. ദേവൂന് ഇപ്പോൾ വേണ്ടത് റെസ്റ്റ് ആണ്."

ഹൃദയത്തിൽ അവാച്യമായ ഒരുകുളിർമ്മ. എനിക്കു വേണ്ടി നൊമ്പരപ്പെടാൻ ഒരാൾ കൂടി! രാജന്റെ പെരുമാറ്റം എത്ര ഊഷ്മളമായിരുന്നു. എത്ര ഹൃദയം തുറന്നാണ് എന്നെ ആശ്വസിപ്പിക്കാൻ നോക്കുന്നത്.!

പകൽ മുഴുവൻ ഉറങ്ങിയതുകാരണമായിരിക്കും നേരം പുലരുന്നതിനു വളരെ മുമ്പുതന്നെ ഉണർന്നുകഴിഞ്ഞു. ജനറൽ വാർഡിൽ കാപ്പി കൊടുക്കുന്ന ബഹളമാണ്. വേദന തലേദിവസത്തേതിൽനിന്നും വളരെ കുറവാണ്. എന്റെ അടുക്കൽ ഒഴിഞ്ഞുള്ള ബെഡ്ഡിൽ കിടന്ന് സൂസനും ക്ഷീണം തീർത്ത് ഉറങ്ങി. രാവിലെ വാർഡിലേക്ക് അവൾ പോകുന്നതിനുമുമ്പ് അച്ഛൻ എത്തിക്കഴിഞ്ഞിരുന്നു. ആ മുഖത്തെ പരിഭ്രാന്തി കണ്ടപ്പോൾ വാസ്തവത്തിൽ എനിക്കു സഹതാപമാണു തോന്നിയത്. പാവം വളരെ മനസ്സുവിഷമിച്ചിരിക്കണം. എല്ലാം ഭേദമായിട്ട് അറിയിച്ചാൽ മതിയായിരുന്നു. അച്ഛൻ അടുക്കൽ വന്നു കൈയിൽ പിടിച്ചിട്ട് പറഞ്ഞു:

"വേണ്ടപ്പെട്ടവരാരും ഇല്ലാതെ നീ വളരെയൊക്കെ അനുഭവിക്കേണ്ടിവന്നു ഇല്ലേ. നിന്റെ അമ്മ മനസ്സുറച്ചല്ല വീട്ടിലിരിക്കുന്നത്."

അച്ഛന്റെ കണ്ണുകൾ ആദ്യമായി അന്നാണ് നനഞ്ഞു കണ്ടത്.

പകൽ സമയം അച്ഛനടുത്തുണ്ടാവും. രാത്രിയിൽ സൂസനും. കോളേജിൽനിന്നും സഹപാഠികൾ എന്നും അന്വേഷിക്കാനെത്തും. കൂട്ടത്തിൽ രാജനും. പക്ഷേ, കുശലപ്രശ്നങ്ങളിൽ കവിഞ്ഞ് ഒന്നും പറയാറില്ല. ഓപ്പറേഷൻ കഴിഞ്ഞ് ഒമ്പതാമത്തെ ദിവസമാണിന്ന്. ഉച്ചയ്ക്കു തയ്യൽ എടുത്തുകഴിഞ്ഞപ്പോൾ പ്രൊഫസറുടെ മുഖത്ത് പുഞ്ചിരി പരന്നു.

"നോക്കൂ സ്റ്റിച്ച് ഒക്കെ ഭംഗിയായി പിടിച്ചിട്ടുണ്ട്. ഒരു നേരിയ സ്കാർ കാണും അത്രതന്നെ. ഇനി രണ്ടു ദിവസം കഴിഞ്ഞു നാട്ടിൽ പോകുന്നതിൽ വിരോധമില്ല."

ഹോസ്പിറ്റലിലെ അവസാനരാത്രി! സൂസൻ മുറിയിലെ പ്രകാശം കുറഞ്ഞ ഒരു ലൈറ്റുമാത്രമിട്ടിട്ട് വരാന്തയിൽ സ്റ്റൂളുമിട്ട് പഠിക്കയാണ്. പിറ്റേദിവസത്ത നീണ്ടയാത്രയ്ക്കുമുമ്പായി നല്ലവണ്ണം റെസ്റ്റെടുക്കണമെന്നുള്ള ഡോക്ടറുടെ നിർദ്ദേശപ്രകാരം ഉറങ്ങാൻ ശ്രമിക്കയാണ്. ഞാൻ. ങാ നാളെ അമ്മയുടെ അടുക്കൽ എത്താം. ആ സ്നേഹമുള്ള കൈകളുടെ പരിചരണം– അവയ്ക്കായി ഹൃദയം കൊതിക്കയാണ്!

കണ്ണുകൾ അടച്ച് ഉറക്കം കാത്തുകിടന്നിട്ടും നിദ്രാദേവി പിണങ്ങി മാറിയിരിക്കയാണ്.

"ദേവൂ" വളരെ പതുക്കെയാണു വിളിച്ചതെങ്കിലും ആ മുറിയിലെ നിറഞ്ഞ നിശ്ശബ്ദതയിൽ ആ ശബ്ദം മുഴങ്ങിക്കേട്ടു. കണ്ണുകൾ തുറന്നപ്പോൾ രാജൻ മുമ്പിൽ നില്ക്കയാണ്.

"നാളെ പോകുന്നെന്നറിഞ്ഞു. എത്ര വേഗമാണ് ദിവസങ്ങൾ പോകുന്നത്."

പെട്ടെന്ന് ഒരു ലജ്ജച്ചിരിയോടെ പറഞ്ഞു:

"ദേവു ക്ഷമിക്കൂ. ഞാൻ വെറുമൊരു സ്വാർത്ഥിയാണ്. ദേവു നാളെ ഇവിടെ കാണുകയില്ലല്ലോ എന്നോർക്കുമ്പോൾ എന്തോ ഒന്നു കൈവിട്ടതുപോലെ തോന്നുന്നു. രാവിലെ വാർഡിൽ വരുമ്പോൾ ഈ കഴിഞ്ഞ ദിവസങ്ങളിൽ എന്ത് ഉന്മേഷമായിരുന്നു. ബോൺവിറ്റ കുടിച്ചതുപോലെ! ദേവു ഇവിടെത്തന്നെയുണ്ടല്ലോ എന്നൊരു സംതൃപ്തി. അയ്യോ ഞാനിപ്പറയുന്നതുകേട്ട് ദേവു സുഖമാകുന്നതിൽ എനിക്ക് മനസ്താപമുണ്ടെന്നു തെറ്റിദ്ധരിക്കരുതേ!"

ഇതിനൊക്കെ എന്താണു ശേഷം പറയുക. എല്ലാം നിശ്ശബ്ദമായി കേട്ടുകൊണ്ടിരുന്നു.

അല്പനേരത്തെ മൗനത്തിനുശേഷം ചോദിച്ചു

"നോക്കൂ, വീട്ടിലേക്കു കത്തയക്കാൻ എനിക്കനുവാദമുണ്ടോ? അല്ല വിവരങ്ങൾ അറിവാനുള്ള ആഗ്രഹംകൊണ്ടു ചോദിച്ചതാണ്."

"അയ്യോ വേണ്ട- സൂസനോടു ചോദിച്ചാൽ മതി." എന്നു മറുപടി പറഞ്ഞപ്പോൾ ഒരു കള്ള നെടുവീർപ്പോടെ പറഞ്ഞു.

"ഭാഗ്യവതിയായ സൂസൻ വാസ്തവത്തിൽ സൂസനോട് അസൂയ തോന്നിപ്പോകുന്നു. സൂസന് എഴുത്തയക്കാം. കൂടെ നടക്കാം- എപ്പോഴും വർത്തമാനം പറയാം. എല്ലാമാകാം- കൂട്ടുകാരിയുടെ പുല്ലിംഗം ആയതുകൊണ്ടാണല്ലോ എന്നോട് ഈ പക്ഷാഭേദം."

പിന്നെ സ്വരം താഴ്ത്തിപ്പറഞ്ഞു.

"എന്റെ വിവരങ്ങൾ അങ്ങോട്ടറിയിക്കാനെന്താ വഴി- ഞാനും സൂസനോട് പറയട്ടെ."

"വേണ്ട അങ്ങിനെയൊന്നും ചെയ്യരുതേ! ഇനിയും കാണുമ്പോൾ പറഞ്ഞാൽ മതി."

അത് പറഞ്ഞപ്പോൾ അറിയാതെ ചിരിച്ചുപോയി ഞാൻ.

"കഷ്ടം! കാളിദാസന്റെ കാലങ്ങൾ നാം എന്നേ പിന്നിട്ടിരിക്കുന്നു. ഇല്ലെങ്കിൽ മേഘസന്ദേശങ്ങൾ അയയ്ക്കാമായിരുന്നു. 'പൊതുജനത്തിന്' യാതൊരു തെളിവും നല്കാതെ വാർത്തകൾ കൈമാറാനുള്ള പറ്റിയ മാർഗ്ഗം. ആട്ടെ ദേവു ഉറങ്ങിക്കൊള്ളൂ. അധികം ബോറടിപ്പിക്കുന്നില്ല. നാളെ യാത്ര ചെയ്യേണ്ടതല്ലേ. പിന്നെ അധികം നില്ക്കാൻ പേടിയാണ്. ദേവുവിന്റെ ഉറക്കം കളയുന്നുവെന്ന് കുറ്റപ്പെടുത്താൻ സൂസനെത്തും. ഒന്നു കണ്ടു പോകാൻ മാത്രമേ പുള്ളിക്കാരി അനുവാദം തന്നിട്ടുള്ളൂ. റ്റാറ്റാ സ്വീറ്റ് ഡ്രീംസ്."

വാതുക്കൽ തിരിഞ്ഞു നിന്നുപറഞ്ഞിട്ട് രാജൻ പോയ്ക്കഴിഞ്ഞു.

ഇനിയും ഉറങ്ങാൻ ശ്രമിച്ചിട്ടു കാര്യമില്ല. മനസ്സ് പൂർണ്ണമായി ഉണർന്നിരിക്കുന്നു. വിചാരങ്ങൾ വല്ലാതെ കാടുകയറുകയാണ്. അമ്മ, അച്ഛൻ, ഗോപിച്ചേട്ടൻ, കോളേജ് ജീവിതം. രാജൻ അങ്ങിനെ പലതിനെപ്പറ്റിയും ചിന്തിച്ചു. പക്ഷേ, അധികസമയവും മനസ്സു തങ്ങി നിന്നത് രാജനിലാണെന്നുമാത്രം. നേരം പുലരാറായപ്പോഴാണ് ഉറക്കം പിടിച്ചത്.

ഉണർന്നപ്പോൾ നേരം നന്നേ വെളുത്തിരുന്നു. അച്ഛൻ പോകാൻ ധൃതിയിൽ നില്ക്കുകയാണ്. സൂസൻ വീൽച്ചെയറിൽ ഇരുത്തി ലിഫ്റ്റിലേക്കു കൊണ്ടുപോയപ്പോൾ വാർഡുകൾ സജീവമായിരുന്നു.

എത്ര കരുതലോടെയാണ് സൂസൻ കാറിൽ പിടിച്ചു കയറ്റിയത്. കണ്ണുകൾ നിറഞ്ഞുപോയി. എന്തൊരു നിസ്വാർത്ഥമായ സ്നേഹമാണ് സൂസന്റേത്.

പതിമൂന്ന്

കാറ് മെഡിക്കൽ കോളേജ് അതിവേഗം പിന്നിട്ടു. വഴിയിൽ വിശ്രമിച്ചതു കാരണം അങ്ങെത്തിയപ്പോൾ നേരം സന്ധ്യയായി. അമ്മ അക്ഷമയോടെ കാത്തുനില്ക്കയാണ്. അമ്മയുടെ ചുമലിൽ താങ്ങി എന്റെ മുറിക്കുള്ളിൽ പ്രവേശിച്ചപ്പോൾ എന്തെന്നില്ലാത്ത കുളിർമ്മ!

ദിവസങ്ങൾ നീങ്ങുകയാണ്. ക്ഷീണമൊക്കെ മാറിയിരിക്കുന്നു. കോളേജിൽ എത്തുമ്പോൾ പഠിച്ചുതീർക്കാൻ എത്ര അധികം കുടിശ്ശികകാണും. ഓർക്കുമ്പോൾത്തന്നെ ഭീതി തോന്നിപ്പോകുകയാണ്. മറ്റുള്ളവർ എത്ര ഡിസ്കഷൻസ് ഇതിനകം ചെയ്തുതീർത്തുകാണും. അവയൊക്കെ ഞാൻ തന്നെ ചെയ്യേണ്ടതായി വരും. പക്ഷേ, തിരിച്ചു പോരാൻ ഞാൻ എത്ര ധൃതികൂട്ടിയിട്ടും അമ്മ രണ്ടാഴ്ച കഴിഞ്ഞേ വിട്ടയച്ചുള്ളൂ.

കോളേജ് വിട്ടു മുറിയിൽ വന്നപ്പോൾ എന്നെ അവിടെ കണ്ടിട്ട് സൂസൻ എത്ര ഉന്മേഷമായിരുന്നു എന്നോ!

“ദേവൂ, വാസ്തവത്തിൽ നീ പോയതിൽ പിന്നെ എനിക്കു ഭയങ്കര ബോറടിയായിരുന്നു. രാത്രിയിൽ പഠിത്തം കഴിഞ്ഞ് പതിവുപോലെ നിന്നോടു വിശേഷങ്ങൾ പറയാനാകാത്തതിൽ ഒരു വിമ്മിഷ്ടം പോലെ. ആട്ടെ ഇനിയും എന്തെന്തു വിശേഷങ്ങൾ പറയാനിരിക്കുന്നു.”

ഈ രണ്ടാഴ്ചകൾക്കകം എത്ര അധികം പഠിപ്പിച്ചിരിക്കുന്നു. അവയൊക്കെ പഠിക്കാനും നോട്ടുകൾ പകർത്താനും സൂസൻ വളരെ സഹായിച്ചു. എങ്കിലും എനിക്കു വളരെ മുഷിഞ്ഞു പഠിക്കേണ്ടിവന്നു. കോളേജ് വിട്ടാൽ ഹോസ്റ്റലിൽ കാപ്പികുടിക്കാൻപോലും വരാതെ നേരെ ഡിസ്കഷൻ ഹാളിൽ ചെല്ലും. സൂസനും സഹായത്തിനെത്തും. നേരം ഇരുട്ടുന്നതുവരെ ഡിസക്ഷനിൽ മുഴുകും. വന്നിട്ട് മൂന്നാലുദിവസങ്ങൾ കഴിഞ്ഞിരിക്കുന്നു. അന്ന് ബെല്ലടിച്ചിട്ടും സാർ ലക്ചർ തുടർന്നതുകൊണ്ട് ഡിസക്ഷൻ ഹാളിൽ താമസിച്ചേ പോകാൻ പറ്റിയുള്ളൂ. പാവം സൂസൻ എന്നെ കാത്തു മുഷിഞ്ഞിരിക്കും. ധൃതിയിൽ അങ്ങെത്തി. പക്ഷേ, സൂസനുപകരം ഏതോ മധുരചിന്തയിൽ മുഴുകി ചുണ്ടത്തു പുഞ്ചിരിയുമായി പരിസരം മറന്നിരിക്കുന്ന രാജനെയാണു കണ്ടത്? ഹൃദയത്തിൽ വിവിധ വികാരങ്ങളുടെ വേലിയേറ്റം. ഓപ്പറേഷൻ കഴിഞ്ഞ് പകുതി അബോധാവസ്ഥയിൽ കിടന്നപ്പോൾ കവിൾത്തടത്തിൽനിന്നും കണ്ണുനീർ ഒപ്പിയ ആ വിരലുകളുടെ ഏറ്റവും മൃദുവായ സ്പർശസുഖം! ആകംക്ഷ നിറഞ്ഞ

ആ കണ്ണുകളിൽ നിറഞ്ഞ ആർദ്രഭാവം! പണിപ്പെട്ടു വരുത്തിയ പുഞ്ചിരിയിൽ തങ്ങി നിന്ന ഉൽക്കണ്ഠ എല്ലാം എല്ലാം ഞൊടിക്കുള്ളിൽ ഓർത്തുപോയി. കണ്ടയുടൻ രാജൻ ചാടിയെണീറ്റു കൈകൾ കൂപ്പിക്കൊണ്ടു പറഞ്ഞു.

"ഒരു ഭയങ്കര സർപ്രൈസ് അല്ലേ- അതോ ആൾമാറാട്ടമോ! ഏയ് പരിഭ്രമിക്കാനൊന്നുമില്ല. ഇന്ന് സൂസന്റെ ദൂതനായി ഞാനെത്തി എന്നു മാത്രം! പുള്ളിക്കാരി തലവേദന കാരണം നേരത്തെ ഹോസ്റ്റലിൽപോയി. ദേവു ഇവിടെ വെറുതെ കാത്തുനില്ക്കണ്ട എന്നു കരുതി അതറിയിക്കാൻ എന്നെ ഏല്പിച്ചെന്നു മാത്രം. ദേവു വന്നപ്പോൾ തുടങ്ങി ഒന്നു കാണാൻ ആശിച്ചതാണ്. പക്ഷേ, ആ ആശ പണിപ്പെട്ടടക്കുകയായിരുന്നു. കാരണം ഇപ്പോഴും കൂട്ടുകാരിക്ക് എന്നോടുള്ള മനോഭാവമെന്താണെന്ന് നിശ്ചയം പോരാത്തതുകൊണ്ട്. അല്പം സ്ത്രീസൈക്കോളജി പഠിച്ചാലെന്തെന്നു തോന്നിപ്പോകയാണ്. പിന്നെ ദേവൂന് വിരോധമില്ലെങ്കിൽ എനിക്കൊരു സജഷൻ ഉണ്ട്. ഞാൻ ഭംഗിയായി വായിച്ചുതരാം. ദേവു ഡിസക്ട് ചെയ്തോളൂ."

"അയ്യോ വേണ്ട. സൂസനു സൗകര്യമുള്ളപ്പോൾ ചെയ്തോളാം."

എന്നു പറഞ്ഞപ്പോൾ രാജൻ പറയുകയാണ്.

"അല്ലെങ്കിലും ദേവു അനുകൂലിക്കുമെന്നു കരുതിയല്ല ചോദിച്ചത്. വെറും ആശകൊണ്ടു മാത്രം. ആട്ടെ വീട്ടിൽ എന്തുണ്ടു വിശേഷങ്ങൾ? ദേവൂന് വിരോധമില്ലെങ്കിൽ അറിയാനാഗ്രഹമുണ്ട്. അച്ഛനും അമ്മയും ചേട്ടനും ചേച്ചിക്കും."

ഞാനിടയ്ക്കു കയറി പറഞ്ഞു.

"അയ്യോ എനിക്കു ചേച്ചിയില്ല"

രാജൻ ചിരിച്ചുകൊണ്ടു തുടർന്നു.

"പിന്നെ അനിയനും അനിയത്തിക്കും സുഖംതന്നെയല്ലേ."

ഞാൻ തിരുത്തി. "അനിയനും അനിയത്തിയും ഇല്ല."

"എങ്കിലും ദേവു ഭാഗ്യവതിയാണ്. അച്ഛൻ, അമ്മ, ചേട്ടൻ- ഇവരുടെ എല്ലാം ലാളനയും സ്നേഹവും ദേവൂനു മാത്രമായിയുള്ളതല്ലേ."

രാജന്റെ കണ്ണുകളിൽ ശോകരസം കളിയാടി. ആ ഭാവപ്പകർച്ച കണ്ടപ്പോൾ ഞാൻ ചിന്തിച്ചുപോയി. ഒരുപക്ഷേ, രാജന് അച്ഛനോ അമ്മയോ നഷ്ടപ്പെട്ടിരിക്കുമോ? ചോദിക്കുന്നത് ശരിയല്ലല്ലോ- എങ്കിലും ഇത്രയും ചോദിച്ചു.

"സുഖം തന്നെയല്ലേ!"

പെട്ടെന്ന് ഉത്സാഹത്തോടെ കൈകൾ മലർത്തിക്കൊണ്ട് രാജൻ പറഞ്ഞു.

"ആവൂ ഇനി ഉണ്ടെങ്കിലും ഒന്നുമില്ല. ഇത്രയും നാളുകളിൽ ഇന്നാദ്യമായിട്ടാണ് ദേവു. എന്റെ സുഖവിവരങ്ങൾ തിരക്കുന്നത്. ഇനിയും അതിന്റെ മറുപടി സുഖമെന്നാൽ രോഗമില്ലാത്ത അവസ്ഥയേയാണ് സൂചിപ്പിക്കുന്നതെങ്കിൽ എനിക്ക് ഓർമ്മയുള്ളകാലം തുടങ്ങി പരമസുഖം

തന്നെ. പക്ഷേ, ഞാൻ കണക്കാക്കുന്ന സുഖമാണെങ്കിൽ എന്നെ സംബന്ധിച്ചിടത്തോളം നികത്താനാവാത്ത ചില വിടവുകളുണ്ട് ദേവൂ."

ആ കണ്ണുകൾ വീണ്ടും ദുഃഖപൂരിതമായി.

"നോക്ക് ഒന്നു കണ്ടു സന്തോഷമായി നാലു വാചകം തട്ടാമെന്നു കരുതിയാണ് ഇവിടെ എത്തിയത്. പക്ഷേ, ഇപ്പോൾ ദേവുവിന്റെ മുഖം മ്ലാനമായിരിക്കുന്നു. കാരണക്കാരൻ ഞാനല്ലേ."

പണിപ്പെട്ട് ഉല്ലാസഭാവം വരുത്തിക്കൊണ്ട് രാജൻ ഇങ്ങനെ പറഞ്ഞെങ്കിലും ആ നികത്താനാവാത്ത വിടവ് എന്താണെന്നു ചോദിക്കാൻ ഹൃദയം വെമ്പി. ഒരുപക്ഷേ, പ്രേമിച്ച പെൺകുട്ടി ചതിച്ചിരിക്കുമോ– പ്രിയപ്പെട്ടവർ ആരെങ്കിലും മരിച്ചിരിക്കുമോ ആവോ– രാജന്റെ ഹൃദയവ്യാപാരങ്ങളിലേക്കു കടക്കാൻതക്കവണ്ണം ഞങ്ങൾ തമ്മിലെന്താണടുപ്പം– എന്ത്? അടുപ്പമില്ലേന്നോ. പെട്ടെന്നു ചിന്തയ്ക്കു കടിഞ്ഞാണിച്ചു. എസ് എ റ്റി ഹോസ്പിറ്റലിൽ മണി അഞ്ചര അടിക്കുകയാണ്.

"നേരം വളരെയായി ഞാൻ പോകട്ടെ."

രാജൻ പോകാനായി വഴിമാറിത്തന്നുകൊണ്ട് പറഞ്ഞു.

"വല്ലപ്പോഴും ഒന്നു കണ്ട് വെറുതെ അഞ്ചു പത്തുമിനിട്ടു വർത്തമാനം. വിരോധമില്ലെന്നു കരുതട്ടെ."

ഹോസ്റ്റലിലേക്കു നടന്നപ്പോൾ പലവിധ വികാരങ്ങൾ ഹൃദയത്തിൽ സ്ഥാനം പിടിച്ചു. ഞാനും രാജനും തമ്മിലുള്ള ബന്ധമെന്താണ്? രാജൻ അന്നു പറഞ്ഞതുപോലെ നിർദ്ദോഷമായ സുഹൃദ്ബന്ധം മാത്രമാണോ. ആ പരിധിക്കുള്ളിൽ ഈ ബന്ധത്തെ ഒതുക്കിനിർത്താൻ കഴിയുമോ? പരിധിതന്നെ എവിടെയാണ്? പെട്ടെന്ന് ഗോപിച്ചേട്ടന്റെ വാക്കുകൾ ഓർത്തുപോയി.

"ദേവൂ, ഒരിക്കൽ ഈ വികാരം നിനക്ക് എന്നോടു തോന്നുമെന്നാശിക്കുന്നു. പ്രേമമെന്ന വികാരം!"

ഇല്ല. ഗോപിച്ചേട്ടനെ എനിക്ക് ഒരിക്കലും പ്രേമിക്കാൻ കഴിയുകയില്ല. ഒരിക്കലും കണ്ടുമുട്ടുമ്പോൾ ഹൃദയം അതിവേഗം തുടിച്ചിരുന്നില്ല. ശരീരം കോൾമയിർകൊണ്ടിരുന്നില്ല. എന്തെല്ലാം വൃഥാ ചിന്തകളാണ് മനസ്സിനെ ആക്രമിക്കുന്നത്? ഇപ്പോൾ ഇതൊക്കെ ചിന്തിക്കാനെന്തുണ്ടായി? പ്രത്യേകിച്ചും പ്രേമത്തെക്കുറിച്ച്. ഹൃദയ വ്യാപാരങ്ങളെ വിശകലനം ചെയ്യുന്നതിനേക്കാൾ ഈ ശിഥില ചിന്തകളിൽനിന്നും ഒഴിഞ്ഞു മാറുന്നതാണു നല്ലത്.

പതിനാല്

വളരെ ശുഷ്കാന്തിയോടെ പഠിത്തമാരംഭിച്ചു. ഹൃദയത്തിന് കാടു കേറാനുള്ള നേരം കൊടുത്തില്ല. കോളേജ് വിട്ടാൽ നേരെ ഹോസ്റ്റലിൽ എത്തും. പിന്നെ പഠിത്തത്തിൽ മുഴുകും. എങ്കിലും രാജനുമായി പലപ്പോഴും കണ്ടുമുട്ടി. അവിചാരിതമായെങ്കിലും! കുസൃതിനിറഞ്ഞ മന്ദഹാ

സവുമായി രാജൻ അടുത്തെത്തുമ്പോൾ ഹൃദയം അകാരണമായി പരവശമായി. ദിവസങ്ങൾ കഴിയുംതോറും ഈ കണ്ടുമുട്ടലുകൾ അടുത്തടുത്തായി. എന്നെ സംബന്ധിച്ചിടത്തോളം മനഃപൂർവ്വമല്ലെങ്കിലും! ഒന്നുരണ്ടു വാക്കുകളിൽ ഒതുങ്ങിയ വിശേഷം പറച്ചിൽ പതുക്കെ ദീർഘിച്ചു തുടങ്ങി. ആരും മുഖത്തുനോക്കി കളിയാക്കിയില്ലെങ്കിലും പലരും ഞങ്ങളെ സൂക്ഷിക്കുന്നുണ്ടെന്ന് മനസ്സിലാക്കാൻ കഴിഞ്ഞു. ഒരു ദിവസം പതിവുപോലെ വിശേഷങ്ങളുടെ മദ്ധ്യത്തിൽ സൂസൻ പറഞ്ഞു.

"ഇന്ന് ഒരു സംഭവമുണ്ടായി. ഞങ്ങൾ നൈറ്റ് ക്ലാസ് കഴിഞ്ഞു ഹോസ്റ്റലിലേക്കു വരാനിറങ്ങി. 'ഇതാ ഇവനെക്കൂടെ അത്രടം ഒന്നു കൊണ്ടുപോകണം.' രാജനെ മുന്നോട്ടു തള്ളിയിട്ടു ഗോപിയും വേണുവും പൊട്ടിച്ചിരിച്ചു. പതിവുപോലെ. വഴിയിൽ ഒരാളെ കാണാൻ പറ്റിയില്ല. സാധാരണ എല്ലാ കളിയാക്കലുകളിലും തമാശകളിലും പങ്കുകൊള്ളാറുള്ള രാജന്റെ മുഖത്ത് എന്തൊരു ഗൗരവമായിരുന്നെന്നോ!"

പെട്ടെന്ന് ചിരിച്ചുകൊണ്ട് സൂസൻ തുടർന്നു.

"ദേവൂ എനിക്കു ബലമായ സംശയം – രാജൻ നിന്നെ പ്രേമിക്കുന്നുണ്ടോ എന്ന്–"

എന്റെ മുഖം വിവർണ്ണമായോ എന്നറിയില്ല. വേഗം എന്നെ സാന്ത്വനപ്പെടുത്തിക്കൊണ്ടു സൂസൻ പറഞ്ഞു.

"അയ്യോ, ദേവൂനെ വിഷമിപ്പിക്കാനല്ല ഞാൻ പറഞ്ഞത്. നാലു വർഷത്തെ പരിചയത്തിന്റെ വെളിച്ചത്തിൽ പ്രേമവുമായി ആളുകളെ ബോറടിക്കുന്ന പ്രകൃതക്കാരനല്ല രാജൻ എന്ന് എനിക്കു പറയാൻ കഴിയും. രാജൻ അത്തരത്തിൽ നിന്നെ ബോറടിപ്പിക്കുമെന്നു വിഷമിക്കേണ്ട. പിന്നെ പഠിക്കുമ്പോൾ ഇതൊക്കെ ഒരു രസം."

പക്ഷേ, സൂസൻ മുറിവിട്ടുപോയി വളരെ കഴിഞ്ഞിട്ടും എനിക്കു പഠിത്തത്തിൽ ശ്രദ്ധ ഉറപ്പിക്കാൻ കഴിഞ്ഞില്ല. ഒരു കണക്കിനു അമ്മയുടെ വാക്കുകൾ കേട്ടു വീട്ടിൽ കഴിഞ്ഞാൽ മതിയായിരുന്നു. ഹൃദയം എത്ര മാത്രം അസ്വസ്ഥമായിരിക്കുന്നു. കാരണമോ എത്ര നിസ്സാരം. ഫൈനൽ പരീക്ഷ അടുത്തിരിക്കയാണ്. മെഡിക്കൽ കോഴ്സിലെ ഏറ്റവും പ്രയാസമേറിയ വർഷം രണ്ടാം വർഷമാണെന്ന് എല്ലാവരും സമ്മതിക്കും. അനാറ്റമിക് പഠിച്ച് തല പെരുത്തുതുടങ്ങിയിരിക്കുന്നു. ശുദ്ധവായു ശ്വസിക്കാൻ തലയ്ക്ക് അല്പം വെളിച്ചം വീഴാൻ ഒന്ന് പുറത്തിറങ്ങിയിരുന്നു. എങ്കിൽ സൂസൻ ലൈബ്രറിയിൽ ആയിരുന്നതുകൊണ്ട് അങ്ങോട്ടു നടക്കാമെന്നു കരുതി. മണി ആറു കഴിഞ്ഞിരിക്കുന്നു. കോളേജ് പരിസരം പോക്കുവെയിലിന്റെ പൊന്നൊളിയിൽ മുങ്ങിക്കുളിച്ചു നില്ക്കുകയാണ്. എത്ര സുന്ദരമായ പ്രകൃതി! പക്ഷേ, ഹൃദയത്തിൽ മാത്രം അകാരണമായ വിഷാദം.

പെട്ടെന്നാണ് രാജൻ മുമ്പിൽ പ്രത്യക്ഷപ്പെട്ടത്. ഹൃദയത്തിലാകെ വെളിച്ചം പരന്ന പ്രതീതി– വിഷാദത്തിന്റെ മാറാലകൾ തൂത്തെറിയപ്പെട്ടതുപോലെ!

"ദേവൂനെ ഒന്നു കണ്ടിട്ട് എത്ര നാളുകളായി. ദേവൂന് ഒരുപക്ഷേ, അതൊരാവശ്യമല്ലെങ്കിലും എനിക്ക് അതൊരു അത്യാവശ്യമായിത്തീർന്നിരിക്കുന്നു. വല്ലപ്പോഴും എന്നെപ്പറ്റി കൂടി ഓർത്തെങ്കിൽ എന്നാശിച്ചുപോകുകയാണ്. ഒന്നു കാണണമെന്നു തോന്നാറില്ലേ."

രാജന്റെ സ്വരത്തിൽ പരിഭവത്തോടൊപ്പം വേദനയും തങ്ങി നിന്നു. ആ കണ്ണുകൾ വ്രണിതങ്ങളായിരുന്നു. എന്റെ ഹൃദയം വിങ്ങി. കഷ്ടം എന്തു ഭയങ്കര തെറ്റിദ്ധാരണ! അനാറ്റമിയിലെ നെടുനെടുങ്കൻ പേരുകൾ കാണാപാഠമാക്കുമ്പോഴും ഫിസിയോളജിയിൽ ശരീരത്തിന്റെ അതിശയപൂർണ്ണമായ പ്രവർത്തനം മനസ്സിലാക്കാൻ ശ്രമിക്കുമ്പോഴും എന്റെ കൺമുമ്പിൽനിന്ന് എത്രപണിപ്പെട്ടിട്ടും മാറ്റാൻ കഴിയാത്തത് രാജന്റെ മുഖമാണ്– രാജന്റേതുമാത്രം എന്ന് ഉറക്കെ പറയാൻ തോന്നി. പക്ഷേ, നമ്മുടെ സാമൂഹ്യവ്യവസ്ഥിതിയിൽ ഏറ്റവും മൂടിവയ്ക്കേണ്ടത് മനുഷ്യന്റെ ഹൃദയവികാരങ്ങളെയാണല്ലോ. അവയെ മാനിക്കേണ്ടിയിരിക്കുന്നു. എന്റെ കണ്ണുകൾ നിറഞ്ഞുകാണും. അവയിൽ രാജൻ എന്തു കണ്ടു എന്നറിയില്ല. പക്ഷേ, പെട്ടെന്ന് രാജന്റെ ഭാവം മാറി– കണ്ണുകളിൽ നർമ്മബോധം നിറഞ്ഞു. പുഞ്ചിരിച്ചുകൊണ്ട് പറഞ്ഞു:

"ദേവൂ, ഞാൻ ഒരു വെറും സ്വാർത്ഥിയാണ്. ദേവൂനു വളരെയധികം പഠിക്കാനുണ്ടെന്നുള്ള കാര്യം പാടേ മറന്നാണ് ഇപ്പോൾ പരിഭവിച്ചത്. പക്ഷേ, ഒരുകാര്യം പറയട്ടെ. എപ്പോഴും ഇങ്ങനെയിരുന്നു പഠിച്ചാൽ തലയ്ക്ക് ചൂടുകയറും. കഷ്ടം ഒരാഴ്ചയിൽ എത്ര ക്ഷീണിച്ചു. വിളർത്തുപോയി! ദേവു ലൈബ്രറിയിലേക്കാണോ? ഞാനും വരാം.

അങ്ങിനെ ഞങ്ങൾ ലൈബ്രറിയിലേക്കു നീങ്ങി. രാജന്റെ പഠിത്തത്തെപ്പറ്റി ഞാനാരാഞ്ഞപ്പോൾ.

"പെൺകുട്ടികളെപ്പോലെ മുഷിഞ്ഞു പഠിക്കാൻ ഞാനാളല്ല. എന്നെക്കൊണ്ട് അതിനുള്ള കഴിവുമില്ല."

കൃത്രിമവിനയം നടിച്ചുകൊണ്ട് രാജൻ പറഞ്ഞു.

ഫുട്ബോൾ ഫീൽഡ് എത്തിയപ്പോൾ രാജൻ നിന്നു.

"കഴിഞ്ഞയാഴ്ച മുഴുവൻ ദേവൂനെ കാണാഞ്ഞതുകൊണ്ട് മനസ്സിന് ഒരു വല്ലായ്മയായിരുന്നു. പക്ഷേ, ഇന്ന് ഇതാ പേമാരിക്കുശേഷം സൂര്യൻ തെളിഞ്ഞതുപോലെ– എന്താ ഉപമ കൊള്ളാമോ. കഴിഞ്ഞയാഴ്ച മുഴുവൻ പഠിത്തം നടന്നില്ല. പക്ഷേ, ഇപ്പോൾ പ്രചോദനം കിട്ടിയിരിക്കുന്നു. ഇനിയും ഉഗ്രമായി പഠിക്കാൻ പോകയാണ്."

എന്റെ ഹൃദയത്തിലും എന്തു ലാഘവമാണ് അനുഭവപ്പെട്ടത്. പക്ഷേ, രാജനെപ്പോലെ വാചാലനാകാൻ എനിക്കു കഴികയില്ലല്ലോ.

"ആട്ടെ ദേവൂന് പരീക്ഷയിൽ സർവ്വമംഗളങ്ങളും. അധികം പഠിച്ച് അസുഖം ഒന്നും വരുത്തിവെക്കല്ലേ!"

ഞങ്ങൾ രണ്ടു വഴികളിലൂടെ നടന്നകന്നു. ഞാൻ ലൈബ്രറിയിലേക്കും – രാജൻ ഹോസ്റ്റലിലേക്കും.

പരീക്ഷകൾ ഒക്കെ കഴിഞ്ഞിരിക്കുന്നു. മനസ്സിന് പൂർണ്ണതൃപ്തിയാകത്തക്കവണ്ണം ചെയ്തിട്ടില്ലെങ്കിലും ജയിക്കുമെന്നു തോന്നുന്നു. പിറ്റേദിവസം വീട്ടിൽ പോകയാണ്. നീണ്ട ഒരു മാസത്തെ അവധി! കഴിഞ്ഞയാണ്ടിൽ ഈ അവധിക്കായി എത്ര കാത്തിരുന്നതാണ്. എന്റെ ചിന്താഗതി എത്ര മാറിയിരിക്കുന്നു. അമ്മയേയും അച്ഛനേയും കാണാൻ കൊതിച്ചെങ്കിലും ഈപ്രിയപ്പെട്ട ചുറ്റുപാടുകളിൽനിന്നും അധിക ദിവസങ്ങൾ അകന്നു നില്ക്കാൻ ഒരു വിഷമം., അച്ഛന്റെയും അമ്മയുടെയും ലാളയിലും സംരക്ഷണയിലും എല്ലാം കണ്ടെത്തിയിരുന്ന ദേവു എന്ന ബാലിക വിശാലമായ ലോകത്ത് ഡോക്ടർ ദേവയാനി എന്ന പ്രൗഢ വനിതയായി മാറിക്കൊണ്ടിരിക്കയല്ലെ. വിസിറ്റേഴ്സ് റൂമിൽ ഇരുന്നു പത്രം വായിക്കുകയായിരുന്നു. എങ്കിലും കണ്ണുകൾ വെളിയിലേക്കു പാഞ്ഞുകൊണ്ടിരുന്നു. കൂട്ടുകാർ സിറ്റിയിൽ പോകാൻ വിളിച്ചെങ്കിലും തലവേദന എന്നു പറഞ്ഞൊഴിഞ്ഞു. എന്റെ ഹൃദയം മറ്റെന്തിനെയോ പ്രതീക്ഷിച്ചിരിക്കയാണ്. നാലാം വർഷക്കാർക്കു ഇനിയും പരീക്ഷ കഴിഞ്ഞിട്ടില്ല. സൂസൻ മുറിയിൽ കൊണ്ടുപിടിച്ച പഠിത്തമാണ്. ചിലപ്പോൾ രാജൻ വന്നില്ലെങ്കിലോ? വരണമെന്നാവശ്യപ്പെട്ടുമില്ലല്ലോ. പക്ഷേ, അധികം കാത്തിരിക്കേണ്ടിവന്നില്ല. രാജൻ എത്തിക്കഴിഞ്ഞു. ഹൃദയം തരളിതമാകയാണ്. എത്ര ഹൃദ്യമായ അനുഭൂതി! കാത്തിരുന്ന ഈ കണ്ടുമുട്ടലിന്റെ നിമിഷങ്ങൾ വന്നുകഴിഞ്ഞു. അല്പസമയം കഴിയുമ്പോൾ വീണ്ടും പിരിയും – കാണാമെന്നു പ്രതീക്ഷയോടെ. അങ്ങനെ കണ്ടും പിരിഞ്ഞും ഈ ബന്ധത്തിന്റെ അവസാനം എവിടെയാണ്? ഓ ദൂരവ്യാപകമായി ചിന്തിച്ചിട്ട് എന്തു നേടാനാണ്? ഇപ്പോഴിതാ രാജൻ ഏറ്റവും വശ്യമായ പുഞ്ചിരിയോട് മുമ്പിൽ നില്ക്കയാണ്.

"ആവൂ കാണുമോ എന്നു സംശയിച്ചാണു വന്നത്. ഷോപ്പിങ്ങിനു ഒന്നും പോയില്ലേ?"

ഇല്ല. ഈ സമാഗമത്തിനായി നോക്കിയിരിക്കയായിരുന്നു എന്നു പറയാൻ കഴിഞ്ഞില്ല. അതിനുപകരം അങ്ങോട്ടു ചോദിച്ചു:

"രാജനു പരീക്ഷയല്ലേ. ഒക്കെ പഠിച്ചുകഴിഞ്ഞോ?"

"ഓഹോ. എല്ലാം പഠിച്ചിരിക്കുന്നു. ഇനിയും എഴുതാനുള്ള പ്രചോദനം മാത്രമേ വേണ്ടൂ. അതിനായിട്ടാണ് ഇങ്ങോട്ടു വിടകൊണ്ടത്."

പെട്ടെന്ന് ചിരിച്ചുകൊണ്ടിരുന്ന മുഖം മ്ലാനമായി.

"ദേവു നാളെ പോകുകയല്ലേ. കഴിഞ്ഞയാണ്ട് ഇതുപോലെയുള്ള രംഗം ഓർക്കുന്നുണ്ടോ? ഒരു വിധത്തിൽ ദേവൂന്റെമേൽ ഈ കൂട്ടുകെട്ട് അടിച്ചേല്പിക്കയായിരുന്നു എന്നുവേണം പറയാൻ. എന്നിട്ടും അതു സ്വീകരിച്ച നല്ല മനസ്സിനു നന്ദി. കാരണം ഈ കഴിഞ്ഞ വർഷം മുഴുവൻ ദേവു എത്ര സന്തോഷം നിറഞ്ഞ നിമിഷങ്ങൾ തന്നിരിക്കുന്നു."

പെട്ടെന്നു രാജൻ നിശ്ശബ്ദനായി. തെല്ലുകഴിഞ്ഞു പതുക്കെ ചോദിച്ചു.

"ദേവു വീട്ടിൽ എത്തിക്കഴിഞ്ഞാൽ വല്ലപ്പോഴുമെങ്കിലും എന്നെ

ഓർക്കുമോ– അച്ഛനുമമ്മയുടെയും സ്നേഹാഭിഷേകങ്ങളുടെ നടുവിൽ! ദേവു എത്ര ഭാഗ്യവതിയാണ്."

"അവധിക്കു വീട്ടിൽ പോകുന്നത് ഇത്ര മഹാഭാഗ്യമാണോ?" ഞാൻ ചോദിച്ചു.

"രാജന്റെ അവധിക്കാല പരിപാടി എന്താണ്? വീട്ടിലേക്കു പോകുന്നില്ലേ–"

"വീട്ടിലേക്കോ? എനിക്ക് വീടും കൂടും ഇല്ലെന്നുള്ള വിവരം ദേവൂന് അറിഞ്ഞുകൂടായിരിക്കും. ആ ദേവൂ എന്നെപ്പറ്റി എന്തെങ്കിലുംതന്നെ അറിയാൻ ഉത്സാഹം കാണിച്ചിട്ടില്ലല്ലോ. അച്ഛനമ്മമാരുടെ ലാളന അനുഭവിക്കാനുള്ള യോഗം ഉണ്ടായിട്ടില്ല ദേവൂ. ആ എന്റെ കഥ കേൾക്കണോ തീർച്ചയായും ദേവൂന്റെ മനസ്സുഖം നഷ്ടപ്പെടും."

"എന്നോടു പറയൂ! പലപ്പോഴും രാജനെപ്പറ്റി ചോദിക്കണമെന്നാശിച്ചിട്ടുണ്ട് പക്ഷേ."

ഞാൻ വാചകം മുഴുമിപ്പിക്കാതെ നിർത്തി രാജന്റെ മുഖം മ്ലാനമായി. ഒരു നെടുവീർപ്പോടെ കഥ തുടങ്ങി.

"സിംഗപ്പൂരിൽ ഒരു കാറപകടത്തിൽ എനിക്കു ഡാഡിയും മമ്മിയും നഷ്ടപ്പെട്ടു. ഞാൻ ആലുവായിൽ ഒരു ബോർഡിങ് സ്കൂളിൽ പഠിച്ചു കൊണ്ടിരുന്നപ്പോഴാണ്. ഡാഡിയുടെ ജോലിസ്ഥലത്തു പഠിപ്പിക്കാൻ സൗകര്യമില്ലാത്തതുകൊണ്ട് ഞാൻ അഞ്ചുവയസ്സു കഴിഞ്ഞപ്പോഴേ നാട്ടിൽ വരേണ്ടിവന്നു. വലിയ അവധിക്ക് ഡാഡിയും മമ്മിയും വരും. ഞങ്ങൾ പെരിയാറിന്റെ തീരത്തുള്ള ഡാഡിയുടെ വീട്ടിൽ സമ്മേളിക്കും. ചെറിയ അവധികൾക്കും ഞാനവിടെ അമ്മച്ചിയുടെ അടുത്തേക്കായിരുന്നു പോയിരുന്നത്. പക്ഷേ, രണ്ട് വലിയ അവധികൾ മാത്രമേ എനിക്ക് അങ്ങനെ കഴിയാൻ പറ്റിയുള്ളൂ. അപ്പോഴാണ് ഈ അത്യാഹിതം സംഭവിച്ചത്. അവധിക്കു മുമ്പുതന്നെ അങ്കിൾ എന്നെ വീട്ടിലേക്കു കൂട്ടിക്കൊണ്ടുപോകാൻ വന്നപ്പോൾ ഞാൻ എന്തിനാണെന്ന് അതിശയിച്ചു. അങ്കിളിന്റെ മുഖത്തെ മ്ലാനഭാവം എന്നെ അമ്പരപ്പിച്ചു. പതിവുപോലെ കളിവർത്തമാനങ്ങളില്ല. വീട്ടിൽ എത്തിയ ഉടൻ അമ്മച്ചി എന്നെ കെട്ടിപ്പിടിച്ച് ഉറക്കെക്കരഞ്ഞു. അങ്ങിനെ പതുക്കെ പതുക്കെയാണ് എന്റെ ജീവിതത്തിലെ ആ വലിയ വിടവു ഞാൻ മനസ്സിലാക്കിയത്. നാലു വർഷങ്ങൾ കഴിഞ്ഞ് അമ്മച്ചി മരിച്ചു കഴിഞ്ഞപ്പോൾ അവധിക്കു പോകാനും ഇടമില്ലാതായി.

ചിറ്റപ്പന്മാർ രണ്ടുപേരും സിംഗപ്പൂരിലാണ്. അതുകൊണ്ട് അവധിക്കാലം മിക്കവാറും ബോർഡിങ് സ്കൂളിൽത്തന്നെ കഴിച്ചുകൂട്ടേണ്ടിവന്നു. എത്ര വിരസങ്ങളായിരുന്നു ആ ദിവസങ്ങൾ! ബോർഡിങ്ങിൽ ഒന്നു രണ്ടു സാറന്മാരും ഞാനും മാത്രം കാണും. ഏകാന്തതയുടെ ആ നിമിഷങ്ങളിൽ ഡാഡിയോടൊത്തു പുഞ്ചിരിച്ചു നില്ക്കുന്ന മമ്മിയുടെ ഫോട്ടോ ഞാൻ വളരെ നേരം നോക്കിക്കൊണ്ടിരിക്കുമായിരുന്നു. ആ

പടത്തിൽ നിന്നും എന്നെ നോക്കി അവർ പുഞ്ചിരിക്കുമ്പോൾ എല്ലാവരും എന്നെ പറഞ്ഞു ധരിപ്പിച്ചതു കളവാണ് – ഒരിക്കൽ അവർ എന്നെത്തേടി വരാതിരിക്കയില്ല എന്നാ കുട്ടിക്കാലത്ത് ഞാൻ ആശിച്ചുപോയിട്ടുണ്ട്. അവധി കഴിഞ്ഞ് കുട്ടികളെ അച്ഛനമ്മമാർ സ്കൂളിൽ കൊണ്ടെത്തിക്കുമ്പോൾ, ആരും കാണാതെ ഞാൻ വളരെ കരഞ്ഞിട്ടുണ്ട്. എനിക്കു മാത്രം ഈ വിധി! അങ്ങനെ വർഷങ്ങൾ കഴിഞ്ഞപ്പോൾ എന്റെ വിധിയുമായി പൊരുത്തപ്പെടാൻ കഴിഞ്ഞു. കോളേജിൽ എത്തിയപ്പോൾ പിന്നെ അത്ര ഏകാന്തത തോന്നിയിരുന്നില്ല. മൂന്നാലവധികൾക്കു സിംഗപ്പൂരിൽ പോയി പിന്നെ ചിലപ്പോൾ ഊട്ടിയിലോ കൊടൈക്കനാലിലോ ഏതെങ്കിലും ഹോളിഡേ ഹോമിലോ കഴിച്ചുകൂട്ടും. പണത്തിന് കുറവില്ലാത്തതു കൊണ്ട് അങ്ങനെ അവധിക്കാലങ്ങൾ നാടുചുറ്റിക്കഴിക്കാൻ സാധിച്ചു."

രാജൻ പറഞ്ഞു നിർത്തിയപ്പോൾ എന്റെ കണ്ണുകൾ നിറഞ്ഞിരുന്നു. കഷ്ടം എത്ര ക്രൂരമായ വിധി!

"കണ്ടോ, ദേവൂന്റെ മുഖം വാടിയല്ലോ. ഇത്രയധികം വിഷമിക്കാനെന്തിരിക്കുന്നു. ഇതൊക്കെ കഴിഞ്ഞ കഥയല്ലേ. വാസ്തവത്തിൽ എനിക്കിപ്പോൾ എന്തു സന്തോഷമാണെന്നോ! പിന്നെ ഒരു മാസക്കാലം ദേവൂനെ കാണാൻ പറ്റുകയില്ലല്ലോ. എന്ന മനഃസ്താപം മാത്രം! ആട്ടെ നേരം വളരെയായി. ദേവു മനസ്സു തുറന്ന് ഒന്നു പുഞ്ചിരിക്കൂ."

രാജൻ പോകാനായി എണീറ്റു.

പതിനഞ്ച്

വീട്ടിൽ എത്തിയപ്പോൾ പ്രതീക്ഷിക്കാതെ ഗോപിചേട്ടനും അമ്മായിയും ഉണ്ടായിരുന്നു. ഗോപിച്ചേട്ടൻ അവസാന പരീക്ഷ കഴിഞ്ഞു വന്നിരിക്കയാണ്. റിസൽട്ട് അറിയേണ്ട താമസം. അമ്മാവന്റെ ഒരു സ്നേഹിതന്റെ കമ്പനിയിൽ കൽക്കത്തായിൽ ജോലി ലഭിക്കും. പരീക്ഷ നല്ല വണ്ണം ചെയ്തിരിക്കുന്നതുകൊണ്ട് റിസൽട്ടിന്റെ കാര്യത്തിൽ ഒരു പരുങ്ങലുമില്ല.

വീട്ടിൽ ആകെ ഉല്ലാസപൂർണ്ണമായ അന്തരീക്ഷം. ഗോപിച്ചേട്ടനെ എങ്ങനെയൊക്കെ ഊട്ടിയിട്ടും അമ്മയ്ക്കു മതി വരുന്നില്ല. അമ്മായിക്കാണെങ്കിൽ എന്നെ ഒരുക്കി അമ്പലത്തിലും മറ്റും കൊണ്ടുപോകാൻ എന്തൊരുത്സാഹം! അമ്മായി പറയുകയാണ്.

"നോക്കൂ! കുട്ടി മെഡിക്കൽ കോളേജ് ഒക്കെ കണ്ടില്ലെ. ഇനിയും പഠിത്തം മതിയാക്കി ഇവന്റെകൂടെ അങ്ങു കൽക്കട്ടായിലേക്കു പോകൂ. പിന്നെ അവൻ മറ്റു വല്ല സുന്ദരികളുടെ വലയിൽ വീണുപോയാൽ അമ്മായിയെ കുറ്റപ്പെടുത്തരുത് കേട്ടോ."

അമ്മയും ഈ അഭിപ്രായത്തോടു യോജിച്ചു

"ഈ അവധിക്കുതന്നെ കല്യാണം നടത്തിക്കളയാം. എന്താ?"

എന്റെ മുഖത്തെ ദൈന്യഭാവം കണ്ടിട്ടാവണം ഗോപിച്ചേട്ടൻ പറഞ്ഞു:

"ദേവു ഇവരുടെ ഭീഷണികളിൽ ഒന്നും വിഷമിക്കണ്ട. ദേവൂന്റെ ജീവിതാഭിലാഷം സാധിച്ചുതരാൻ എനിക്കാണല്ലോ കൂടുതൽ കടപ്പാട്. പക്ഷേ, ഒരുകാര്യം– ഒരു കാരണവശാലും തോറ്റുകളയരുത്. ഈ കാത്തിരിപ്പ് ഇത്തിരി പ്രയാസമാണ്."

ഈ സ്നേഹപ്രകടനങ്ങൾക്കിടയിൽ എന്തൊരു വീർപ്പുമുട്ടലാണ് അനുഭവപ്പെടുന്നത്. പൊട്ടിച്ചെറിയാൻ കഴിയാത്ത സ്നേഹബന്ധങ്ങൾ – അവ ഒരുകണക്കിന് ബന്ധനങ്ങൾ തന്നെയല്ലേ? അവരുടെയൊക്കെ പ്രതീക്ഷകൾ സാക്ഷാൽക്കരിപ്പിക്കേണ്ടത് ഞാനാണ് – ഞാൻ മാത്രം ഒരു പ്രശ്നം മാത്രം എന്നെത്തുറിച്ചു നോക്കുന്നു. ഗോപിച്ചേട്ടന്റെ ഉത്തമ പത്നിയായി കഴിയാൻ സാധിച്ചെന്നുവരാം. പക്ഷേ, ചേട്ടൻ ആശിക്കുന്നതുപോലെ– ആ നോട്ടത്തിൽ കോൾമയിർ കൊള്ളാൻ, ആ പുഞ്ചിരിയിൽ മനം മയങ്ങുവാൻ, ആ കൈകളിൽ ആവേശത്തോടെ അമരാൻ! വയ്യ– എനിക്കതു സാദ്ധ്യമല്ല. ഒരിക്കലും.

ദിവസങ്ങൾ കടന്നുകൊണ്ടിരുന്നു. വീട്ടിൽ ആളും അനക്കവുമുണ്ടായിരുന്നതുകൊണ്ട് നേരം പോക്കാൻ വിഷമം തോന്നിയില്ല. ഗോപിച്ചേട്ടനും എനിക്കും തനിയെ അധികം വർത്തമാനം പറയാൻ അവസരം കിട്ടിയില്ലെന്നു പറയാം. അതിന് പ്രധാന കാരണം ഞാൻ അവസരം കൊടുത്തില്ലെന്നുള്ളതുതന്നെ. എങ്കിലും ഒരിക്കൽ ഗോപിച്ചേട്ടൻ അടുത്തുകൂടി.

"ദേവു നിന്റെ പ്രകൃതം വളരെയധികം മാറിപ്പോയിരിക്കുന്നു. ഒരു പക്ഷേ, നീ അതറിയുന്നില്ലായിരിക്കും. കുട്ടിക്കാലത്തു നിന്റെ പ്രിയപ്പെട്ട കൂട്ടുകാരനായിരുന്നില്ലേ ഞാൻ– ഇപ്പോൾ എത്രമാത്രം അകന്നിരിക്കുന്നു നീ! എന്തുപ്രശ്നങ്ങളാണ് നിന്നെ വിഷമിപ്പിക്കുന്നത്? എന്നോടു തുറന്നുപറയുക! ഒരുപക്ഷേ, പണ്ടത്തെപ്പോലെ നിന്റെ പ്രശ്നങ്ങൾക്ക് എനിക്കു പോംവഴി കാണാൻ സാധിച്ചേക്കും."

ഇതു പറഞ്ഞപ്പോൾ ഗോപിച്ചേട്ടന്റെ മുഖം എത്ര ഗൗരവപൂർണ്ണമായിരുന്നു. ആ കണ്ണുകൾ എന്റെ മുഖഭാവം സൂക്ഷിക്കുന്നുണ്ടായിരുന്നു. പാവം ഗോപിച്ചേട്ടൻ പലതും പറഞ്ഞാൽ കൊള്ളാമെന്നുണ്ട്. പക്ഷേ, മനുഷ്യന്റെ ചിന്താഗതികളെല്ലാം തുറന്നു പറയാനുള്ളതല്ലല്ലോ.

"ഈ മെഡിക്കൽ കോളേജ് ജീവിതം എന്റെ ജീവിതത്തോടുള്ള കാഴ്ചപ്പാട് വളരെ മാറ്റിയിരിക്കുന്നു. പണ്ടത്തെപ്പോലെ പൊട്ടിച്ചിരിച്ചു കളിച്ചു നടക്കാൻ ഇനിയൊരിക്കലും എനിക്കു കഴിയുമെന്നു തോന്നുന്നില്ല."

ഗോപിച്ചേട്ടനോട് ഇതു പറഞ്ഞപ്പോൾ ആ മുഖത്തു നോക്കാൻ എനിക്കു ധൈര്യം പോരായിരുന്നു. ഗോപിച്ചേട്ടൻ അതു പൂർണ്ണമായും വിശ്വസിച്ചു എന്നു തോന്നുന്നു.

"നീ പറഞ്ഞതു നേരാണ്. ഇപ്പോഴും നിന്നെ പണ്ടത്തെ പാവാട ക്കാരിയായിത്തന്നെ ഞാൻ കാണുന്നു."

ആ അവധിക്കാലത്ത് പിന്നീടൊരിക്കലും അങ്ങിനെയുള്ള ഒരു സംഭാ ഷണത്തിന് ഭാഗ്യംകൊണ്ട് ഇടവന്നില്ല. ഇത്തവണ ഗോപിച്ചേട്ടനും അമ്മാ യിയും പോയപ്പോൾ എന്തുകൊണ്ടോ ഒരു ഹൃദയാശ്വാസമാണ് അനുഭ വപ്പെട്ടത്.

രാത്രിയുടെ ഏകാന്തതയിൽ പലപ്പോഴും രാജനെപ്പറ്റി ചിന്തിച്ചു പോയി. ഇപ്പോൾ രാജൻ എവിടെയാണ്. കൊഡൈക്കനാലിൽ പ്രകൃതി ഭംഗിയുടെ മടിത്തട്ടിൽ അങ്ങനെ അലസമായി സമയം നീക്കുകയാണോ? പാവം! ഏതു സുഖസൗകര്യങ്ങളുടെ മദ്ധ്യത്തിലും തികച്ച ഏകാന്തത യല്ലെ അനുഭവിക്കുന്നത്? തന്റെ വേദനകൾ, സന്തോഷങ്ങൾ പുതിയ അനുഭവങ്ങൾ ഇതൊന്നും പങ്കിടാൻ ഉറ്റവരായി ആരുമില്ലാതെ വളർന്നു വരിക. ഹോ! എത്ര ക്രൂരമായ വിധി! ഒരുപക്ഷേ രാജന്റെ ഏകാന്തത യിൽ വെളിച്ചം പരത്താൻ കഴിവുള്ള ഒരുജീവിതസഖിയെ കണ്ടെത്തി യെന്നുവരാം– രാജന് മറ്റൊരു ജീവിതസഖിയോ? രാജനു മനസ്സിനിണ ങ്ങുന്ന ഒരാളെ പ്രേമിക്കുന്നതിൽ എന്താണു പന്തികേട്? ആ വിചാര ത്തിൽത്തന്നെ ഞാനെന്തിനാണ് അമർഷം കൊള്ളുന്നത്. അപ്പോൾ രാജ നോട് എനിക്കു പ്രേമമാണോ? എന്റെ ഹൃദയത്തിന്റെ പോക്ക്? ഏതാ യാലും രാജൻ ഒരിക്കലും എന്നെ പ്രേമിക്കുന്നതായി പറഞ്ഞിട്ടില്ലല്ലോ. ഞങ്ങൾ വെറും സുഹൃത്തുക്കൾ മാത്രമല്ലേ. വെറുതെയിരിക്കുമ്പോൾ ഇത്തരം ചിന്തകൾ മനസ്സിനെ അലട്ടുകയായി.

പതിനാറ്

അവധി കഴിഞ്ഞ് കോളേജിൽ എത്തിയപ്പോൾ എത്ര മനസ്സുഖം അനുഭവപ്പെട്ടു. മൂന്നാം വർഷത്തിലേക്കു കയറുകയാണ്. നിർജ്ജീവങ്ങ ളായ മനുഷ്യശരീരങ്ങളെ പിന്നീട് വേദനകളും നൊമ്പരങ്ങളുമായി കഴി യുന്ന ജീവനുള്ള മനുഷ്യരുടെ ഇടയിലാണ് ഇനിയുള്ള പഠിത്തം. സ്റ്റെത്തും തോളിലിട്ട് ഓവർകോട്ടും ധരിച്ച് ഈ മഹദ് സ്ഥാപനത്തിന്റെ പടികൾ കയറിയപ്പോൾ കോരിത്തരിച്ചുപോയി. വിദഗ്ദ്ധമായ വൈദ്യസ ഹായത്തിലും സ്നേഹം നിറഞ്ഞ ശുശ്രൂഷയിലും എത്രഎത്ര ജീവിത ങ്ങൾ ഈ കനത്ത മതിലുകൾക്കുള്ളിൽ കെട്ടടിയുന്നു. ഒരു മെഡിക്കൽ സ്റ്റുഡന്റിന്റെ ജീവിതത്തിൽ ഏറ്റവും പ്രൗഢമായ നിമിഷങ്ങൾ അവൻ ആദ്യമായി സ്റ്റെത്തും കഴുത്തിൽ തൂക്കി ആശുപത്രിക്കുള്ളിൽ പ്രവേശി ക്കുമ്പോൾ തന്നെയാണ്.

ഞങ്ങൾ അങ്ങിനെ കൂട്ടുകാരുമായി വാർഡുകളിലേക്കു നീങ്ങി. ബാച്ചുകളായി തിരിക്കപ്പെട്ടു. ഓരോ പ്രൊഫസറിന്റെയും കീഴിൽ ഒരു യൂണിറ്റിൽ കുറച്ചു കുട്ടികൾ! പ്രൊഫസറുടെ ആദ്യത്തെ പ്രസംഗം ഞങ്ങ

ളുടെ കൃത്യനിർവ്വഹണത്തിലും ആത്മാർത്ഥതയ്ക്കും ത്യാഗസന്നദ്ധതയ്ക്കും വേണ്ടിയുള്ള ഒരു പ്രചോദനം തന്നെയായിരുന്നു. ക്ലാസു കഴിഞ്ഞ് ആശുപത്രിപടികൾ ഇറങ്ങിയപ്പോൾ രാജൻ മുമ്പിൽ നില്ക്കുന്നു. മഞ്ഞുകാലത്ത് ഇലകൾ കൊഴിഞ്ഞ് ഉറക്കംതൂങ്ങി നിന്ന മരക്കൊമ്പുകൾ സൂര്യപ്രകാശമേറ്റ് തളിർത്തതുപോലെ! എന്റെ കണ്ണുകൾ രാജനെ ആകമാനം ചുറ്റിനടന്നു. എത്ര നാളുകളായി കണ്ടിട്ട്– വളരെ ക്ഷീണിച്ചിരിക്കുന്നു. പുഞ്ചിരിച്ചെങ്കിലും മുഖത്ത് വിഷാദം പരന്നു. കൈകൾ കൂപ്പിക്കൊണ്ട് പറഞ്ഞു.

"നമസ്കാരം ദേവു ഇന്നലെ ടാക്സിയിൽ വന്നിറങ്ങുന്നതും സൂസന്റെ അകമ്പടിയോടെ അകത്തു കയറിപ്പോകുന്നതുമൊക്കെ ദൂരെ നിന്നു കണ്ടു. ഉടനെ വന്നു കാണണമെന്നു വലിയ മോഹം തോന്നിയെങ്കിലും നീണ്ട യാത്ര കഴിഞ്ഞു ദേവു വിശ്രമിക്കാൻ തുടങ്ങുമ്പോൾ ബോറടിപ്പിക്കണ്ട എന്നു കരുതി മടിച്ചു. ഇപ്പോൾ പ്രൊഫസറിനോട് ഒരു സൂത്രം പറഞ്ഞാണ് വാർഡിൽനിന്നും ഇങ്ങെത്തിയത്. വരൂ! നമുക്ക് ഹോസ്റ്റലിലേക്കു നടക്കാം. ഈ പടികൾ കുശല പ്രശ്നത്തിന് തീരെ പറ്റിയതല്ല. സാറന്മാർ എപ്പോൾ മുമ്പിൽ വന്നു ചാടുമെന്നറിയില്ല."

ഞങ്ങൾ മുന്നോട്ടു നീങ്ങി. രാജൻ ഓരോന്നു പറഞ്ഞുകൊണ്ടിരുന്നു. കൂടുതലും കുശലാന്വേഷണങ്ങൾ തന്നെ.

"അവധി എങ്ങിനെയായിരുന്നു? വല്ലയിടത്തും പോയോ? കല്യാണങ്ങൾ കൂടിയോ? വീട്ടിൽ വിരുന്നുകാർ ഉണ്ടായിരുന്നോ? ചേട്ടൻ മദ്രാസിൽനിന്നും വന്നിരുന്നോ?"

പെട്ടെന്ന് സ്വരം താഴ്ത്തി ചോദിച്ചു:

"എന്നെ എപ്പോഴെങ്കിലും ഓർത്തോ?"

പെട്ടെന്ന് എന്റെ സിരകളിൽ രക്തം പാഞ്ഞുകയറി.

"ഉവ്വ് രാജാ എപ്പോഴെങ്കിലുമല്ല. എപ്പോഴും എപ്പോഴും ഓർത്തുകൊണ്ടിരുന്നു. എന്റെ ഹൃദയത്തിൽ മാധുര്യമേറുന്ന ഒരു വിങ്ങൽപോലെ രാജനെപ്പറ്റിയുള്ള ഓർമ്മകൾ തങ്ങി നില്ക്കുന്നു. ഇത് സത്യമാണ്!" ഹൃദയം മന്ത്രിച്ചു പക്ഷേ, പ്രത്യക്ഷത്തിൽ ആ ചോദ്യത്തിന് മറുപടിയായി ഞാൻ പുഞ്ചിരിക്കുക മാത്രം ചെയ്തു.

ദിവസങ്ങൾ നീങ്ങി. സംഭവബഹുലമായ വാർഡു ജീവിതം! കഴിഞ്ഞയാണ്ടത്തെപ്പോലെ കാണാതെ പഠിക്കാൻ ഒന്നും തന്നെയില്ല. കൂടുതലും വാർഡിൽ കണ്ടു മനസ്സിലാക്കാനുള്ളതാണ്. കാലത്ത് എട്ടുമണി തുടങ്ങി പന്ത്രണ്ടുമണിവരെ ഹോസ്പിറ്റലിലാണ്. രോഗികളുടെ മദ്ധ്യത്തിൽ സമയം പോകുന്നതറികയില്ല. വാർഡുകളിലും ലൈബ്രറി പരിസരങ്ങളിലും രാജനുമായി പലപ്പോഴും കണ്ടുമുട്ടി. സംഭാഷണങ്ങൾ ദീർഘിച്ചു. ഹൃദയത്തിന്റെ പോക്കു തികച്ചും ഗതിവിട്ടാണെന്നു ബുദ്ധി പലപ്പോഴും മന്ത്രിച്ചു. പക്ഷേ, ഹൃദയം കൂട്ടാക്കിയില്ല. കാന്തം ഇരുമ്പിനെ ആകർഷിക്കുന്നതുപോലെ ഏതോ അജ്ഞാതശക്തി എന്നെ രാജനി

ലേക്ക് അടുപ്പിച്ചുകൊണ്ടിരുന്നു. ചുണ്ടത്തു പുഞ്ചിരിയുമായി രാജൻ പ്രത്യക്ഷപ്പെടുമ്പോൾ ഞാൻ ഞാനല്ലാതായിത്തീരുകയാണ്. രാജന്റെ മനഃസ്ഥിതിയോ? ആവോ, അതേപ്പറ്റി പറയാൻ എനിക്കു നിശ്ചയംപോരാ. പണ്ടൊക്കെ കണ്ടുമുട്ടുമ്പോൾ ഫലിതങ്ങൾ പൊട്ടിച്ച് കിട്ടിയ സന്ദർഭങ്ങൾ ഒന്നും പാഴാക്കാതെ എന്നെ കളിയാക്കി മുതലെടുത്തുകൊണ്ടിരുന്ന രാജൻ ഇപ്പോൾ വളരെയൊന്നും മിണ്ടാറില്ല. വേഷത്തിലും നടപ്പിലുമൊക്കെ ഒരു ഉദാസീനത! വളരെനേരം മിണ്ടാതിരിക്കുമ്പോൾ കാരണം ചോദിച്ചാൽ പറയും.

"ഇങ്ങനെ അടുത്തിരിക്കുമ്പോൾ മനസ്സിൽ എന്തു കുളിർമ്മയാണ്. അതു നിശ്ശബ്ദമായി അനുഭവിക്കയാണ് സുഖം."

ചിലപ്പോൾ കണ്ണുകളിൽ ഉറ്റുനോക്കിക്കൊണ്ടു ചോദിക്കും.

"ദേവു! എന്റെ കോളേജ് ഡെയിസ് അവസാനിക്കാൻ ഇനി കുറച്ചു ദിവസങ്ങൾ മാത്രമേയുള്ളൂ എന്നറിയുന്നുണ്ടോ? ഓർക്കുമ്പോൾ എല്ലാം നഷ്ടപ്പെടുന്നതുപോലെ ഒരു ഭീതി."

ഒരു നടുക്കത്തോടെയാണ് ഞാനും അതുകേൾക്കാറുള്ളത്. ഈ കുറച്ചുദിവസങ്ങൾക്കുശേഷം ഒരുപക്ഷേ, ഞങ്ങൾ ഒരിക്കലും കണ്ടുമുട്ടിയില്ലെന്നുവരാം. വയ്യാ! അത്തരത്തിൽ ചിന്തിക്കാൻ കൂടി ഞാൻ അശക്തയാവുകയാണ്.

പതിനേഴ്

പരീക്ഷ വളരെ അടുത്തിരിക്കുന്നു. പതിവിലും നേരത്തെ ഞാൻ ലൈബ്രറി വിട്ടിറങ്ങി. കോളേജ് പരിസരങ്ങളിൽ നിഴൽ പരന്നിരിക്കുന്നു. കോളേജിന്റെ വളവു കഴിഞ്ഞ് ഫുട്ബോൾ ഫീൽഡിന്റെ അടുക്കൽ എത്തിയപ്പോൾ രാജൻ ഒപ്പമെത്തി. ഇത് ഈയിടെയായി ഞങ്ങളുടെ പതിവാണ്. പറഞ്ഞുവെച്ചില്ലെങ്കിലും ലൈബ്രറിയിൽനിന്നും ഒന്നിച്ച് ഇറങ്ങാറില്ല. ഫുട്ബോൾ ഫീൽഡിലേക്ക് ഇറങ്ങുന്ന പടികൾ ചൂണ്ടിക്കാണിച്ച് രാജൻ പറഞ്ഞു:

"ദേവു! ഇന്ന് നമുക്ക് ഇവിടെ കുറച്ചിരിക്കാം. ദേവുവിനോട് ഒരു കാര്യം പറയുവാൻ വളരെ നാളുകളായി ഒരുങ്ങുകയാണ്."

ഹൃദയം അതിവേഗം ഇടിച്ചു. രാജന്റെ മുഖം തികച്ചും ഗൗരവപൂർണ്ണമായിരുന്നു. ഞാൻ ചുറ്റുപാടും നോക്കി. ഫുട്ബോൾ ഫീൽഡ് തികച്ചും വിജനമാണ്. സൂര്യൻ കോളേജിന്റെ പുറകിൽ മറഞ്ഞുകഴിഞ്ഞു. രാജൻ പടികളിൽ എന്റെ എതിരായിരുന്നു. കുറച്ചുനേരത്തേക്ക് ആരും ഒന്നും മിണ്ടിയില്ല. 'ദേവൂ!' വളരെ പതുക്കെയാണ് രാജൻ വിളിച്ചത്.

"പറയാനുള്ള കാര്യം എങ്ങിനെ തുടങ്ങണമെന്നും പറഞ്ഞു ഫലിപ്പിക്കണമെന്നും അറിഞ്ഞുകൂടാതെ ഞാൻ കുഴങ്ങുകയാണ്. എന്തുകൊണ്ടോ വാക്കുകൾ മുട്ടി നിന്നുപോകുന്നു."

പെട്ടെന്ന് എന്റെ പുസ്തകം കൈയിൽ എടുത്തിട്ട് അതിന്റെ താളുകൾ മറിച്ച് ഒരു കവർ അതിനുള്ളിൽ വെച്ചു. രാജന്റെ മുഖം തികച്ചും വിവർണ്ണമായിരുന്നു.

"നാളെ ഇവിടെത്തന്നെ വരുമോ? മറുപടി..."

രാജൻ പറഞ്ഞത് മുഴുപ്പിക്കാതെ നടന്നകന്നു. രാജൻ പോയി വളരെ സമയം കഴിഞ്ഞിട്ടും കാലുകൾ ചലിച്ചില്ല. അത്രയ്ക്കു വിവശയായി ത്തീർന്നിരിക്കുന്നു ഞാൻ. റോഡിൽ ലൈറ്റുകൾ കത്തിക്കഴിഞ്ഞു. വേഗം ഹോസ്റ്റലിലേക്കു തിരിച്ചു.

അവിടെ എല്ലാവരും കൊണ്ടുപിടിച്ചു പഠിത്തമാണ്. സൂസൻ അടുത്ത മുറിയിൽ കംബൈൻ സ്റ്റഡിക്കു പോയിരിക്കയാണ്. രാജന്റെ നിവർത്തിയ കത്ത് എന്റെ മുമ്പിൽ ഉണ്ട്! എത്ര തവണ വായിച്ചു എന്നറിയില്ല.

"പ്രിയപ്പെട്ട ദേവൂ!

നിന്നെ ഞാൻ സ്നേഹിക്കുന്നു. എത്ര അധികം എന്നു പറഞ്ഞൊപ്പിക്കാൻ വാക്കുകളില്ല. പറഞ്ഞൊപ്പിക്കാനാവാത്തതുകൊണ്ടാണ് എഴുതാമെന്നു കരുതിയത്. പക്ഷേ, ഇപ്പോഴും തികഞ്ഞ നിസ്സഹായതതന്നെ അനുഭവപ്പെടുന്നു. ഉൽക്കടമായ വികാരം പ്രകടമാക്കുവാൻ വാക്കുകൾ എത്ര അശക്തങ്ങളാണ്. നീ എന്നെ മനസ്സിലാക്കുമെന്നു ആശിക്കട്ടെ.

നിന്റേതുമാത്രമായ
രാജൻ

കാർമേഘക്കീറുകൾക്കിടയിലൂടെ സൂര്യന്റെ പൊൻകതിരുകൾ ഊർന്നുവീഴുന്നതുപോലെ– ഹൃദയത്തിൽ എങ്ങും പ്രകാശം പരക്കുകയാണ്. മൃദുചലനത്തിൽ ഒരു നാദബ്രഹ്മം സൃഷ്ടിക്കപ്പെട്ടിരിക്കുന്നു! ഹൃദയം വീണ്ടും മന്ത്രിച്ചു.

രാജൻ ഈ ദിവസം എത്ര വിലപ്പെട്ടതാണ്. ജീവിതത്തിൽ മറ്റെല്ലാം തന്നെ എത്ര നിസ്സാരങ്ങളായി തോന്നുന്നു. ഇഷ്ടദേവന്റെ ശ്രീകോവിൽ എനിക്കായി തുറക്കപ്പെട്ടിരിക്കുന്നു. പ്രേമം– എത്ര ദിവ്യാനുഭൂതിയാണ്. കവികൾ എത്ര പുകഴ്ത്തി പാടിയതും സാഹിത്യകാരന്മാർ എത്ര കണ്ട് വർണ്ണിച്ചതും അനുഭവത്തിന്റെ വെളിച്ചത്തിൽ നിറം മങ്ങിയതായി തോന്നിപ്പോകുന്നു! എത്രനേരം അങ്ങിനെ കഴിഞ്ഞു എന്നറിയില്ല. സൂസൻ പഠിത്തം കഴിഞ്ഞു മുറിയിൽ വന്നപ്പോഴാണ് പരിസരബോധമുണ്ടായത്.

പിറ്റേ ദിവസം നേരം പുലർന്നു. വൈകാൻ വളരെ നേരം വേണ്ടിവന്നതുപോലെ– സമയം നീങ്ങുന്നില്ല. പക്ഷേ, കാപ്പികുടികഴിഞ്ഞ് ലൈബ്രറിയിലേക്കു തിരിച്ചപ്പോൾ ഒരിക്കലും അനുഭവപ്പെടാത്ത വിവശത, ജാള്യത, എങ്ങിനെയാണ് രാജന്റെ മുഖത്തു നോക്കുക! കോളേജ് റോഡിലെ മരത്തണലുകൾ പിന്നിട്ടു. ഇനിയും പടികൾ ഇറങ്ങിയാൽ ഫുട്ബോൾ ഗ്രൗണ്ടായി. നാലുചുറ്റും കണ്ണയച്ചു. പരീക്ഷ അടുത്തതുകൊണ്ട് ഇവിടെയൊക്കെ വിജനം തന്നെയാണ്. മുമ്പോട്ടു കാൽവെച്ചതും പുറകിൽ

നിന്നും വിളികേട്ടു.

"ദേവൂ" രാജൻ! പെട്ടെന്നു നിന്നെങ്കിലും തിരിഞ്ഞു നോക്കാൻ കഴിഞ്ഞില്ല. അപ്പോൾ രാജൻ മുമ്പിലെത്തിക്കഴിഞ്ഞു. "ദേവു" വളരെ പതുക്കെ, ഒരു മന്ത്രണം പോലെയാണ് വിളിച്ചതെങ്കിലും ആ വിളി എത്ര വികാരസാന്ദ്രമായിരുന്നു. ആ സ്വരം എത്ര ഉദ്വോഗം നിറഞ്ഞതായിരുന്നു. ഹൃദയത്തിന്റെ നിയന്ത്രണം പൊടുന്നനെ വലിച്ചെറിയപ്പെട്ടിരുന്നു. കണ്ണുകൾ താനറിയാതെ ആ മുഖത്തേക്കുയർന്നു. ആരോടെന്നില്ലാതെ രാജൻ മന്ത്രിച്ചു.

"ഹാവൂ, എനിക്കാശ്വാസമായി. നീയും എന്നെ സ്നേഹിക്കുന്നുണ്ട്. ദേവു വാസ്തവത്തിൽ ഇന്നലെ മുഴുവൻ ഞാൻ തീ തിന്നുകയാണ്. ഈ എഴുത്തോടെ നീ എന്നിൽനിന്നും പൂർണ്ണമായും അകന്നു മാറുമോ എന്നുള്ള പേടി."

രാജന്റെ മുഖം വസന്തത്തിലെ പുലരികണക്കെ പ്രസന്നമായിരുന്നു. ആ കണ്ണുകളിൽ നിർവൃതി തുളുമ്പിനിന്നു- എന്റെ ഹൃദയത്തിലും!

"വരൂ ദേവൂ, നമുക്ക് ഈ പടികളിൽ ഇരിക്കാം."

അങ്ങിനെ ഞങ്ങൾ വീണ്ടും ആ പടികളിൽ ഇരുന്നു.

"വാസ്തവത്തിൽ എനിക്ക് കുട്ടിക്കാലം തുടങ്ങി നഷ്ടപ്പെട്ടിരുന്ന സ്നേഹം ഇപ്പോൾ മുതലും പലിശയുമായി കിട്ടിയിരിക്കുന്നു.

കുറച്ചുനേരം കഴിഞ്ഞു തുടർന്നു:

"ഹൃദയത്തിൽ സ്നേഹം തുളുമ്പേ നിറഞ്ഞിട്ടും അതു വെളിപ്പെടുത്താൻ ഞാൻ എത്ര സങ്കോചപ്പെട്ടു. ഞാൻ ഒരു വിഡ്ഢി തന്നെയാണല്ലോ! ദേവു, പരീക്ഷ കഴിഞ്ഞ് ഉടൻ സിങ്കപ്പൂരിൽ എത്തണമെന്നാണ് അങ്കിളിന്റെ നിർദ്ദേശം. പാസ്പോർട്ടിന്റെ കാര്യമൊക്കെ പുള്ളിക്കാരൻ തന്നെ ശരിയാക്കിയിരിക്കയാണ്. പക്ഷേ, നീയുള്ളിടത്തോളം കാലം ഇവിടം വിട്ടുപോകാനുള്ള എന്റെ നിസ്സഹായത അവർ അറിയുന്നോ."

പെട്ടെന്ന് രാജന്റെ മുഖം ഗൗരവപൂർണ്ണമായി.

"ദേവൂന്റെ പഠിത്തം കഴിഞ്ഞാൽ പിന്നെ നമ്മൾ."

രാജൻ പെട്ടെന്നു പറഞ്ഞുതീർക്കാതെ നിർത്തി. എന്റെ ഹൃദയമാകെ മരവിച്ചതുപോലെ. 'എന്റെ പഠിത്തം കഴിഞ്ഞ് ഇവിടം വിടേണ്ടിവരുമ്പോൾ പിന്നെ നമ്മൾ..' അകാരണമായ ഭീതിയോടെ ഞാൻ നടുങ്ങി. എന്റെ ഭാവഭേദം കണ്ടിട്ടാവണം രാജൻ വീണ്ടും പുഞ്ചിരിച്ചുകൊണ്ട് എന്റെ കൈകൾ കൂട്ടിപ്പിടിച്ചിട്ട് പറഞ്ഞു:

"ദേവു ക്ഷമിക്കൂ. നാളെയും ഇന്നലെയും എങ്ങിനെയോ ആയിരിക്കട്ടെ. അതീവസുന്ദരമായ മാധുര്യമേറിയ 'ഇന്നിനെ' നമുക്ക് ആസ്വദിക്കാം."

'മാധുര്യം നിറഞ്ഞ ഇന്ന്' രാജൻ പറഞ്ഞത് എത്ര നേരാണ്. ജീവിതത്തിൽ തേൻമഴപെയ്ത ദിവസമല്ലേ ഇന്ന്. ജീവിതത്തിൽ ഈ ദിവസത്തിന്റെ പുതുമ ഒരിക്കലും നശിക്കയില്ല. ഈ നിമിഷങ്ങൾ എത്ര അനർഘ

നിമിഷങ്ങളാണ്.

"ദേവു നിനക്ക് എന്റെ കാര്യം കേൾക്കുമ്പോൾ തമാശ തോന്നിയേക്കാം. എത്ര എത്ര കത്തുകളാണ് നിനക്ക് എഴുതിയിട്ടുള്ളത്! പക്ഷേ, അയക്കാനുള്ള ധൈര്യം പോരായിരുന്നു. ഒരുപക്ഷേ, അവ നിന്നെ ശുണ്ഠി പിടിപ്പിച്ചെങ്കിലോ, ചിതറിയ പുസ്തകങ്ങളുടെ മുമ്പിലും അല്പം അന്ധാളിപ്പോടെ നിന്ന നിന്റെ രൂപം എന്തുകൊണ്ടോ എനിക്കു മറയ്ക്കാൻ കഴിഞ്ഞില്ല. അങ്ങിനെ ആദ്യത്തെ കണ്ടുമുട്ടൽ തുടങ്ങി കൂടുതൽ കൂടുതൽ അടുക്കണമെന്ന് അടക്കാനാവാത്ത മോഹം! പലപ്പോഴും നിന്റെ കണ്ണുകളിൽ ഉറ്റുനോക്കുമ്പോൾ നീ എന്നെ സ്നേഹിക്കുന്നു എന്നു തോന്നും. അടുത്ത നിമിഷം തന്നെ മനസ്സിൽ ശങ്കകൾ നിറയും. നിന്റെ ഹൃദയം പിടിച്ചടക്കാനുള്ള എന്തു യോഗ്യതയാണെനിക്കുള്ളത്."

എല്ലാമെല്ലാം കുനിഞ്ഞു കേട്ടുകൊണ്ടിരുന്ന ഞാൻ പെട്ടെന്ന് രാജന്റെ വിറയാർന്ന വിരലുകൾ എന്റെ മുഖമുയർത്തി. ആ വിരൽത്തുമ്പിലൂടെ ശരീരമെങ്ങും മിന്നൽ പിണരുകൾ പാഞ്ഞതുപോലെ.

"ദേവു ഇപ്പോൾ നീ എത്രമാത്രം സുന്ദരിയാണെന്ന് നീ അറിയുന്നില്ല."

രാജന്റെ കണ്ണുകൾ (എന്നെ ഒട്ടാകെ ചുറ്റിത്തിരിയുകയാണ്). മാധുര്യമേറുന്ന വിവശത! കണ്ണുകൾ താനറിയാലേ കൂമ്പിപ്പോയി. ആ ഉറപ്പുള്ള കൈകൾക്കുള്ളിൽ ഞാനമരുകയാണ്. രാജന്റെ വിറപൂണ്ട ചുണ്ടുകൾ എന്റെ പകുതിയടഞ്ഞ കൺപോളകളിൽ അമർന്നപ്പോൾ ഹൃദയത്തിലൊരായിരം പൂത്തിരികൾ! സമയം മരവിച്ചുനില്ക്കുകയാണ്. പരിസരമെല്ലാം അദൃശ്യമായതുപോലെ. ഭൂമിയുടെ വിശാലമായ മാർത്തട്ടിൽ യാഥാർത്ഥ്യങ്ങളായി ഞങ്ങൾ രണ്ടാളും മാത്രം. മറ്റെല്ലാം വിസ്മൃതിയിൽ ആഴ്ത്തപ്പെട്ടിരിക്കയാണ്. നിർവൃതിയുടെ നിമിഷങ്ങൾ! പക്ഷേ, കോളേജിലേക്ക് ചീറിപ്പാഞ്ഞ ഒരു കാറിന്റെ മഞ്ഞവെളിച്ചം ഞങ്ങളുടെ മായാലോകം തകർത്തു കളഞ്ഞു. നേരം നല്ലവണ്ണം ഇരുട്ടിയിരുന്നു. ആകാശത്തു നോക്കിയിട്ട് രാജൻ പറഞ്ഞു.

"നേരം വളരെയായി. എസ് എ റ്റി ഹോസ്പിറ്റലിന്റെ വളവുവരെ ഞാൻ കൂടിവരാം."

മറ്റു വല്ലവരും കണ്ടെങ്കിലോ എന്ന ഭീതി ഇന്നു തോന്നിയില്ല. അവാച്യമായ ആനന്ദംകൊണ്ട് ഹൃദയം ഉന്മത്തമായിരുന്നു. പണ്ടില്ലാത്ത മനോധൈര്യം കൈവന്നിരുന്നു. തമ്മിൽ പിരിഞ്ഞപ്പോൾ രാജൻ പറഞ്ഞു.

"ഈ മുഹൂർത്തത്തിനായി എത്രയധികം ദാഹിച്ചതുമാണ്. എന്തൊക്കെ പറയാനുണ്ടായിരുന്നു. ഉൽക്കടമായ വികാരം പ്രകടിപ്പിക്കുവാൻ വാക്കുകൾ എത്ര അശക്തങ്ങളാണ്. ആ, ഇനിയും നല്ല നാളേക്കായി നോക്കിയിരിക്കാം. ആട്ടെ നാളെ കാണുമ്പോൾ നീ എന്നോട് ഒരുകാര്യം തുറന്നുപറയണം. അതായത് നിനക്ക് എന്നോട് എന്നു മുതല്ക്കാണ് 'ഇത്' തോന്നിത്തുടങ്ങിയത്."

അതു കേട്ടപ്പോൾ ഞാൻ ചിരിച്ചുപോയി. ഈ 'ഇതിന്റെ' ഉത്ഭവം ഒരു നദിയുടേതുപോലെയല്ലേ. ഓരോ കണ്ടുമുട്ടലുകൾ– വലുതും ചെറുതുമായ നീർച്ചാലുകൾ! അവ മുമ്പിലും പിമ്പിലുമായി ഒത്തൊഴുകി ബഹുദൂരം ചെല്ലുമ്പോൾ ഒരു മഹാനദിയായി മാറുന്നു. ഇരുകര മുട്ടിയൊഴുകുന്ന ഈ മഹാനദിയുടെ തുടക്കം എവിടെയാണെന്നു ചോദിച്ചാൽ തുള്ളിത്തുള്ളിയായി ഒഴുകി പെരുകിയ ഈ നീർച്ചാലുകൾ അല്ലേ നാം ഓർമ്മിക്കുക. എന്റെ മനസ്സും കഴിഞ്ഞ കാലത്തെ നീർച്ചാലുകളിലേക്കു പാഞ്ഞു. ഓർമ്മയിൽ വ്യക്തവും അവ്യക്തവുമായ കണ്ടുമുട്ടലുകൾ മങ്ങിയും തെളിഞ്ഞും നിന്നു. അഗാധമായ നയനങ്ങളുടെ നിശ്ശബ്ദ സംഭാഷണങ്ങൾ— സൗഹൃദത്തിന്റെ നറുമണം കലർന്ന കളിയാക്കലുകൾ. ഒടുവിൽ അണപൊട്ടി ഒഴുകുന്ന മഹാനദിപോലെ പ്രേമത്തിന്റെ ശക്തിയേറിയ പ്രവാഹം!

തുറന്ന പുസ്തകവുമായി എത്ര നേരമാണ് ദിവാസ്വപ്നത്തിൽ മുഴുകിയത്! പ്രിപ്പറേഷൻ വീക്ക് പിറ്റേ ദിവസം തുടങ്ങുകയാണ്.

പതിനെട്ട്

രാത്രിയിൽ കിടക്കുന്നതിനു മുമ്പായി സൂസൻ എന്റെ കട്ടിലിൽ വന്നിരുന്നിട്ട് പറഞ്ഞു:

"ദേവു നിന്നോട് ഒരു കാര്യം ചോദിക്കാനായി കുറേ ദിവസങ്ങൾകൊണ്ടൊരുങ്ങുന്നു. ആദ്യമായി നീ എന്നെ തെറ്റിദ്ധരിക്കരുതെന്നപേക്ഷ."

സൂസൻ ചോദിക്കുന്നതിനുമുമ്പ് സംഗതി എന്താണെന്നു മനസ്സിലായി. എന്റെ മുഖത്തു നോക്കാതെയാണ് സൂസൻ തുടർന്നത്.

"പിന്നെ, രാജൻ നിന്നെ സ്നേഹിക്കുന്നു നിങ്ങൾ തമ്മിൽ കുറച്ചടുപ്പത്തിലാണ്— എന്നൊക്കെയാണ് ഞങ്ങളുടെ ക്ലാസിലെ സംസാരം. ആദ്യമൊക്കെ എനിക്കു വിശ്വസിക്കാൻ കഴിഞ്ഞില്ല. കാരണം കൂടെ പഠിക്കുന്ന ആൺകുട്ടികളെ വഴിയിൽ കാണുമ്പോൾ ഒരു പരിചയഭാവം പോലും നടിക്കാത്ത നീയും എല്ലാ പെൺകുട്ടികളോടും വളരെ ലോഹ്യത്തിൽ പെരുമാറിയിരുന്ന രാജനും! പക്ഷേ, ഇപ്പോൾ ഏറക്കുറെ നേരാണെന്നു തോന്നുന്നു. പ്രത്യേകിച്ചും രാജന്റെ കാര്യത്തിൽ. കാരണം രാജൻ ആകെ ആളുമാറിയിരിക്കുന്നു. ഏതു മുഷിപ്പൻ ക്ലാസിലും ചിരിക്കു വകയുണ്ടാക്കി രസിപ്പിച്ചിരുന്ന രാജൻ ഇപ്പോൾ വളരെകുറച്ചേ മിണ്ടാറുള്ളൂ. എപ്പോഴും ആലോചനയിൽ മുഴുകിയാണു നടപ്പ്. സാറന്മാർ വളരെ നോട്ടുചെയ്തുതുടങ്ങിയിരിക്കുന്നു. ദേവൂ! നീയെന്താ മുഖം കുനിച്ചിരിക്കുന്നത്?"

എന്റെ തല ഉയർത്തിക്കൊണ്ടു ചോദിച്ചു.

"നിന്റെ കണ്ണുകൾ നിറഞ്ഞിരിക്കുന്നല്ലോ. കഷ്ടം നിന്നെ ഞാൻ വേദനിപ്പിച്ചിരിക്കുന്നു. എങ്കിലും ചില കാര്യങ്ങൾ നിന്നെ ഓർമ്മപ്പെടുത്താൻ എനിക്കു കടമയുണ്ട്. പ്രേമത്തിനു കണ്ണില്ല എന്നു പറയുന്നത് എത്ര

ശരിയാണ്. നിനക്കിപ്പോൾ ആ സ്ഥിതിയാണ്. മൂന്നു വർഷങ്ങളായി കൂടെ പഠിക്കുന്ന ആൺകുട്ടികളുടെ പേരുപോലും നിശ്ചയമില്ലാത്ത നീ രാജനുമായി ഇത്ര അടുത്തത് അതിശയം തന്നെ. പക്ഷേ, ഇതിന്റെ അനന്തരഫലങ്ങളെപ്പറ്റി നീ ഒരിക്കലും ചിന്തിച്ചെന്നു തോന്നുന്നില്ല. നമുക്ക് മനസ്സുഖം തരുന്നതിനെയൊക്കെ പിന്തുടരുന്നത് എന്തു ബുദ്ധിമോശമാണ്. രാജനാണെങ്കിൽ ആണാണ്- വേണ്ടപ്പെട്ടവരായി പറയത്തക്ക ആരുമില്ല. സ്വന്തമിഷ്ടം മുൻനിർത്തി പ്രവർത്തിക്കാമെന്നുവെക്കാം. നിന്റെ കാര്യമോ! നിങ്ങൾ തമ്മിലൊരു ബന്ധം അച്ഛനമ്മമാർ ഒരിക്കലും അനുവദിക്കില്ലെന്നുള്ളത് തീർച്ചയാണ്. അവരെ ധിക്കരിച്ച് (സ്നേഹബന്ധം നശിപ്പിച്ച്) രാജനെ സ്വീകരിക്കാൻ നിനക്കു കരുത്തുണ്ടോ? എന്റെ ദേവൂ, നീ ഒന്ന് ബുദ്ധിയോടെ ചിന്തിക്കൂ. കുഴപ്പം സൃഷ്ടിക്കാൻ മാത്രം കഴിവുള്ള ഈ ബന്ധം തുടരാതിരിക്കയല്ലേ നല്ലത്! നീയും രാജനും എനിക്കു പ്രിയപ്പെട്ടവരാണ്. നിങ്ങൾ ദുഃഖിക്കുന്നതു കാണാൻ എനിക്കു വിഷമമുണ്ട്.''

പാവം സൂസൻ എനിക്കുവേണ്ടി എന്തു വിഷമിക്കുന്നു. ഞാൻ മുഖമുയർത്തി നോക്കി. സൂസന്റെ കണ്ണുകളിൽ വേദന തങ്ങിനിന്നു. സ്വരത്തിലെ പതറിച്ച പണിപ്പെട്ടടക്കിയിട്ട് ഞാൻ പറഞ്ഞു.

“സൂസൻ നീ പറയുന്നതൊക്കെ ഒരു കണക്കിന് ശരിയാണ്. പക്ഷേ, ഞാൻ തികച്ചും നിസ്സഹായയാണ്. ഹൃദയത്തിൽ ഒന്നുമാത്രം മുന്നിട്ടു നില്ക്കുന്നു. രാജനോടുള്ള സ്നേഹം! അതു പൊട്ടിച്ചെറിയാൻ എനിക്കു കഴിവില്ല സൂസൻ!''

കൂടുതലായി ഒന്നും പറയാൻ കഴിഞ്ഞില്ല.

പ്രേമത്തിന്റെ നറുമണം പരത്തിക്കൊണ്ട് ദിവസങ്ങൾ ചിലതു കടന്നുപോയി. പ്രിപ്പറേഷൻ വീക്കായിരുന്നതുകൊണ്ട് പകൽ മുഴുവൻ പഠിക്കും. നേരം വൈകാൻ നോക്കിയിരിക്കും. ഫുട്ബോൾ ഗ്രൗണ്ടിന്റെ പടിക്കെട്ടിൽ രാജനുമായി സമ്മേളിക്കാൻ. ഞങ്ങളെ സംബന്ധിച്ചിടത്തോളം ആ പടിക്കെട്ടുകൾ ഒരു ചെറിയ സ്വർഗ്ഗം തന്നെയാണ്. രണ്ടുവശങ്ങളിലും വളർന്നുവരുന്ന ചൂളത്തൈകൾക്കിടയിൽ ഒരു ചെറിയ വള്ളിക്കുടിലിൽപോലെയാണ് ആ പടിക്കെട്ടുകൾ. അസ്തമയസൂര്യൻ അന്തിമേഘങ്ങളിൽ ചെഞ്ചായം പൂശുന്ന ആ സുന്ദരമായ സന്ധ്യാവേളകളിൽ തോളോടു തോളുരുമ്മി ആ പടിക്കെട്ടുകളിൽ ഇരിക്കുമ്പോൾ സമയം പോകുന്നതറിഞ്ഞിരുന്നില്ല. ഭൂതത്തെക്കുറിച്ചും ഭാവിയെക്കുറിച്ചും ഞങ്ങൾ ചിന്തിച്ചു മിനക്കെട്ടില്ല. പുതുമ നിറഞ്ഞ ഇന്നിന്റെ ലഹരിയിൽ എല്ലാം എല്ലാം മറന്നു. എത്ര കണ്ടാലും കണ്ണുകൾക്കു മതിവന്നില്ല. എത്ര പറഞ്ഞിട്ടും വിശേഷങ്ങൾ തീർന്നതുമില്ല.

പത്തൊൻപത്

പ്രിപ്പറേഷൻ വീക്ക് തീരാറായിരിക്കുന്നു. അന്നുച്ച തിരിഞ്ഞ് എക്സ്ട്രാ ക്ലാസിനു പോകാനിറങ്ങിയപ്പോൾ പതിവുപോലെ നോട്ടീസ് ബോർഡിൽ നോക്കി. അച്ഛന്റെ എഴുത്തുണ്ട്. പെട്ടെന്ന് മനസ്സിൽ ഒരു ഭീതി! കവറിൽ ഇത്ര കനത്തിൽ എഴുതാനും മാത്രം എന്തു വിശേഷമാണിപ്പോൾ? സാധാരണ ഒരു കാർഡിൽ നാലഞ്ചു വരികൾ മാത്രമാണ് അച്ഛന്റെ എഴുത്ത്! പുസ്തകങ്ങൾ മേശപ്പുറത്തുവെച്ചിട്ട് പൊട്ടിച്ചു വായിച്ചപ്പോൾ കൈകൾ വിറയ്ക്കുന്നുണ്ടായിരുന്നു.

"ദേവൂ!

നിന്റെ മാത്രം ഇഷ്ടപ്രകാരം മെഡിക്കൽകോളേജിൽ പോയപ്പോൾ ഞാൻ ചില കാര്യങ്ങൾ നിന്നെ ബോദ്ധ്യപ്പെടുത്തിയിരുന്നു. നീ എന്തൊക്കെ പഠിച്ചാലും ആരായാലും ഗോപിക്കു ചേർന്ന ഭാര്യയായിക്കാണാനാണ് ഞങ്ങളുടെ ഒക്കെ ആഗ്രഹം. പക്ഷേ, നിന്നെപ്പറ്റി ഈയിടെ ഒരാൾ പറഞ്ഞ വിവരങ്ങളിൽനിന്നും നീ അതൊക്കെപ്പാടെ മറന്നു പ്രവർത്തിക്കുന്നതായി തോന്നുന്നു. അവിടെ പലരുമായി ഇടപഴകേണ്ടി വരുമെന്നെനിക്കറിയാം. പക്ഷേ, എല്ലാറ്റിനും ഒരു പരിധിയുണ്ടല്ലോ. അതിനപ്പുറമുള്ള കാൽവെപ്പ് അപകടമാണ്. ഞാൻ അറിഞ്ഞതൊക്കെ തികച്ചും വാസ്തവമാണെന്നു വിശ്വസിക്കുന്നില്ല. എങ്കിലും തീയില്ലാതെ പുകയുണ്ടാകയില്ലല്ലോ. രണ്ടു കുടുംബങ്ങളുടെ നിലനില്പ് നിന്നെ മാത്രം ആശ്രയിച്ചിരിക്കുന്നു എന്ന് ഒന്നുകൂടി ഓർമ്മിപ്പിക്കുന്നു."

കൈകളിൽനിന്നും എഴുത്ത് ഉതിർന്നു താഴെ വീണു. രണ്ടു കുടുംബങ്ങളുടെ നിലനില്പ്. അച്ഛന്റെ ഉഗ്രരൂപം മുമ്പിൽ തെളിഞ്ഞു. അച്ഛൻ ഞങ്ങളുടെ ബന്ധവുമായി ഒരിക്കലും നിരക്കയില്ല: നിശ്ചയം. കുടുംബത്തിന്റെ സ്നേഹശൃംഖലകൾ–! അവ പൊട്ടിച്ചെറിയുക സാദ്ധ്യമോ? വിളക്കിനുചുറ്റും നൃത്തംവെച്ച് ചിറകു നഷ്ടപ്പെട്ട മിന്നാമിനുങ്ങിന്റെ നിസ്സഹായത. പെട്ടെന്ന് മേരി വിളിച്ചു.

"ദേവൂ എല്ലാവരും പൊയ്ക്കഴിഞ്ഞു. വേഗം വരൂ."

അച്ഛന്റെ എഴുത്ത് ബുക്കിനുള്ളിൽ വെച്ചിട്ട് വേഗം നടന്നു.

വൈകിട്ട് ഫുട്ബോൾ ഗ്രൗണ്ടിൽ എത്തിയപ്പോൾ കാലുകൾ തളരുന്നതായിത്തോന്നി. ജീവിതത്തിൽ ഞൊടിക്കുള്ളിൽ വളരെ അധികം കുരുക്കുകൾ വീണതുപോലെ! ഒരു ഇഴയും പൊട്ടിക്കാതെ അതു അഴിക്കാൻ തികച്ചും അസാദ്ധ്യമാണ്. വളരെ അടുത്തെത്തിയതിനുശേഷമാണ് രാജനെ ഞാൻ കണ്ടത്. ഹൃദയം വികാരവിവശയായി. എന്താണു ഞാൻ പറയേണ്ടത്? എന്റെ മുഖഭാവം കണ്ടിട്ടാവണം രാജന്റെ ചുണ്ടത്തു വികസിച്ച പുഞ്ചിരി മങ്ങി. കണ്ണുകളിൽ ഉൽക്കണ്ഠ പരന്നു.

"ദേവൂ എന്തുണ്ടായി?"

എത്രപണിപ്പെട്ടിട്ടും കണ്ണുകൾ നിറഞ്ഞുപോയി. എന്റെ തോളത്തു പിടിച്ചു കുലുക്കിക്കൊണ്ട് രാജൻ വീണ്ടും ചോദിച്ചു.

"എന്തുണ്ടായി ദേവൂ! ഒന്നു പറയൂ."

പെട്ടെന്നാണ് ബുക്കിനിടയിൽനിന്നും എഴുത്ത് താഴെ വീണത്. തികച്ചും അവിചാരിതമായി. രാജൻ വേഗം കുനിഞ്ഞ് എഴുത്തെടുത്തു.

"ആ എഴുത്ത് ഇങ്ങുതരൂ രാജൻ. അതു വായിക്കാൻ പാടുള്ളതല്ല."

ഞാൻ തിരികെ വാങ്ങാൻ ശ്രമിച്ചെങ്കിലും രാജൻ തരാൻ കൂട്ടാക്കിയില്ല.

"ദേവു നിന്നെ ഇത്രമാത്രം വേദനിപ്പിച്ചത് എന്താണെന്നറിയണം."

കഷ്ടം! എത്ര ഓർക്കാപ്പുറത്താണ് ഓരോന്നു സംഭവിക്കുന്നത്! രാജൻ ഒരിക്കലും അതുവായിക്കാൻ പാടുള്ളതല്ലായിരുന്നു. രാജന്റെ പ്രേമം തുളുമ്പുന്ന ഹൃദയത്തിൽ വേദനയുടെ തീനാളങ്ങൾ എത്ര എളുപ്പം കൊളുത്തപ്പെട്ടു. ആ മുഖം എത്രവേഗം ദുഃഖസാന്ദ്രമായി. ഒരു നെടുവീർപ്പോടെ എഴുത്തു മടക്കിത്തന്നിട്ട് രാജൻ പറഞ്ഞു.

"വരൂ ദേവൂ! നമുക്കവിടെ ചെന്നിരിക്കാം."

അങ്ങിനെ വേദനകൊണ്ടു വീർപ്പുമുട്ടി നിശ്ശബ്ദരായി ഞങ്ങൾ എത്ര നേരം ഇരുന്നോ ആവോ ഒടുവിൽ രാജൻ ചോദിച്ചു.

"ദേവൂ! ആരാണു ഗോപി? നീ അങ്ങിനെ ഒരാളെപ്പറ്റി ഒരിക്കലും പറഞ്ഞിട്ടില്ലല്ലോ. ഒരുപക്ഷേ, നീ മുമ്പുതന്നെ പറഞ്ഞിരുന്നു എങ്കിൽ."

രാജന്റെ സ്വരം ഒരു മന്ത്രണമായി താഴ്ന്നു.

"എങ്കിൽ ഈ തീച്ചൂള നിനക്കനുഭവിക്കേണ്ടിവരുമായിരുന്നില്ല എനിക്കും."

കഷ്ടം! ഗോപിച്ചേട്ടനെപ്പറ്റി രാജൻ ആ എഴുത്തിൽനിന്നും എന്തൊക്കെയോ ധരിച്ചിരിക്കുന്നു. ഇതിനുമുമ്പു തന്നെ ഗോപിച്ചേട്ടനെപ്പറ്റി പറയാമായിരുന്നില്ലേ. ഗോപിച്ചേട്ടൻ എനിക്കു മുറയാണ്. അതിൽ കൂടുതൽ എന്താണു പറയാൻ! ഗോപിച്ചേട്ടനെ ഞാൻ പ്രേമിച്ചിരുന്നില്ല. ഒരിക്കലും.

"രാജൻ ഞാൻ പറയുന്നതെല്ലാം മനസ്സിരുത്തി ഒന്നു കേൾക്കൂ. മറ്റെല്ലാരെയുംകാൾ ഞാൻ രാജനെ സ്നേഹിക്കുന്നു. രാജന്റെ സ്നേഹത്തിൽ ഞാൻ എല്ലാം കണ്ടെത്തിയിരിക്കുന്നു. മറ്റൊന്നും എന്റെ ജീവിതത്തിൽ അത്ര പ്രാധാന്യം അർഹിക്കുന്നല്ല. ഇനിയും ഗോപിച്ചേട്ടന്റെ കാര്യം കേൾക്കൂ."

അങ്ങിനെ ഞാൻ രാജനോട് എന്റെ വീട്ടിലെ ചുറ്റുപാടുകൾ എല്ലാം പറഞ്ഞു. രാജൻ നിശ്ശബ്ദ്നായി കേട്ടുകൊണ്ടിരുന്നു. ഞാൻ പറഞ്ഞു നിർത്തിയപ്പോൾ രാജൻ എന്റെ നേരെ തിരിഞ്ഞു. ആ കണ്ണുകളിൽ ശാന്തത കളിയാടി.

"ദേവൂ. നീ എത്ര ശുദ്ധഗതിക്കാരിയാണ്. അച്ഛൻ, അമ്മ കൂടപ്പിറപ്പ് – ഏറ്റവും വിശുദ്ധങ്ങളായ രക്തബന്ധങ്ങൾ പൊട്ടിച്ചെറിഞ്ഞ് എന്നെ സ്വീകരിക്കുക! ഇതേവരെ നിനക്ക് അവകാശപ്പെട്ടിരുന്ന, നീ സന്തുഷ്ടി

കണ്ടെത്തിയിരുന്ന എല്ലാം എനിക്കായി കൈവെടിയുക– വേണ്ട ദേവൂ, ഇത്രമാത്രം ത്യാഗത്തിന് എനിക്കർഹതയില്ല. ഞാൻ ഒറ്റപ്പെട്ടവനാണ്. സ്വതന്ത്രനാണ്. നിന്റെ ഭാവിയെ ഒട്ടും കണക്കിലെടുക്കാതെ ഒരുവിധത്തിൽ ഞാൻ നിന്നെ പ്രേമത്തിന്റെ ചുഴിയിൽപ്പെടുത്തിയെന്നുവേണം പറയാൻ."

ആ ഓരോ വാക്കുകളും ഹൃദയത്തിൽ ആഞ്ഞിറങ്ങുകയാണ്. പെട്ടെന്ന് രാജൻ എണീറ്റു.

"ദേവു നമുക്ക് ഇന്ന് ഇനിയും പിരിയുകയാണ് നല്ലത്. രണ്ടുപേരും വികാരാധീനരാണ്. സമചിത്തതയോടെ, ശാന്തതയോടെ എനിക്കു ചിന്തിക്കേണ്ടിയിരിക്കുന്നു."

'നോക്കൂ രാജൻ! എന്തൊക്കെ പ്രതിബന്ധങ്ങൾ ഉണ്ടായാലും ഞാൻ രാജന്റേതു മാത്രമായിരിക്കും.' എന്നു ഉറക്കെ വിളിച്ചുപറയണമെന്നു തോന്നി. അപ്പഴേക്കും രാജൻ നടന്നു കഴിഞ്ഞു.

ഹൃദയത്തിന് എത്ര ഭാരം കൂടിയിരിക്കുന്നു! ജീവിതത്തിൽ എങ്ങും ഇരുൾ പരന്നതുപോലെ.

'രാജൻ! ഈ ശൂന്യതയിൽനിന്നും ഈ തീച്ചൂളയിൽനിന്നും എന്നെ ഒന്നു മോചിപ്പിക്കൂ. രാജനു മാത്രമേ അതിനു കഴിവുള്ളൂ– രാജനു മാത്രം' ഹൃദയം തേങ്ങി.

ഇരുപത്

ഹോസ്റ്റലിൽ എല്ലാവരും കൊണ്ടുപിടിച്ച പഠിത്തമാണ്. പതിവുപോലെ ഉറങ്ങുന്നതിനുമുമ്പ് സൂസൻ വിശേഷങ്ങളുമായി അടുത്തുവന്നപ്പോൾ പൊട്ടിക്കരഞ്ഞു. പാവം എന്നെ ആശ്വസിപ്പിക്കാൻ എന്തൊക്കെയാണു പറയുന്നത്! എല്ലാം വ്യർത്ഥമെങ്കിലും.

നാളെ ഫൈനൽ ഇയർക്കാർക്ക് പരീക്ഷ തുടങ്ങുകയാണ്. രാജൻ എങ്ങിനെ എഴുതുമോ എന്തോ? കഷ്ടം! ഞാൻ കാരണം എത്ര ഹൃദയവേദനയാണു സഹിക്കുന്നത്! എന്റെ ചുറ്റുപാടുകൾ നല്ലവണ്ണം ബോദ്ധ്യമുള്ള ഞാൻ സ്നേഹിക്കാൻ പാടുണ്ടായിരുന്നില്ല. തെറ്റ് എന്റേതു മാത്രമായിരുന്നോ? പ്രേമത്തിന്റെ മാസ്മരശക്തി, തടുക്കാനാവാതെ അതിൽ അലിഞ്ഞു ചേർന്നുപോയതല്ലേ! അല്ലെങ്കിൽ തന്നെ സ്നേഹിക്കുന്നതിൽ എന്തു തെറ്റാണ്? സ്നേഹമാണഖിലസാരമൂഴിയിൽ എന്നു പഠിച്ചു വളർന്നവരല്ലേ നമ്മൾ! പക്ഷേ, സമുദായത്തിന് ചില അതിർവരമ്പുകളുണ്ട്. അവയ്ക്കുള്ളിൽ ഒതുങ്ങിനിന്നു സ്നേഹിക്കണം എന്ന പ്രായോഗിക വശം കണക്കിലെടുക്കാനാവാതെ പോയി.

വേദനയുടെ തീച്ചൂളയിൽ വെന്തുകരിഞ്ഞു ദിവസങ്ങൾ കടന്നുപോയി. പരീക്ഷ കഴിയാറായിരിക്കുന്നു. രാജനെത്തേടി കണ്ണുകൾ കോളേജ് പരിസരങ്ങൾ മുഴുവൻ ഉഴറി. പക്ഷേ, ഫലം നിരാശാജനകമാ

യിരുന്നു. 'രാജൻ മറ്റുള്ളവരോടുള്ള എന്റെ കടപ്പാട് എന്തുമായിക്കൊള്ളട്ടെ. എന്നും എന്നും ഞാൻ രാജന്റേതു മാത്രമായിരിക്കും. രാജനോട് ഇതൊന്നു പറഞ്ഞു മനസ്സിലാക്കാൻ കഴിഞ്ഞെങ്കിൽ! പക്ഷേ, രാജനെ കാണാൻ കഴിഞ്ഞില്ല. ഒടുവിൽ സൂസനോടു ഹോസ്റ്റൽവരെ ഒന്നു കാണാൻ വരാൻ പറഞ്ഞയച്ചുനോക്കി. പക്ഷേ, സൂസൻ പരീക്ഷ കഴിഞ്ഞു പുറത്തിറങ്ങുന്നതിനുമുമ്പുതന്നെ രാജൻ ഹാൾവിട്ട് പൊയ്ക്കഴിഞ്ഞു.

ഇനിയും ഒരുദിവസം മാത്രമേ എനിക്കു പരീക്ഷയുള്ളൂ. നാളെ വീട്ടിൽ പോകേണ്ടിയിരിക്കുന്നു. വൈകുന്നേരം തീർച്ചയായും രാജൻ വരാതിരിക്കയില്ല. ഹൃദയം ആശ നല്കി. ഈ കഴിഞ്ഞ കുറച്ചുദിവസങ്ങളിൽ ഞങ്ങൾ പരസ്പരം കൈമാറിയ വാഗ്ദാനത്തങ്ങളും ഒന്നിച്ചു നെയ്തെടുത്ത പകൽക്കിനാവുകളും എല്ലാം തന്നെ രാജൻ ഇത്ര എളുപ്പം മറക്കുകയോ? ഹോസ്റ്റലിന്റെ മുമ്പിലുള്ള വാകമരച്ചുവട്ടിൽ രാജൻ കാത്തിരിപ്പായി. പ്രതീക്ഷാനിർഭരമായ നിമിഷങ്ങൾ! രാജനോടു പലതും വിശദീകരിച്ചു പറയേണ്ടിയിരിക്കുന്നു. എന്തൊക്കെയോ തെറ്റിദ്ധാരണകളുണ്ട്. രാജനെ ഒഴിച്ചുമാറ്റിക്കൊണ്ട് മറ്റെന്തും തന്നെ നേടാൻ ഞാൻ അശക്തനാണ്. എന്റെ നിലപാട് രാജനെ മനസ്സിലാക്കണം. ഗോപിച്ചേട്ടൻ വിശാലഹൃദയനാണ്. എന്നെ തീർച്ചയായും മനസ്സിലാക്കാൻ കഴിയും. ഗോപിച്ചേട്ടനെ പ്രേമിക്കാൻ കഴിയാതെ പോയതിൽ ഞാൻ തെറ്റുകാരിയല്ലല്ലോ. അച്ഛന്റെയും അമ്മയുടെയും എതിർപ്പുകൾ, മനഃപ്രയാസങ്ങൾ അതൊക്കെ കാലം മാറ്റിക്കൊള്ളും. ഹൃദയം സ്വയം സാന്ത്വനപ്പെടുത്തിക്കൊണ്ടിരുന്നു. രാജനുമായി ആദ്യം കണ്ടുമുട്ടിയ ദിവസം മുതൽ പിന്നെയങ്ങോട്ടുള്ള ഓരോ സംഭവങ്ങളും അതാതിന്റെ പുതുമയോടെ കൺമുമ്പിൽകൂടി കടന്നുപോയി. സൂസൻ തോളത്തു തട്ടിയപ്പോഴാണ് നേരം ഇരുട്ടിക്കഴിഞ്ഞു എന്നു മനസ്സിലായത്. ഈശ്വരാ! രാജൻ ഇനിയുമെത്തിയില്ലല്ലോ.

"ദേവു രാജനെ കാത്തിരിക്കയാണില്ലേ. വരാത്തതിന് എന്തെങ്കിലും തക്ക കാരണം കാണും. ആട്ടെ അകത്തുവരൂ. ഈ ഹോസ്റ്റലിൽ നമ്മളൊത്തു കഴിയുന്ന അവസാന ദിവസം ഇന്നാണെന്ന് മറന്നുപോയോ."

കഷ്ടം! ഇന്നേ ദിവസം സൂസനെ പാടെ മറന്നത് ഒട്ടും ഭംഗിയായില്ല. ഹൃദയം കുറ്റപ്പെടുത്തി.

രാത്രി വളരെ വൈകുന്നതുവരെ ഞങ്ങൾ ഓരോന്നു പറഞ്ഞുകൊണ്ടിരുന്നു. സൂസന് ഇനിയും ക്ലിനിക്കൽ പരീക്ഷകൾ മാത്രമേയുള്ളൂ. അവധിക്കു മിക്കവാറും കല്യാണം കാണുമെന്നു വീട്ടിൽനിന്നും വന്ന കത്തിൽ ഉണ്ടായിരുന്നു. അനാറ്റമിയിൽ പുതുതായി വന്ന ഡോ. റോയ്കുര്യനാണ് വരൻ! പരമ രഹസ്യമാണ്. കോളേജിൽവെച്ച് സൂസനെ കണ്ടുബോധിച്ച് അദ്ദേഹം തന്നെ കല്യാണാലോചനയുമായി ചെന്നതാണ്. ഞാൻ സൂസനെ ഹൃദയം തുറന്നു അനുമോദിച്ചു.

"ഈശ്വരൻ നിനക്ക് നല്ലതു വരുത്തട്ടെ."

സൂസൻ സംഭാഷണങ്ങളിൽനിന്നും രാജനെപ്പറ്റിയുള്ള പരാമർശങ്ങൾ ഒഴിവാക്കിയിരുന്നു. എന്നെ വേദനിപ്പിക്കണ്ട എന്നു കരുതിയിട്ടാണവണം.

ഞാൻ കിടന്ന ശേഷം സൂസൻ കട്ടിലിന്റെ അടുക്കൽ വന്നിരിന്നിട്ടു പറഞ്ഞു.

"ദേവൂ! നീ ഇങ്ങനെ എപ്പോഴും മനസ്സു നൊന്തിരിക്കുന്നതു കണ്ടിട്ട് സഹിക്കുന്നില്ല. നോക്കൂ. നിന്നെ ഞാൻ ഉപദേശിക്കയാണെന്നു വിചാരിക്കരുത്. കുറ്റപ്പെടുത്തുകയുമല്ല. രാജനും നീയും തമ്മിൽ അത്യധികം സ്നേഹിക്കുന്നു. അത് ഞാനും സമ്മതിക്കുന്നു. പക്ഷേ, പ്രേമം വിവാഹത്തിൽനിന്നും എത്രയോ വ്യത്യസ്തമാണെന്നും പ്രേമം വിവാഹത്തിൽ കലാശിച്ചില്ല എങ്കിൽ ഒരു മാറാദുഃഖവുമാണെന്നും നിനക്ക് ഒന്നു മനസ്സിലാക്കിക്കൂടെ. നിങ്ങൾക്കു രണ്ടാൾക്കും മറ്റാരും അറിയാതെ എന്നും ഇങ്ങനെ പ്രേമിച്ചു കഴിയാൻ പറ്റുമോ? നിന്റെ വീട്ടുകാരുടെ എതിർപ്പുകൾ, ഈ ബന്ധം അംഗീകരിക്കാനുള്ള സമുദായത്തിന്റെ വൈമുഖ്യം– ഇതൊക്കെ അതിജീവിക്കാൻ പ്രേമത്തിനൊക്കുമോ എന്നു സംശയിക്കേണ്ടിയിരിക്കുന്നു. ദേവൂ! നിന്റെ പ്രേമത്തിനെ ഞാൻ ചോദ്യം ചെയ്യുകയാണെന്നു കരുതരുതേ! നിന്നോടുള്ള സ്നേഹംകൊണ്ട്, എന്റെ പ്രായോഗിക ബുദ്ധിക്ക് ശരിയെന്നു തോന്നിയത് പറഞ്ഞു എന്നു മാത്രം! പിന്നെ രാജനെ ഓർത്ത് വിഷമിക്കേണ്ട. രാജൻ പുരുഷനാണ്. ചെറുപ്പമാണ്. നിന്നെപ്പറ്റിയുള്ള ഓർമ്മകൾ രാജന്റെ ജീവിതം താറുമാറാക്കുമെന്ന് പേടിക്കേണ്ട. പിന്നെ നിന്റെ കാര്യം– സ്നേഹം നിറഞ്ഞ കുടുംബാന്തരീക്ഷത്തിൽ നിന്റെ ഹൃദയത്തിലെ മുറിവുകൾ വേഗം മാഞ്ഞുപോകും – നീ ഹൃദയത്തിനടിമപ്പെടാതെ ഒന്നു ബുദ്ധിപൂർവ്വം ചിന്തിക്കൂ, ഞാൻ പറയുന്നത് ഒന്നു വിശ്വസിക്കൂ."

സൂസന്റെ കണ്ണുകൾ നിറഞ്ഞൊഴുകി. പാവം എന്നെ 'നേർവഴി' കാട്ടാൻ എത്ര അധികം ശ്രമിക്കുന്നു.

"അവധി കഴിഞ്ഞുവരുമ്പോൾ പണ്ടത്തെപ്പോലെ പ്രസരിപ്പും ഉത്സാഹവും നിനക്കു തിരിച്ചുകിട്ടുമെന്ന് ആശിക്കുന്നു."

എന്റെ കൈകളിൽ അമർത്തിയിട്ട് സൂസൻ എഴുന്നേറ്റു.

സൂസൻ ഉറങ്ങി വളരെ കഴിഞ്ഞിട്ടും ഞാൻ ഉണർന്നു കിടക്കുകയാണ്. മനസ്സ് എത്ര അസ്വസ്ഥമാണ്. ഞങ്ങൾ എന്തിനായി കണ്ടുമുട്ടി? എന്തിനായി പരസ്പരം ആകർഷിക്കപ്പെട്ടു? അടുത്തു? ഉറങ്ങിയത് എപ്പോഴാണെന്നറിഞ്ഞില്ല ഉണർന്നതു വളരെ താമസിച്ചാണ്. എട്ടുമണിക്കു മുൻപ് ബസ് സ്റ്റാൻഡിൽ എത്തേണ്ടിയിരിക്കുന്നു. വേഗം പോകാനുള്ള ഒരുക്കമായി. അപ്പോഴാണ് സൂസൻ രാജന്റെ കത്തുകൊണ്ടുതന്നത്. പൊട്ടിച്ചു വായിച്ചപ്പോൾ കൈകൾ വിറയ്ക്കുന്നുണ്ടായിരുന്നു.

"പ്രിയപ്പെട്ട ദേവൂ,

വളരെ അധികം ചിന്തിച്ചശേഷമാണ് ഞാൻ ഒരു തീരുമാനത്തിൽ എത്തിച്ചേർന്നത്. നിന്റെ ഭാവി നന്മയെ മുൻനിർത്തി ഇനിയും നാം കണ്ടു മുട്ടാതിരിക്കയാണു നല്ലതെന്നു തോന്നുന്നു. കാരണം നമ്മൾ തമ്മിലുള്ള അടുപ്പം ഭാവിയിൽ നിനക്കു കൂടുതൽ വേദന, കൂടുതൽ പ്രശ്നങ്ങൾ, കൂടുതൽ അശാന്തി ഇവയായിരിക്കും സമ്മാനിക്കുന്നത്. എന്റെ ദേവു ഉറച്ച് കാറ്റടിച്ചാൽ വാടുന്ന ലില്ലിപ്പൂവുപോലെയാണ് നിന്റെ മനസ്സെന്നു ഞാൻ അറിയുന്നു. നീ നിന്നെ എനിക്കായിത്തരുമ്പോൾ നിനക്കു നഷ്ട പ്പെടുന്നത് എന്തൊക്കെയാണെന്നും എത്രയൊക്കെയാണെന്നും ഓർക്കു മ്പോൾ നിന്നെ ഈ വലിയ ത്യാഗത്തിൽനിന്നും പിന്തിരിപ്പിക്കേണ്ടത് എന്റെ കടമയാണെന്നു കരുതുന്നു. ഞാൻ അത്രയ്ക്ക് സ്വാർത്ഥനായി ക്കൂടല്ലോ. നീ വേദനിക്കുന്നതു കാണാൻ എനിക്കു കരുത്തില്ല.

പ്രിയപ്പെട്ടവളേ, നീ ഭാവിയിൽ സുഖവും ശാന്തിയും കണ്ടെത്തട്ടെ എന്നു പ്രാർത്ഥനയോടെ

നിന്റേതു മാത്രമായ രാജൻ"

എഴുത്തു വായിച്ചുകഴിഞ്ഞപ്പോൾ കണ്ണുകൾ നിറഞ്ഞൊഴുകി. കഷ്ടം! രാജൻ എന്നെ എത്രകണ്ടു തെറ്റിദ്ധരിച്ചിരിക്കുന്നു. എന്റെ സുഖവും ശാന്തിയും രാജന്റെ സ്നേഹത്തെ മാത്രം ആശ്രയിച്ചാണിരി ക്കുന്നതെന്നും അതു നഷ്ടപ്പെട്ടാൽ ആ വിടവു മറ്റൊന്നുകൊണ്ടും നിക ത്താനാവില്ല എന്നും മനസ്സിലാക്കിയില്ലല്ലോ.

ഇരുപത്തി ഒന്ന്

സന്ധ്യ കഴിഞ്ഞപ്പോഴാണ് വീട്ടിൽ എത്തിയത്. ഭാഗ്യത്തിന് പൂമു ഖത്തു അച്ഛനുണ്ടായിരുന്നില്ല. അമ്മയുടെ സ്നേഹമേറിയ പരിചരണ ങ്ങൾ എന്നെ വീർപ്പുമുട്ടിച്ചു. കുളി കഴിഞ്ഞ് കാപ്പികുടിച്ചുകഴിഞ്ഞിരുന്ന പ്പോൾ അമ്മ പറഞ്ഞു.

"ആ കിഴക്കേടത്തെ ഗോവിന്ദപ്പിള്ള അവിടെ ചികിത്സ കഴിഞ്ഞു വന്നപ്പോൾ നിന്നെപ്പറ്റി എന്തൊക്കെയോ അച്ഛനോടു പറഞ്ഞു. അച്ഛൻ വളരെ ദേഷ്യപ്പെട്ടിരിക്കയാണ്. നിനക്കയച്ച എഴുത്തു കിട്ടിക്കാണുമല്ലോ."

ശരീരമാകെ തളരുന്നതുപോലെ. എന്തൊരു നിസ്സഹായത! അമ്മ യോടു കള്ളം പറയാൻ ശക്തിയില്ല. പെട്ടെന്ന് അമ്മ മുഖത്തേക്കു നോക്കി ചോദിച്ചു

"മോളേ ഞാൻ കേട്ടതു നേരാണോ.."

കണ്ണുകൾ നിറഞ്ഞുതുളുമ്പി. അമ്മ നെടുവീർപ്പിട്ടു. ആരോടെന്നി ല്ലാതെ പറഞ്ഞു.

"അപ്പോൾ അതു ശരിയാണ്. അന്നേ നിന്നെ കോളേജിൽ വിടുന്ന കാര്യത്തിൽ ഞാൻ എതിരായിരുന്നു. യൗവനത്തിളപ്പിൽ നിങ്ങൾ ചെറു പ്പക്കാർ പ്രേമത്തിന്റെ കുടുക്കിൽ ചെന്നു പെടുമ്പോൾ മുമ്പും പുറകും

നോക്കാൻ കൂട്ടാക്കാറില്ല. വിവരങ്ങൾ ഒക്കെ അറിയണമെന്നില്ല. പക്ഷേ, നിന്റെ അവിവേകം ഇതിനകം നീ മനസ്സിലാക്കിക്കാണുമെന്നു കരുതുന്നു."

അമ്മയോട് എന്താണ് പറയേണ്ടത്? എല്ലാം തലകുനിച്ചു കേട്ടുകൊണ്ടിരുന്നു. അമ്മ തുടർന്നു.

"നാളെ ഗോപി വരും. അവനോട് ആലോചിച്ചിട്ട് ഈ അവധിക്കു തന്നെ നിങ്ങളുടെ വിവാഹം നടത്താൻ തീരുമാനിച്ചിരിക്കയാണ്. പിന്നെ പഠിത്തമൊക്കെ അവന്റെ ഇഷ്ടം പോലെ."

അമ്മയുടെ അവസാനവാക്കുകൾ ഹൃദയത്തിൽ ആഞ്ഞിറങ്ങി. "വിവാഹം" എനിക്കതു സാദ്ധ്യമല്ല. മനസ്സു നിറയെ വിവാഹത്തെപ്പറ്റിയുള്ള ചിന്തകളുമായി എത്തുന്ന ഗോപിച്ചേട്ടന്റെ ഹൃദയം തകർക്കുകയോ? തല്ക്കാലം അമ്മയോട് ഒന്നും പറഞ്ഞില്ല. ഏതായാലും വിവാഹമെന്ന കുരുക്കിൽനിന്നും ഒഴിഞ്ഞേ തീരൂ.

കലശലായ ക്ഷീണം എന്നു പറഞ്ഞ് അച്ഛൻ വരുന്നതിനുമുമ്പ് ഉറങ്ങാൻ കിടന്നു. അന്നത്തെ രാത്രിയിൽ അച്ഛനെ അഭിമുഖീകരിക്കാൻ ഞാൻ അശക്തയായിരുന്നു. പിറ്റേദിവസം അച്ഛൻ പതിവിലേറെ ഗൗരവത്തിലായിരുന്നു. ഒന്നും തന്നെ സംസാരിച്ചില്ല. ഒന്നിച്ച് ഉണ്ണാനിരുന്നപ്പോൾ ഇത്രമാത്രം പറഞ്ഞു.

"എന്റെ എഴുത്ത് കിട്ടിക്കാണുമെന്ന് ഊഹിക്കുന്നു. എന്റെ നിലപാടു നീ നല്ലവണ്ണം മനസ്സിലാക്കിക്കാണുമല്ലോ."

രാത്രിയിൽ ഗോപിച്ചേട്ടൻ വന്നു. പതിവുപോലെ ഉത്സാഹമായിരുന്നു. എന്നെക്കണ്ട് പെട്ടെന്ന് തറച്ചുനിന്നു. വീണ്ടും വീണ്ടും സൂക്ഷിച്ചുനോക്കി.

"നിനക്കെന്തുപറ്റി ദേവൂ– ആകെ വല്ലാതെയിരിക്കുന്നു. എന്തോ നഷ്ടപ്പെട്ടതുപോലെ."

അമ്മ ഇടയ്ക്കുകയറി പറഞ്ഞു.

"പരീക്ഷയുടെ പഠിത്തവും അതു കഴിഞ്ഞുള്ള യാത്രാക്ഷീണവും ഒക്കെയല്ലേ."

ഗോപിച്ചേട്ടനെ തനിച്ചുകണ്ട് എല്ലാം പറയേണ്ടിയിരിക്കുന്നു. ഗോപിച്ചേട്ടൻ എന്നെ മനസ്സിലാക്കാതിരിക്കയില്ല.

അന്നു രാത്രി അച്ഛനും ഗോപിച്ചേട്ടനും പൂമുഖത്ത് പതിവിലേറെ നേരം വർത്തമാനം പറഞ്ഞുകൊണ്ടിരുന്നു. വിവാഹക്കാര്യമായിരിക്കും. ഗോപിച്ചേട്ടൻ എന്തഭിപ്രായം പറഞ്ഞോ എന്തോ?

എല്ലാവരും കിടന്നുകഴിഞ്ഞപ്പോൾ ഗോപിച്ചേട്ടന്റെ മുറിയിലേക്കു ചെന്നു. എന്നെക്കണ്ടപ്പോൾ മുഖത്താകെ ഒരമ്പരപ്പ്.

"ദേവൂ, എന്താ ഇപ്പോൾ."

എന്റെ മുഖഭാവം കണ്ടിട്ടാവണം പറഞ്ഞതു പൂർത്തിയാക്കാതെ ശാന്തനായി തുടർന്നു.

"ദേവൂനെ എന്തോ അലട്ടുന്നു എന്നു തോന്നുന്നല്ലോ– വരൂ. നിനക്കു

എന്തും എപ്പോഴും ഗോപിച്ചേട്ടനോടു പറയാം."

അങ്ങിനെ ഗോപിച്ചേട്ടൻ എണീറ്റു മാറിത്തന്ന കസേരയിൽ ഇരുന്നു ഞാൻ എല്ലാം പറഞ്ഞു. ഒന്നും മറച്ചുവെയ്ക്കാതെ– രാജന്റെ എഴുത്തിലെ വാചകങ്ങൾ വരെ!

വളരെ നേരം ഗോപിച്ചേട്ടൻ ഒന്നും മിണ്ടിയില്ല. മഴവെള്ളം നിറഞ്ഞ് ഇരുണ്ട കാർമേഘം പോലെ ആ മുഖം കദനഭാരത്താൽ വീർപ്പുമുട്ടി. കഷ്ടം! ഗോപിച്ചേട്ടന് വേദനയുടെ ഈ തീക്കനലുകൾ മാത്രമേ ഒടുവിൽ എനിക്കു നല്കുവാൻ കഴിഞ്ഞുള്ളൂ.

"തീരെ പ്രതീക്ഷിക്കാത്ത ചിലതൊക്കെയാണ് നീയിപ്പോൾ പറഞ്ഞത്. കുട്ടിക്കാലം മുതൽ ഞാൻ കെട്ടിപ്പടുത്ത എല്ലാം എന്റെ മുമ്പിൽ തകർന്നു കിടക്കുന്നതു പോലെ."

ഗോപിച്ചേട്ടൻ പതുക്കെയാണു പറഞ്ഞത്.

"ദേവൂ ഓർമ്മവെച്ച നാൾ തുടങ്ങി എന്റെ സ്വപ്നങ്ങൾ എല്ലാം നിന്നെപ്പറ്റിയുള്ളതായിരുന്നു. കുറച്ചു മുതിർന്നപ്പോൾ നിന്നെ എന്റെ ജീവിതസഖിയായി കണക്കാക്കാൻ തുടങ്ങി. നിനക്ക് ഇതുവരെയും ഞാൻ വെറും ഗോപിച്ചേട്ടൻ മാത്രമാണെന്നറിയാമായിരുന്നു. എങ്കിലും ഒരുകാലത്ത് നീ എന്നെ പ്രേമിക്കുമെന്നാശിച്ചുപോയി. ഇപ്പോൾ ഇതാ."

തുടർന്നു പറയുവാനാവാതെ ഗോപിച്ചേട്ടൻ നിർത്തി. എന്റെ കണ്ണുകൾ നിറഞ്ഞൊഴുകി. ഗോപിച്ചേട്ടൻ എന്നെ കുറ്റപ്പെടുത്തിയിരുന്നു എങ്കിൽ, എന്നോട് കയർത്തിരുന്നു എങ്കിൽ എനിക്കു സഹിക്കാമായിരുന്നു. പെട്ടെന്ന് ഗോപിച്ചേട്ടൻ എന്റെ തോളത്തു കൈവെച്ചിട്ടു പറഞ്ഞു.

"ദേവു കരയാതെ! നിന്നെ ആശ്വസിപ്പിക്കണമെന്നുണ്ട്. പക്ഷേ, ഹൃദയത്തിൽ ആകെ ഒരു മരവിപ്പാണ് അനുഭവപ്പെടുന്നത്."

അങ്ങിനെ വേദനയിൽ മുഴുകി ഞങ്ങൾ കുറച്ചുനേരം ഇരുന്നു. ഒടുവിൽ ഗോപിച്ചേട്ടൻ പറഞ്ഞു:

"ഒരു കണക്കിന് നമ്മൾ ഇപ്പോൾ തുല്യദുഃഖിതരാണ്. കഷ്ടം! രാജൻ ഇത്ര പെട്ടെന്ന് ഒരു തീരുമാനമെടുക്കേണ്ടിയിരുന്നില്ല. നിങ്ങൾക്കെങ്കിലും ഈ ദുഃഖം ഒഴിവാക്കാമായിരുന്നു. നോക്കൂ. നിന്നെ വിവാഹത്തിന് ഞാനൊരിക്കലും നിർബ്ബന്ധിക്കയില്ല. ഈശ്വരൻതന്നെ നിനക്ക് ആശ്വാസം തരട്ടെ."

അത്രയും പറഞ്ഞു നിർത്തിയപ്പോൾ ആ സ്വരം പതറിയിരുന്നു. വേഗം എണീറ്റ് മുറിയിലേക്കു പോന്നു. എത്ര നേരം കരഞ്ഞുകൊണ്ടു കിടന്നു എന്നറിഞ്ഞുകൂടാ. എന്റെ പഠിത്തം ഒക്കെ കഴിഞ്ഞു മതി വിവാഹമെന്ന ഗോപിച്ചേട്ടന്റെ അഭിപ്രായത്തോട് അച്ഛനു യോജിക്കേണ്ടിവന്നു. അവധി കഴിഞ്ഞുപോരുമ്പോൾ അച്ഛൻ ഒന്നുകൂടി ഉറപ്പിച്ചു പറഞ്ഞു.

"വളരെ കരുതലോടെ ജീവിക്കണം. ഇനിയും നിന്നെപ്പറ്റി എന്തെങ്കിലും കേട്ടുപോയാൽ അന്നു പഠിത്തം അവസാനിപ്പിക്കും."

ഇരുപത്തിരണ്ട്

കോളേജ് തുറന്നിരിക്കുന്നു. പുതിയ വർഷം – പുതുമ നിറഞ്ഞ മുഖങ്ങൾ! എങ്ങും ആഹ്ലാദം അലയടിക്കുന്നു. ആളൊഴിഞ്ഞ ഉത്സവപ്പറമ്പു പോലെ എന്റെ മനസ്സുമാത്രം ശൂന്യമായിരുന്നു. സൂസൻ കല്യാണം കഴിഞ്ഞെത്തിയിട്ടുണ്ട്. ക്വാർട്ടേഴ്സിലാണു താമസം. അവളുടെ നിർബ്ബന്ധം കാരണം ചിലപ്പോഴവിടെ പോകും. ഡോ. റോയി കുര്യനും ഒരു സഹൃദയനാണ്. വല്ലപ്പോഴും എന്റെ വേദനകൾ അവരോടു തുറന്നുപറയുമ്പോൾ അല്പമാശ്വാസം തോന്നും. എന്നെ എല്ലാം മറപ്പിക്കാൻ, സന്തോഷിപ്പിക്കാൻ രണ്ടുപേരും ആവതു ശ്രമിച്ചു.

“കോളേജ് ജീവിതത്തിൽ അങ്ങിനെ നീണ്ട അഞ്ചുവർഷങ്ങൾക്കിടയിൽ പലരും തമ്മിലടുത്തെന്നു വരും. പക്ഷേ, പിരിയേണ്ടിവരുമ്പോൾ ഇത്രമാത്രം നിരാശപ്പെടാൻ എന്തുണ്ട്? പുതിയ അടുപ്പങ്ങൾ, പുതിയ പരിചയങ്ങൾ ഇവകൊണ്ട് ആ ശൂന്യത നികത്തപ്പെടും. രാജനിപ്പോൾ സിംഗപ്പൂർ പറ്റിക്കാണും. നീ മാത്രം ഇങ്ങനെ മനസ്സു മടുത്ത് കഴിയുന്നതെന്തിനാണ്?”

മറ്റുള്ളവരെ സമാധാനിപ്പിക്കാൻ എളുപ്പമാണ്. തനിക്കനുഭവിക്കേണ്ടിവരുമ്പോൾ! എന്നെ സംബന്ധിച്ചിടത്തോളം ദിവസങ്ങൾ തികച്ചും വിരസങ്ങളായിരുന്നു. കാലത്ത് ആറുമണി തുടങ്ങി രാത്രിയുടെ അന്ത്യയാമങ്ങൾ വരെ ഇഴഞ്ഞു നീങ്ങുന്ന നിമിഷങ്ങൾ എല്ലാം ഒന്നുപോലെ ഓജസ്സ് നഷ്ടപ്പെട്ടവ. പകലൊക്കെ വാർഡിലും കോളേജിലുമായി ഒരുവിധം കഴിച്ചുകൂട്ടും. രാത്രിയിൽ പുസ്തകവുമായി പഠിക്കാനൊരുങ്ങുമ്പോൾ മനസ്സ് ഓർമ്മയുടെ പൂങ്കാവനത്തിൽ പറന്നു കളിക്കും. ഒടുവിൽ എല്ലാം അവസാനിച്ചിരിക്കുന്നു എന്ന യാഥാർത്ഥ്യം തുറിച്ചു നോക്കുമ്പോൾ ഹൃദയം മരവിച്ചുപോകും.

ഇനിയും ഒരിക്കലും കണ്ടുമുട്ടുകയില്ലേ? എന്നെങ്കിലും ഒരു ദുർബ്ബല നിമിഷത്തിൽ രാജൻ ആ തീരുമാനം വലിച്ചെറിഞ്ഞ് എന്റെ അടുക്കൽ എത്തുകയില്ലേ– ഇത്ര അധികം സ്നേഹിച്ചിട്ട് രാജന് എന്നെ എന്നെന്നേക്കും ജീവിതത്തിൽനിന്നും ഒഴിച്ചുമാറ്റാൻ എങ്ങിനെ സാധിക്കും! ഒരു പക്ഷേ, രാജൻ പുതിയ മേച്ചിൽസ്ഥലങ്ങൾ കണ്ടെത്തിക്കാണുമോ! അതോ ഏകാന്തതയിൽ വീർപ്പുമുട്ടിക്കഴിയുകയാണോ? അങ്ങനെ ശരൽക്കാലത്തെ മേഘശകലങ്ങൾ പോലെ വ്യർത്ഥചിന്തകൾ മനസ്സിൽ ചുറ്റിത്തിരിഞ്ഞു. ഭാവിയെപ്പറ്റി ഒന്നും ആശിക്കാനില്ലാതെ, ജീവിതത്തിൽ ഒരു ലക്ഷ്യമില്ലാതെ ദിവസങ്ങൾ കടന്നുപോയി. എന്നും ലറ്റർബോർഡിൽ ആശയോടെ നോക്കാറുണ്ട്. രാജൻ ഒരെഴുത്തെങ്കിലും അയക്കാതിരിക്കില്ല. പക്ഷേ, അതിലും നിരാശപ്പെടേണ്ടിവന്നു. എന്തോ രാജൻ എന്നെ ജീവിതത്തിൽനിന്നും പാടെ ഒഴിച്ചുമാറ്റിയിരിക്കുന്നു.

ഇരുപത്തിമൂന്ന്

ഓണം അവധി എത്താറായിരിക്കുന്നു. അന്നും പതിവുപോലെ ലെറ്റർ ബോർഡിൽ നോക്കി. അപരിചിതമായ കയ്പടയിൽ അഡ്രസ് എഴുതിയ ഒരുകവർ! ആരുടെ എഴുത്തായിരിക്കും. ജിജ്ഞാസയോടെ പൊട്ടിച്ചു.

സ്കോട്ടിഷ് മിഷൻ ഹോസ്പിറ്റൽ
മൈസൂർ

മിസ് ദേവയാനിക്ക്,

ഞങ്ങളുടെ ഹോസ്പിറ്റലിൽ പുതുതായി ചാർജ്ജെടുത്ത ഡോ. രാജൻ ഫിലിപ്പിന്റെ പെട്ടിയിൽ നിന്നാണ് നിങ്ങളുടെ അഡ്രസ് കണ്ടെടുത്തത്. അദ്ദേഹം ടൈഫോയിഡായി കിടപ്പാണ്. രണ്ടു ദിവസമായി ഡെലിറിയസ് ആണ്. ബന്ധപ്പെട്ടവരെ വിവരം അറിയിക്കാൻ അഡ്രസുകൾക്കായി ഡോക്ടറുടെ പെട്ടി പരിശോധിച്ചതിൽ നിങ്ങളുടെ മേൽവിലാസം എഴുതി ഒട്ടിച്ച് അയക്കപ്പെടാത്ത കുറേ കവറുകൾ മാത്രം കിട്ടി. അദ്ദേഹത്തിന്റെ രോഗവിവരം നിങ്ങളെ അറിയിക്കാനായിട്ടാണ് ഈ കത്ത്.

എന്ന്
ഡോ. ജോഷി

ദേഹം ആകെ തളരുന്നതുപോലെ– ഈശ്വരാ! രാജൻ മൈലുകൾക്കപ്പുറം ആശങ്കാജനകമായ നിലയിൽ കിടക്കയാണ്. സ്നേഹമുള്ള പരിചരണം ഏറ്റവും ആവശ്യമായ ഈ സമയത്ത് തികച്ചും ഏകനായി! എത്രയും പെട്ടന്ന് രാജന്റെ അടുക്കൽ എത്തേണ്ടിയിരിക്കുന്നു. ഇനിയും മറ്റൊന്നും ചിന്തിക്കാനോ തീരുമാനിക്കാനോ ഇല്ല. ഹൃദയം നൊന്തു പ്രാർത്ഥിച്ചു.

"ഈശ്വരാ രാജനെ കാത്തുകൊള്ളണേ!"

വേഗം സൂസന്റെ വീട്ടിൽ എത്തി.

പിറ്റേദിവസംതന്നെ പുറപ്പെടാനുള്ള ഒരുക്കങ്ങൾ ചെയ്യണമെന്ന് ആവശ്യപ്പെട്ടു. എന്റെ തീരുമാനത്തിൽനിന്നും പിന്മാറ്റാൻ സൂസൻ വളരെയേറെ ശ്രമിച്ചു നോക്കി.

"ഇപ്പോൾ വീട്ടിലെ അനുവാദമില്ലാതെ, കോളേജിൽനിന്നും പോകയാണെങ്കിൽ തിരിച്ച്, ഇങ്ങോട്ടുവരാമെന്നു നോക്കണ്ട– പിന്നെ രാജൻ ഒരു ഹോസ്പിറ്റലിലല്ലെ. വിദഗ്ദ്ധമായ പരിചരണം കിട്ടുമെന്നുള്ളതു തീർച്ചയാണ്. രാജന്റെ അഡ്രസ്സ് അറിയാമെന്നുള്ളതുകൊണ്ട് വിവരങ്ങൾ നമുക്ക് എഴുതിയറിയാനൊക്കുമല്ലോ."

സൂസന്റെ ന്യായവാദങ്ങളിൽനിന്നും റോയിയാണ് രക്ഷിച്ചത്.

"ഈ സൂസൻ പറയുന്നതൊന്നും കൂട്ടാക്കേണ്ട. ദേവൂന്റെ ധൈര്യ

മായ കാൽവെപ്പിൽ ഞാൻ അനുമോദിക്കയാണ് ചെയ്യുന്നത്. ജീവിതത്തിൽ മുൻപും പിൻപും നോക്കാതെ ചില സന്ദർഭങ്ങളിൽ തീരുമാനമെടുക്കേണ്ടിവരുന്നു. വരുംവരായ്കകളെപ്പറ്റി തിട്ടപ്പെടുത്തുമ്പോൾ, സമയം നമുക്കുവേണ്ടി കാത്തുനില്ക്കാറില്ല. പിന്നെ ആയുസ്സു മുഴുവൻ പശ്ചാത്തപിച്ചാലും പാഴായ സന്ദർഭം തിരിച്ചുകിട്ടുകയില്ല. ദേവൂ, നാളെക്കാലത്തെ എക്സ്പ്രസ്സിൽ പോകാൻ തയ്യാറായിക്കൊള്ളൂ. ഞങ്ങൾ സ്റ്റേഷനിൽ കൊണ്ടാക്കാം. മദ്രാസിൽ ദേവൂനെ മീറ്റുചെയ്തു ബാംഗ്ലൂർ എക്സ്പ്രസ്സിൽ കയറ്റി അയയ്ക്കാൻ മദ്രാസിൽ എന്റെ ബ്രദറിനു കമ്പി അടിക്കാം. ദേവു ധൈര്യമായിരിക്കൂ. നിങ്ങൾ ഒന്നിച്ചു ചേരേണ്ടവരാണ്. ദൈവം ഒരിക്കൽക്കൂടി അതിന് അവസരം തന്നതായിരിക്കും."

ഇപ്പോൾ ഓർക്കുമ്പോൾ ഡോ. റോയിയോട് എന്തെന്നില്ലാത്ത കടപ്പാട് തോന്നിപ്പോകുന്നു. അന്ന് റോയി ധൈര്യം തന്നില്ലായിരുന്നു എങ്കിൽ, സൗകര്യപ്പെടുത്തിത്തന്നില്ലായിരുന്നു എങ്കിൽ ഞാൻ ഈ യാത്രയ്ക്ക് ഒരുമ്പെടുകയില്ലായിരുന്നു.

ഇരുപത്തിനാല്

തികച്ചും അവിചാരിതമായ യാത്ര! ആരും കൂട്ടില്ലാതെ എങ്ങും പോയിട്ടില്ല. ഇപ്പോളിതാ – കേരളത്തിനു വെളിയിൽ, ആരോടും ആരോടും പറയാതെ, ഭാഷയും നാടും ആളുകളും അപരിചിതമായ ഒരിടത്തേക്ക് തനിയെ പോകുകയാണ്. നിമിഷങ്ങൾ മണിക്കൂറുകളായും മണിക്കൂറുകൾ ദിവസങ്ങളായും രൂപംകൊണ്ടു. ട്രെയിനുകൾ മാറി. ഒടുവിൽ ബാംഗ്ലൂരിൽനിന്നും മൈസൂറിൽ വന്നെത്തിയപ്പോൾ മനസ്സിൽ ഒരു പ്രാർത്ഥന മാത്രം നിരന്തരം ഉയർന്നുകൊണ്ടിരുന്നു.

"ഈശ്വരാ – രാജനെ കാത്തുകൊള്ളേണേ!"

സന്ധ്യ മയങ്ങിയ നേരത്ത് അപരിചിതമായ വഴിയിലൂടെ ടാക്സി ഒരു കുന്നിന്റെ മുകളിലേക്കു തിരിഞ്ഞപ്പോൾ ഹൃദയത്തിൽ ആശയും ആശങ്കയും തമ്മിൽ ഒരു കനത്ത പോരാട്ടം നടക്കുകയായിരുന്നു. രാജന്റെ സ്ഥിതി എന്താണ്? കുറവുണ്ടോ? അതോ മറ്റു വല്ലതും സംഭവിച്ചോ– അഗ്നിപർവ്വതത്തിന്റെ അന്തർഭാഗംപോലെ മനസ്സാകെ തിളച്ചുമറിയുകയാണ്. ആകാംക്ഷഭരഹിതങ്ങളായ നിമിഷങ്ങൾ! കുന്നിന്റെ മുകളിൽ സന്ധ്യയുടെ ചെഞ്ചായം പൂശി നില്ക്കുന്ന ഒരു ഊക്കൻ കെട്ടിടം ചൂണ്ടിക്കാണിച്ചിട്ട് ഡ്രൈവർ പറഞ്ഞു:

"അതാണ് സ്കോട്ടിഷ്മിഷൻ ഹോസ്പിറ്റൽ"

ഹോസ്പിറ്റലിന്റെ പടികൾ കയറിയപ്പോൾ കാലുകൾ വിറയ്ക്കുന്നുണ്ടായിരുന്നു. സന്ധ്യയായതുകൊണ്ട് അവിടെയെല്ലാം മിക്കവാറും വിജനം തന്നെ! ഓഫീസ് റൂമിലേക്കു പ്രവേശിക്കാൻ തുടങ്ങിയപ്പോൾ ഒരു ഡോക്ടർ എതിരെ വരുന്നതുകണ്ടു. എന്റെ മുഖത്തെ പരിഭ്രമവും

ഉടുത്തു മുഷിഞ്ഞ വേഷവും തൂക്കിപ്പിടിച്ച ബാഗും കണ്ടിട്ടാവണം, അങ്ങോട്ട് എന്തെങ്കിലും തിരക്കുന്നതിനു മുമ്പ് അദ്ദേഹം ആകെ ഒന്നു സൂക്ഷിച്ചു നോക്കിയിട്ട് ചോദിച്ചു.

"നിങ്ങൾ മിസ് ദേവയാനിയല്ലേ"

"അതെ, എന്നു പറഞ്ഞപ്പോൾ ശബ്ദം തികച്ചും പുറത്തുവന്നില്ല പെട്ടെന്ന് അദ്ദേഹത്തിന്റെ മുഖത്ത് പുഞ്ചിരി കളിയാടി.

"പരിഭ്രമിക്കാനൊന്നുമില്ല. ഡോ. ഫിലിപ്പ് ക്രൈസിസ് കഴിഞ്ഞിരുന്നു. ഇന്നത്തെ ടെമ്പ്രച്ചറും നോർമലായി."

രാജൻ സുഖം പ്രാപിച്ചിരിക്കുന്നു! ആർത്തിരമ്പി മാനത്തു ചെന്നു പൊട്ടിച്ചിതറുന്ന പൂക്കുറ്റിപോലെ ഹൃദയത്തിൽ നാലുപാടും ആനന്ദത്തിന്റെ പൂത്തിരികൾ തെളിഞ്ഞുമിന്നി. അടുത്ത നിമിഷത്തിൽ തങ്ങൾ വീണ്ടും കണ്ടുമുട്ടും. ഈശ്വരൻ എത്ര ദയാലുവാണ്– അവിടത്തേക്കു നന്ദി!

"നിങ്ങൾ വന്ന വിവരം രാജനെ അറിയിച്ചുകൊള്ളട്ടെ. നിങ്ങളെ അറിയിച്ച വിവരം കൂടി അദ്ദേഹം അറിഞ്ഞിട്ടില്ല. ഈ സ്ഥിതിയിൽ അദ്ദേഹം അധികം വികാരാധീനനാകാൻ പാടില്ല."

ആ ഡോക്ടർ നടന്നകന്നു.

ജനറൽ വാർഡിന്റെ വരാന്ത അവസാനിക്കുന്നിടത്തു ഇടതുവശത്തുള്ള മുറി ചൂണ്ടിക്കാണിച്ചിട്ട് അദ്ദേഹം പറഞ്ഞു:

"അതാ രാജൻ അവിടെയാണ്."

ഒരു തീർത്ഥയാത്രയുടെ അന്ത്യത്തിൽ ലക്ഷ്യത്തിലെത്തിയ ഒരു സാധുവിന്റെ ചാരിതാർത്ഥ്യം തോന്നി മനസ്സിന്. മുറിയുടെ വാതുക്കൽ ഒരു നിമിഷം തങ്ങിനിന്നു– മനസ്സിന്റെ സമനില തിരിച്ചുകിട്ടാൻ – വാതിൽ മെല്ലെ തുറന്ന് അകത്തേക്ക് നോക്കിയത് പരിക്ഷീണിതനായി ഈസി ചെയറിൽ വിശ്രമിക്കുന്ന രാജന്റെ മുഖത്തേക്കാണ്. വിളർത്തു മെലിഞ്ഞ് അവശനായുള്ള ആ കിടപ്പ്! "രാജൻ" ചുണ്ടുകൾ മന്ത്രിച്ചു. കാലുകൾ മുന്നോട്ട് വെച്ചതും ശരീരമാകെ തളർന്നു കഴിയുന്നതുപോലെ– രാജന്റെ രൂപം അവ്യക്തമാവുകയാണ് – കണ്ണുകൾ ഇരുണ്ടു. ശരീരത്തിലെ സർവ്വ ശക്തികളും ചോർന്നൊലിച്ചതുപോലെ.

കണ്ണുകൾ തുറന്നു നോക്കിയപ്പോൾ കട്ടിലിൽ കിടക്കയാണ്. അടുത്തുതന്നെ എന്റെ കൈപ്പത്തികളിൽ തലോടിക്കൊണ്ട് രാജനിരിപ്പുണ്ട്. ആ കണ്ണുകളിൽ ഉൽക്കണ്ഠ തങ്ങിനിന്നു. ആ വയസ്സൻ ഡോക്ടർ എന്റെ പ്രഷർ എടുക്കുകയാണ്. അദ്ദേഹം എന്റെ മുഖത്തേക്കു നോക്കി ചിരിച്ചുകൊണ്ടു പറഞ്ഞു.

"കുട്ടി വന്നപാടെ ഞങ്ങളെ പേടിപ്പിച്ചുകളഞ്ഞല്ലോ."

രാജന്റെ നേരെ തിരിഞ്ഞിട്ടു പറഞ്ഞു.

"നിങ്ങളുടെ കൂട്ടുകാരിക്ക് ഒരസുഖവുമില്ല. സമാധാനമായിരിക്കൂ.

വളരെ അധികം വികാരവിവശയായി. പോരാത്തതിന് യാത്രാക്ഷീണവും കാണും. അതുകൊണ്ട് ഫെയിന്റ് ചെയ്തു അത്രതന്നെ."

എന്നിട്ട് എന്നോടായി പറഞ്ഞു.

"ആനന്ദം കൊണ്ടു മൂർച്ഛിച്ചു എന്നു കേട്ടിട്ടില്ലേ– അതാണ് ഇപ്പോൾ സംഭവിച്ചത്. ആനന്ദമൂർച്ഛ."

അദ്ദേഹം പൊട്ടിച്ചിരിച്ചു.

ഇരുപത്തിയഞ്ച്

വർഷങ്ങൾ എത്ര കഴിഞ്ഞിരിക്കുന്നു. നാട്ടിൽനിന്നും വളരെ അകലെ കുന്നുംപുറത്തുള്ള ആ ചെറിയ ആശുപത്രിയിൽ ഞങ്ങൾ രണ്ടാളും സേവനമനുഷ്ഠിക്കയാണ്. രാജന്റെ ആഗ്രഹപ്രകാരം എനിക്ക് കോഴ്സ് പൂർത്തിയാക്കാൻ കഴിഞ്ഞു. ഞങ്ങളുടെ മകൻ രാജീവ് രാജന്റെ തനിപ്പകർപ്പാണ്. ആ കുസൃതി നിറഞ്ഞ കണ്ണുകളും ചുരുളൻ തലമുടിയും.

അച്ഛന്റെ വൈരാഗ്യം ഒരിക്കലും കെട്ടടിയുമെന്നു കരുതിയതല്ല. എന്നെ മരിച്ചതായി കണക്കാക്കിയിരിക്കുന്നു എന്നാണ് ഞങ്ങളുടെ വിവാഹത്തിനു ലഭിച്ച ആശീർവാദം. എത്ര എത്ര രാത്രികളിൽ രാജനറിയാതെ കരഞ്ഞിട്ടുണ്ട്. അച്ഛനമ്മമാരുടെ സ്നേഹം. ലാളന ഇവയുടെ വില ഇപ്പോഴാണ് മനസ്സിലായത്! എങ്കിലും രാജനോടൊന്നിച്ചതിൽ എനിക്ക് ഒരിക്കലും പശ്ചാത്തപിക്കേണ്ടി വന്നിട്ടില്ല. അത്രയ്ക്ക് കരുത്തുള്ളതായിരുന്നു രാജന്റെ സ്നേഹം!

അമ്മ ചിലപ്പോഴൊക്കെ എഴുതാറുണ്ട്. ഞങ്ങളെയൊക്കെ കാണാൻ കൊതിയുണ്ട്. പക്ഷേ, അച്ഛൻ ജീവിച്ചിരിക്കുമ്പോൾ അതാശിച്ചിട്ടു ഫലമില്ല. ഒരു മോളുള്ളതിനെ ഒന്നു കാണാൻപോലും കഴിയാതെ മരിക്കാനായിരിക്കും വിധി. എന്നെല്ലാം! ആ എഴുത്തുകൾ വായിക്കുമ്പോൾ എന്തെന്നില്ലാത്ത വേദന അനുഭവപ്പെടാറുണ്ട്. ഞങ്ങളെ അകറ്റി നിർത്തുന്ന ആ കോട്ടമതിൽ ഒന്ന് ഇടിഞ്ഞു വീണിരുന്നു എങ്കിൽ.

ഒരു ദിവസം വിചാരിച്ചിരിക്കാതെ ഗോപിച്ചേട്ടൻ വന്നുകയറി. ആൾ എത്രമാറിപ്പോയി! മുടി മുഴുവൻ കൊഴിഞ്ഞ് തല കഷണ്ടിയായിട്ടുണ്ട്. നല്ലവണ്ണം തടിച്ചിരിക്കുന്നു. മുഖത്തു മാത്രം പണ്ടത്തെപ്പോലെ സൗമ്യത പ്രതിഫലിച്ചിരുന്നു. രാജൻ ഗോപിച്ചേട്ടനെ ഹൃദ്യമായി സ്വീകരിച്ചു. ഗോപിച്ചേട്ടൻ കല്യാണക്ഷണനവുമായി വന്നതാണ്.

"തനിയെ ജീവിച്ചു മടുത്തു. അങ്ങനെ അമ്മയുടെ ഇഷ്ടത്തിനു വഴങ്ങാൻ തന്നെ തീരുമാനിച്ചു. നീയും രാജനും മോനും തീർച്ചയായും വരണം. അമ്മാവനു വിഷമം തോന്നുമെന്നും കുഴപ്പം സൃഷ്ടിക്കുമെന്നും ഒന്നും പേടിക്കണ്ട. പാവം വയസ്സായില്ലെ. നിന്നോടുള്ള വൈരാഗ്യമൊക്കെ തണുത്തുകഴിഞ്ഞു. നിങ്ങളെയൊക്കെ കാണാൻ അതിയായ മോഹമു

ണ്ട്. പക്ഷേ, അഭിമാനിയല്ലേ. എങ്ങിനെ പരസ്യമായി തന്റെ ആഗ്രഹം പ്രകടിപ്പിക്കും."

അങ്ങിനെ ഞങ്ങൾ ഗോപിച്ചേട്ടന്റെ കല്യാണത്തന് ബോംബെയിൽ പോയി. രാജീവനെ കൈക്കുള്ളിൽ ഒതുക്കിയപ്പോൾ അച്ഛന്റെ കണ്ണുകൾ നിറഞ്ഞൊഴുകി. രാജനെ നോക്കിയിട്ടു പറഞ്ഞു.

"ഞാൻ ഒരു വലിയ തെറ്റു ചെയ്തുപോയി. എന്റെ മകളെ വളരെ കണ്ണുനീർ കുടിപ്പിച്ചു. പക്ഷേ, അന്ന് എന്റെ നിലപാട് തെറ്റാണെന്ന് ഒരിക്കലും തോന്നിയില്ല. കോപവും സങ്കടവും വൈരാഗ്യവും കൊണ്ട് ബോധം നശിച്ചവനെപ്പോലെയായിരുന്നു ഞാൻ!"

ഇന്നു ഒരമ്മകൂടിയായ എനിക്ക് അച്ഛന്റെയും അമ്മയുടെയും അന്നത്തെ വേദനയുടെ ആഴം മനസ്സിലാക്കാൻ കഴിയും. അങ്ങനെ ഗോപിച്ചേട്ടന്റെ കല്യാണത്തോടെ ആ വലിയ വിടവു നികന്നു. അച്ഛന്റെ ക്ഷണപ്രകാരം ഞങ്ങൾ ഈ അവധിക്ക് നാട്ടിൽ പോകാനിരിക്കയാണ്. പടിപ്പുരയും തുളസിത്തറയും നാലുകെട്ടുമുള്ള അമ്മയുടെ പഴയ തറവാടു കാണാൻ മകനേക്കാൾ അച്ഛനാണ് കൂടുതൽ തിടുക്കം!.

www.ingramcontent.com/pod-product-compliance
Lightning Source LLC
LaVergne TN
LVHW040748051026
849519LV00007BA/2482